AF758756

എ അയ്യപ്പൻ

തെരഞ്ഞെടുത്ത

കുമാരനാശാൻ കവിതകൾ

a ayyappan theranjedutha
kumaranasan kavithakal

•

first edition
november 2010

•

typesetting
star communication

•

published
chintha publishers, thiruvananthapuram

•

•

cover
abeeshkumar

•

Rights reserved

വിതരണം

ദേശാഭിമാനി ബുക്ക് ഹൗസ്

H O തിരുവനന്തപുരം–695 001

ബ്രാഞ്ചുകൾ

ഓവർബ്രിഡ്ജ് തിരുവനന്തപുരം • കെ എസ് ആർ ടി സി ബസ് സ്റ്റേഷൻ ആലപ്പുഴ • കെ എസ് ആർ ടി സി ബസ് സ്റ്റേഷൻ എറണാകുളം • കലൂർ കൊച്ചി • ഐ ജി റോഡ് കോഴിക്കോട് • മാവൂർ റോഡ് കോഴിക്കോട് • എൻ ജി ഒ യൂണിയൻ ബിൽഡിങ് കണ്ണൂർ • സെൻട്രൽ ബസ് ടെർമിനൽ കോംപ്ലക്സ് താവക്കര കണ്ണൂർ • മച്ചിങ്ങൽ ലെയ്ൻ തൃശൂർ

CO - 1520 / 2595

എ അയ്യപ്പൻ

തെരഞ്ഞെടുത്ത

കുമാരനാശാൻ കവിതകൾ

ചിന്ത പബ്ലിഷേഴ്സ്
തിരുവനന്തപുരം-695 001

എ അയ്യപ്പൻ (1949–2010)

മുതലാളിത്തത്തിന്റെ കപടജീവിത സങ്കൽപ്പങ്ങളെയും സാമാന്യബോധത്തിന്റെ ഹിംസകളെയും സ്വന്തം ജീവിതംകൊണ്ടും കവിതകൊണ്ടും ആഴത്തിൽ മുറിവേൽപ്പിച്ച കവിയാണ് എ അയ്യപ്പൻ. റഷ്യൻ സാഹിത്യത്തിൽ ബ്രോഡ്സ്കിയെപ്പോലെ കത്തുന്ന ഇമേജറികളും പ്രക്ഷുബ്ധതകളും കലാപാത്മകതയുംകൊണ്ട് മനോഹരമാണ് അയ്യപ്പന്റെ കവിതകൾ. അവ, നമ്മുടെ അപമാനവീകരിക്കപ്പെട്ട സംസ്കാരത്തെയും കരുണയുറഞ്ഞുപോയ ഹൃദയങ്ങളെയും നിരന്തരം വേട്ടയാടിക്കൊണ്ടേയിരിക്കും. ഇരകളാക്കപ്പെടുകയും ജീവിതത്തിൽ നിന്നുതന്നെ ആട്ടിയോടിക്കപ്പെടുകയും ചെയ്യുന്ന മനുഷ്യരുടെ നെഞ്ചിനുള്ളിൽ വീടുവെച്ച അയ്യപ്പന്റെ ജീവിതവും പ്രതിഭയും തമ്മിലുള്ള അനന്യത അദ്ദേഹത്തെ മലയാളകവികളിൽ ഏറെ വ്യത്യസ്തനാക്കുന്നു. മുതലാളിത്തവ്യവസ്ഥയുടെ കപടജീവിതസങ്കൽപ്പങ്ങൾക്ക് മെരുക്കാൻ കഴിയാതിരുന്ന അയ്യപ്പന്റെ ജീവിതം നമ്മുടെ സർഗാത്മകതയുടെ ചരിത്രത്തിൽ ഒരു വെല്ലുവിളിയായിരിക്കും. പ്രതിഭയുടെ യൗവനംകൊണ്ട് ജീവിതത്തിലെ വാർധക്യത്തെ അതിജീവിച്ച അയ്യപ്പൻ, കവിതയെ സംബന്ധിച്ച കാലസങ്കൽപ്പത്തെ ഭേദിച്ചു. മധ്യവർഗ അലസതയെയും ജഢത്വത്തെയും ആവിഷ്കരിക്കുന്ന കാവ്യപാരമ്പര്യത്തെ വെട്ടിപ്പൊളിച്ചുകൊണ്ട് നിത്യദാരിദ്ര്യത്തിന്റെ പീഡകളെ ജയിച്ച്, മലയാള ഭാവനയുടെ ചരിത്രത്തിൽ എന്നെന്നേക്കുമായി ഒരു ഭവനം പണിതീർത്ത്, മണ്ണിനെ ചുംബിച്ച് ഈ കവി യാത്രയായി.

ഉള്ളടക്കം

പിച്ചളച്ചങ്ങലകൊണ്ടൊരാൾ പൂട്ടാത്ത
മെച്ചമേറും മനമാംമദയാനയെ

കുമാരനാശാൻ

ദർശനത്തിന്റെ പൊരുൾ

എ അയ്യപ്പൻ

ജൈവികതയുടെ രാജപാതയിലൂടെയാണ് കുമാരനാശാന്റെ കാവ്യലോകം എന്നെ നയിച്ചത്. ശൃംഗാരനിരാസത്തിലൂടെ പാഴാകാശങ്ങളിൽ മലർവാടി സൃഷ്ടിച്ചപ്രതിഭ. ദർശനസൂക്ഷ്മതയാണ് ആശാനെ മഹാകവിയാക്കിമാറ്റിയത്. അൻപത്തി ഒന്ന് വർഷങ്ങളുടെ ജീവിതത്തിലൂടെ അഗാധമായ ദർശനങ്ങളിൽ നിന്ന് നമുക്കു കിട്ടിയ അന്തർമുഖവീക്ഷണത്തിന്റെ ഉപലബ്ധി എത്രയോ മൂല്യമറ്റത്. ഉന്നതങ്ങളിൽനിന്ന് അനുഭവത്തിന്റെ ആഴങ്ങളിലൂടെ കാവ്യത്തിന്റെ അരുവി ഒഴുകിയെത്തി.

ഇത്രയധികം പഠനത്തിന് വിധേയനായ മറ്റൊരു ദാർശനിക കവി ഭാഷയിലില്ല. ആശാനെന്ന കവിയുടെ സ്വാതന്ത്ര്യവാഞ്ഛ കളങ്കമറ്റതായിരുന്നു. സ്വാതന്ത്ര്യത്തിന് സാമൂഹ്യ പരിവർത്തനരഹിതമായ ഭാവസ്പന്ദനങ്ങൾ പകരുന്നതാണ് അർഥഭാരം തുളുമ്പുന്ന ആശാൻകവിത. അസ്വാതന്ത്ര്യത്തിനും ഉച്ചനീചഭേദങ്ങൾക്കുമെതിരെ ഉയർന്ന ഛന്ദോവാക്യ അലങ്കാരങ്ങളുടെ ആ ശബ്ദം അക്ഷരതുല്യം. വെറുപ്പിന്റെയും അമർഷത്തിന്റെയും ഇടിമുഴക്കങ്ങൾ മലയാള കവിതയിൽ മയൂരനൃത്തം സൃഷ്ടിച്ചു. കാവ്യലോകത്തിലെ ദ്രുതജീവിതയാത്രയിൽ സത്യസന്ധത മാത്രമായിരുന്നു ഈ കവിക്ക് ഭാണ്ഡം. മുദ്രാവാക്യത്തിനും അധമമായ ക്രോധത്തിനും വിധേയനായിരുന്നില്ല യശഃപ്രാർഥിയല്ലാത്ത ഈ കവി.

സാധിച്ചു വേഗമഥവാ നിജജന്മകൃത്യം
സാധിഷ്ഠർ പോട്ട്– ഇഹ സദാ നിശിപാന്ഥപാദം
ബാധിച്ചു രൂക്ഷശില വാഴ്‌വതിൽ നിന്നു മേഘ–
ജ്യോതിസ്സുതൻ ക്ഷണിക ജീവിതമല്ലി കാമ്യം

ഉത്തിഷ്ഠമാനനായ ഈ കവിയുടെ മാസ്റ്റർപീസുകൾ ഈ സമാഹാരത്തിൽ ഉൾപ്പെടുത്തിയിട്ടില്ല. സദാപി ആ കവിതകൾ സമുദ്രവീചി

കളായി അലയടിച്ചുകൊണ്ടിരുന്നു. ആ സമുദ്രത്തിന്റെ ഓരത്തിലൂടെ നടന്ന് അത്രയേറെ വായിക്കപ്പെടാത്ത രചനകളുടെ ഒരു സമാഹാരമാണിത്.

ദമത്തിന്റെയും ദർശനത്തിന്റെയും ഒരു കൊച്ചുകടൽ. സമുദ്രത്തിലെ ഞാൻ വിശ്വസിക്കുന്ന ഒരു കവിതാനദിയാണീ കൃതി.

അനന്തമായിരുന്നു അർഥനിഷ്കർഷപാലിച്ച ആശാന്റെ ജാതാനുരാഗം. നിജ്ജന്മ കൃത്യത്താൽ സഫലമായിരുന്നു ആ കാവ്യജീവിതം.

ബക്രീദ് ദിനം
നവംബർ 27/2009

വീണപൂവ്

ഹാ! പുഷ്പമേ, അധികതുംഗപദത്തിലെത്ര
ശോഭിച്ചിരുന്നിതൊരു രാജ്ഞികണക്കയേ നീ
ശ്രീഭൂവിലസ്ഥിര — അസംശയം — ഇന്നു നിന്റെ -
യാഭൂതിയെങ്ങു, പുനരെങ്ങു കിടപ്പിതോർത്താൽ. 1

ലാളിച്ചു പെറ്റ ലതയൻപൊടു ശൈശവത്തിൽ
പാലിച്ചുപല്ലവപുടങ്ങളിൽവച്ചു നിന്നെ
ആലോലവായു ചെറുതൊട്ടിലുമാട്ടി, താരാ-
ട്ടാലാപമാർന്നു മലരേ, ദലമർമ്മരങ്ങൾ. 2

പാലൊത്തെഴും പുതുനിലാവിലലം കുളിച്ചും
ബാലാതപത്തിൽ വിളയാടിയുമാടലെന്യേ,
നീ ലീലപൂണ്ടിളയമൊട്ടുകളോടു ചേർന്നു
ബാലത്വമങ്ങനെ കഴിച്ചതു നാളിൽ നാളിൽ. 3

---

1. ഹാ - കഷ്ടം. അധികതുംഗപദം-ഏറ്റവും ഉയർന്ന സ്ഥാനം. അയേ - എടോ. ശ്രീ - ശോഭ (ഭാഗ്യം എന്നും). അസ്ഥിരം - നിലനിൽക്കാത്തത്. അസംശയം - തീർച്ചയായും. ഭൂതി - ഭാഗ്യം (ഭംഗി എന്നും).
2. ലത - വള്ളി. പാലിച്ചു - രക്ഷിച്ചു. പല്ലവപുടങ്ങളിൽ - ഇലകളുടെ അകത്ത്. ആലോലവായു - ഇളങ്കാറ്റ്. താരാട്ടാലാപം - താരാട്ടു പാടുക. ദലമർമ്മരങ്ങൾ - ഇലകൾ ഇളകിയുണ്ടാകുന്ന ശബ്ദങ്ങൾ.
3. അലം-മതിയാകുംവണ്ണം. ബാലാതപം - ഇളംവെയിൽ. ആടൽ - ദുഃഖം. ബാലത്വം - കുട്ടിക്കാലം

ശീലിച്ചു ഗാനമിടചേർന്നു ശിരസ്സുമാട്ടി-
ക്കാലത്തെഴും കിളികളോടഥ മൗനമായ് നീ
ഈ ലോകതത്ത്വവുമയേ, തെളിവാർന്ന താരാ-
ജാലത്തൊടുന്മുഖതയാർന്നു പഠിച്ചു രാവിൽ. 4

ഈവണ്ണമൻപൊടു വളർന്നഥ നിന്റെയംഗ-
മാവിഷ്ക്കരിച്ചു ചില ഭംഗികൾ മോഹനങ്ങൾ,
ഭാവം പകർന്നു വദനം, കവിൾ കാന്തിയാർന്നു,
പൂവേ! അതിൽ പുതിയ പുഞ്ചിരി സഞ്ചരിച്ചു. 5

ആരോമലാമഴകു, ശുദ്ധി, മൃദുത്വ, മാഭ
സാരള്യമെന്ന സുകുമാരഗുണത്തിനെല്ലാം
പാരിങ്കലേതുപമ? ആ മൃദുമെയ്യിൽ നവ്യ-
താരുണ്യമേന്തിയൊരു നിൻനില കാണണം താൻ. 6

വൈരാഗ്യമേറിയൊരു വൈദികനാട്ടെ, യേറ്റ
വൈരിക്കുമുമ്പുഴറിയോടിയ ഭീരുവാട്ടെ,
നേരേ വിടർന്നു വിലസീടിന നിന്നെ നോക്കി-
യാരാകിലെന്തു?-മിഴിയുള്ളവർ നിന്നിരിക്കാം! 7

മെല്ലെന്നു സൗരഭവുമൊട്ടു പരന്നു ലോക-
മെല്ലാം മയക്കി മരുവുന്നളവന്നു നിന്നെ
തെല്ലോ കൊതിച്ചനുഭവാർത്ഥികൾ? ചിത്രമല്ല-
തില്ലാർക്കുമിഗ്ഗുണവുമേവമകത്തു തേനും. 8

ചേതോഹരങ്ങൾ സമജാതികളാം സുമങ്ങ-
ളേതും സമാനമഴകുള്ളവയെങ്കിലും നീ
ജാതാനുരാഗമൊരുവന്നു മിഴിക്കു വേദ്യ-
മേതോ വിശേഷസുഭഗത്വവുമാർന്നിരിക്കാം. 9

---

4. താരാജാലം - നക്ഷത്രക്കൂട്ടം. ഉന്മുഖത - താൽപ്പര്യം (മേൽപ്പോട്ടു നോക്കിയുള്ള നിലയെന്നും).
5. അംഗം - ശരീരം. ആവിഷ്കരിക്ക - വെളിപ്പെടുത്തുക.
6. ആരോമൽ - മനോഹരം. ശുദ്ധി - വെടിപ്പ്. മൃദുത്വം - സൗമ്യത. ആഭ - കാന്തി. സാരള്യം - കളങ്കമില്ലായ്മ. സുകുമാരഗുണം - കോമളസ്വഭാവം. നവ്യതാരുണ്യം - യൗവനാരംഭം.
7. വൈരാഗ്യം - ലോകസുഖത്തിൽ വെറുപ്പ്. വൈദികൻ - വേദാന്തി
9. ചോതോഹരങ്ങൾ - മനോഹരങ്ങൾ. സമജാതികൾ - ഒരേ ഇനത്തിലുള്ളവ. ജാതാനുരാഗം - അനുരാഗത്തോടുകൂടുംവണ്ണം. വേദ്യം - അറിയത്തക്കത്. വിശേഷസുഭഗത്വം - പ്രത്യേക ശോഭ.

"കാലം കുറഞ്ഞ ദിനമെങ്കിലുമർത്ഥദീർഘം,
മാലേറെയെങ്കിലുമതീവ മനോഭിരാമം
ചാലേ കഴിഞ്ഞരിയ യൗവന"മെന്നു നിന്റെ-
യീ ലോലമേനി പറയുന്നനുകമ്പനീയം. 10

അന്നൊപ്പമാണഴകു കണ്ടു വിരിച്ചിടും നീ-
യെന്നോർത്തു ചിത്രശലഭങ്ങളണിഞ്ഞിരിക്കാം
എന്നല്ല, ദൂരമതിൽനിന്നനുരാഗമോതി-
വന്നെന്നുമാം വിരുതനങ്ങൊരു ഭൃംഗരാജൻ. 11

കില്ലില്ലയേ ഭ്രമരവര്യനെ നീ വരിച്ചു
തെല്ലെങ്കിലും ശലഭമേനിയെ മാനിയാതെ
അല്ലെങ്കിൽ നിന്നരികിൽ വന്നിഹ വട്ടമിട്ടു
വല്ലാതിവൻ നിലവിളിക്കുകയില്ലിദാനീം. 12

"എന്നംഗമേകനിഹ തീറുകൊടുത്തുപോയ് ഞാ-
നെന്നന്യകാമുകരെയൊക്കെ മടിക്കിയില്ലേ?
ഇന്നോമലേ! വിരവിലെന്നെ വെടിഞ്ഞിടല്ലേ"
എന്നൊക്കെയല്ലി ബത! വണ്ടു പുലമ്പിടുന്നു? 13

ഹാ! കഷ്ട,മാ വിബുധകാമിതമാം ഗുണത്താ-
ലാകൃഷ്ടനായ്, അനുഭവിച്ചൊരു ധന്യനീയാൾ
പോകട്ടെ നിന്നൊടൊരുമിച്ചു മരിച്ചു; നിത്യ-
ശോകാർത്തനായിനിയിരിപ്പതു നിഷ്ഫലംതാൻ! 14

ചത്തീടുമിപ്പൊഴിവനല്പവികല്പമില്ല
തത്താദൃശം വ്യസനകുണ്ഠിതമുണ്ടു കണ്ടാൽ
അത്യുഗ്രമാം തരുവിലും ബത! കല്ലിലും പോയ്
പ്രത്യക്ഷമാഞ്ഞു തലതല്ലുകയല്ലി ഖിന്നൻ? 15

---

10. അർത്ഥദീർഘം – കാര്യങ്ങൾകൊണ്ട് നീണ്ടതായി തോന്നുന്നത്. (സംഭവങ്ങൾ നിറഞ്ഞത്). അനുകമ്പനീയം – ദയ തോന്നിക്കുന്നത്.
11. ഭൃംഗരാജൻ – ശ്രേഷ്ഠനായ വണ്ട്.
12. ഭ്രമവര്യൻ – ശ്രേഷ്ഠനായ വണ്ട്.
14. വിബുധകാമിതം – ദേവന്മാർക്കിഷ്ടമായത്. (വിദ്വാന്മാർക്കിഷ്ടമായത് എന്നും). ആകൃഷ്ടൻ – വശീകരിക്കപ്പെട്ടവൻ. ധന്യൻ – പുണ്യവാൻ, കൃതാർഥൻ. നിത്യശോകാർത്തൻ – എന്നും ദുഃഖിച്ചു കഷ്ടപ്പെടുന്നവൻ.
15. തത്താദൃശം – അത്രയ്ക്കുള്ളത്. വ്യസനകുണ്ഠിതം – വ്യസനത്താലുള്ള മനം മടുപ്പ്. അത്യുഗ്രം – ഏറ്റവും വലിയത് (കനവും പൊക്കവും ഏറിയത്.) ബത – കഷ്ടം. പ്രത്യക്ഷം – സ്പഷ്ടമായിട്ട്. ഖിന്നൻ – ഖേദിച്ചവൻ.

ഒന്നോർക്കിലിങ്ങിവ വളർന്നു ദൃഢാനുരാഗ-
മന്യോന്യമാർന്നുപയമത്തിനു കാത്തിരുന്നു
വന്നീയപായമഥ കണ്ടളി ഭാഗ്യഹീനൻ
ക്രന്ദിക്കയാം; കഠിനതാൻ ഭവിതവ്യതേ! നീ. 16

ഇന്നല്ലയെങ്കിലയി, നീ ഹൃദയം തുറന്നു
നന്ദിച്ച വണ്ടു കുസുമാന്തരലോലനായി
'എന്നെച്ചതിച്ചു ശഠൻ' എന്നതു കണ്ടു നീണ്ടു
വന്നേറുമാധിയതു നിന്നെ ഹനിച്ചു പൂവേ! 17

ഹാ! പാർക്കിലീ നിഗമനം പരമാർത്ഥമെങ്കിൽ
പാപം നിനക്കു ഫലമായഴൽപൂണ്ട വണ്ടേ!
ആപത്തെഴും തൊഴിലിലോർക്കുക മുമ്പു; പശ്ചാ-
ത്താപങ്ങൾ സാഹസികനിങ്ങനെയെങ്ങുമുണ്ടാം. 18

പോകട്ടതൊക്കെ,യഥവാ യുവലോകമേലു-
മേകാന്തമാം ചരിതമാരറിയുന്നു പാരിൽ?
ഏകുന്നു വാക്പടുവിനാർത്തി വൃഥാപവാദം,
മൂകങ്ങൾ പിന്നിവ-പഴിക്കുകിൽ ദോഷമല്ലേ? 19

പോകുന്നിതാ വിരവിൽ വണ്ടിവിടം വെടിഞ്ഞു
സാകൂതമാംപടി പറന്നു നഭഃസ്ഥലത്തിൽ
ശോകാന്ധനായ് കുസുമചേതന പോയ മാർഗ്ഗ-
മേകാന്തഗന്ധമിതു പിന്തുടരുന്നതല്ലീ? 20

---

16. ദൃഢാനുരാഗം - ഉറച്ചസ്നേഹം. ഉപയമം - വിവാഹം. അളി - വണ്ട്. ക്രന്ദിക്ക - കരയുക. കഠിന - ദയവില്ലാത്തത്. ഭവിതവ്യത - നിയതി, വിധി.
17. ഹൃദയം - മനസ്സ് (ഉള്ള് എന്നും). കുസുമാന്തരലോലൻ - മറ്റൊരു പൂവിനെ കാംക്ഷിക്കുന്നവൻ. ശഠൻ - അറിയാതെ അപ്രിയം പ്രവർത്തിക്കുന്നവൻ, ദുഷ്ടൻ.
18. നിഗമനം - ഊഹം, അനുമാനം. സാഹസികൻ - പൂർവാലോചന കൂടാതെ പ്രവർത്തിക്കുന്നവൻ.
19. ഏകാന്തം - രഹസ്യം. വാക്പടു - വാക്സാമർത്ഥ്യമുള്ളവൻ, വാചാലൻ. വൃഥാപവാദം - കാരണമില്ലാത്ത ദുഷ്കീർത്തി. മൂകങ്ങൾ - മിണ്ടാൻ കഴിയാത്തവ. ദോഷം - കഷ്ടം, പാവം.
20. സാകൂതം - അഭിപ്രായത്തോടുകൂടെ (മനസിൽ പ്രത്യേകം കരുതിക്കൊണ്ട്). നഭഃസ്ഥലം - ആകാശം. ശോകാന്ധം - ദുഃഖത്താൽ വിവേകം നശിച്ചത്. കുസുമചേതന - പുഷ്പത്തിന്റെ ജീവൻ. ഏകാന്തഗന്ധം - അത്യന്തം സൗരഭ്യമുള്ളത്.

ഹാ! പാപമോമൽമലരേ, ബത! നിന്റെ മേലും
ക്ഷേപിച്ചിതേ കരുണയറ്റ കരം കൃതാന്തൻ!
വ്യാപാരമേ ഹനനമാം വനവേടനുണ്ടോ
വ്യാപന്നമായ് കഴുകനെന്നു, കപോതമെന്നും? 21

തെറ്റെന്നു ദേഹസുഷമാപ്രസരം മറഞ്ഞു
ചെറ്റല്ലിരുണ്ടു മുഖകാന്തിയതും കുറഞ്ഞു
മറ്റെന്തുരപ്പു? ജവമീ നവദീപമെണ്ണ
വറ്റിപ്പുകഞ്ഞഹഹ; വാടിയണഞ്ഞുപോയി. 22

ഞെട്ടറ്റു നീ മുകളിൽനിന്നു നിശാന്തവായു
തട്ടിപ്പതിപ്പളവുണർന്നവർ താരമെന്നോ
തിട്ടം നിനച്ചു മലരേ ബത! ദിവ്യഭോഗം
വിട്ടാശു ഭൂവിലടിയുന്നൊരു ജീവനെന്നോ. 23

അത്യന്തകോമളതയാർന്നൊരു നിന്റെ മേനി-
യെത്തുന്നകണ്ടവനിതന്നെയധീരയായി
സദ്യഃസ്ഫുടം പുളകിതാംഗമിയന്നു പൂണ്ടോ-
രുദ്വേഗമോതുമുപകണ്ഠതൃണാങ്കുരങ്ങൾ. 24

അന്യൂനമാം മഹിമ തങ്ങിയൊരാത്മസത്ത്വ-
മേന്യേ നിലത്തു ഗതമൗക്തികശുക്തിപോൽ നീ
സന്നാഭമിങ്ങനെ കിടക്കുകിലും ചുഴന്നു
മിന്നുന്നു നിൻ പരിധിയിപ്പൊഴുമെന്നു തോന്നും. 25

---

21. ക്ഷേപിച്ചു - പ്രയോഗിച്ചു. കൃതാന്തൻ - യമൻ, കാലൻ. ഹനനം - കൊല. വ്യാപന്നം - കൊല്ലപ്പെട്ടത്. കപോതം - മാടപ്രാവ്
22. ദേഹസുക്ഷമാപ്രസരം - ശരീരകാന്തിയുടെ വ്യാപ്തി.
23. നിശാന്തവായു - വെളുപ്പാൻകാലത്തടിക്കുന്ന കാറ്റ്. ദിവ്യഭോഗം - സ്വർഗാനുഭവം.
24. അധീര - ഭീരു. സദ്യഃ - പെട്ടെന്ന്, പൊടുന്നനവേ. സ്ഫുടം - സ്പഷ്ടം. പുളകിതാംഗം - കോൾമയിർക്കൊണ്ട ശരീരം. ഉദ്വേഗം - ഭയചാപല്യം. ഉപകണ്ഠതൃണാങ്കുരങ്ങൾ - സമീപത്തുള്ള പുൽക്കുരുന്നുകൾ.
25. അന്യൂനം - അധികം. ആത്മസത്ത്വം - ജീവചൈതന്യം. ഗതമൗക്തികശുക്തി - മുത്തു പോയ മുത്തുച്ചിപ്പി. സന്നാഭം - കാന്തി പോയത്. പരിധി - പരിവേഷം, തേജോവലയം.

ആഹാ! രചിച്ചു ചെറുലൂതകളാശു നിന്റെ
ദേഹത്തിനേകി ചരമാവരണം ദുകൂലം
സ്നേഹാർദ്രയായുടനുഷസ്സുമണിഞ്ഞു നിന്മേൽ
നീഹാരശീകരമനോഹരമന്ത്യഹാരം. 26

താരങ്ങൾ നിൻ പതനമോർത്തു തപിച്ചഹോ! ക-
ണ്ണീരായിതാ ഹിമകണങ്ങൾ പൊഴിഞ്ഞിടുന്നു
നേരായി നീഡതരു വിട്ടു നിലത്തു നിന്റെ
ചാരത്തു വീണു ചടകങ്ങൾ പുലമ്പിടുന്നു. 27

ആരോമലാം ഗുണഗണങ്ങളിണങ്ങി, ദോഷ-
മോരാതുപദ്രവവുമൊന്നിനു ചെയ്തീടാതെ,
പാരം പരാർത്ഥമിഹ വാണൊരു നിൻ ചരിത്ര-
മാരോർത്തു ഹൃത്തടമഴിഞ്ഞു കരഞ്ഞുപോകാ? 28

കണ്ടീ വിപത്തഹഹ! കല്ലലിയുന്നിതാടൽ-
കൊണ്ടാശു ദിങ്മുഖവുമിങ്ങനെ മങ്ങിടുന്നു
തണ്ടാർസഖൻ ഗിരിതടത്തിൽ വിവർണ്ണനായ് നി-
ന്നിണ്ടൽപ്പെടുന്നു, പവനൻ നെടുവീർപ്പിടുന്നു. 29

എന്തിന്നലിഞ്ഞു ഗുണധോരണി വച്ചു നിന്മേ-
ലെന്തിന്നതാശു വിധിയേവമപാകരിച്ചു?
ചിന്തിപ്പതാരരിയസൃഷ്ടിരഹസ്യ?മാവ-
തെന്തുള്ളു?— ഹാ! ഗുണികളൂഴിയിൽ നീണ്ടു വാഴാ. 30

---

26. ലൂതകൾ - എട്ടുകാലികൾ. ചരമാവരണം - പ്രേതത്തിന്മേൽ ഇടുന്ന മൂടുപടം. ദുകൂലം - വെള്ളപ്പട്ട്. സ്നേഹാർദ്രം - സ്നേഹത്താൽ അലിവോടുകൂടിയത്. ഉഷസ്സ് - പ്രഭാതം. നീഹാരശീകരമനോഹരം - മഞ്ഞുതുള്ളികൾപോലെ മനോഹരമായിരിക്കുന്നത്. അന്ത്യഹാരം - പ്രേതത്തിലണിയുന്ന മുത്തുമാല (മഞ്ഞുതുള്ളിയാകുന്ന മനോഹരമായ മുത്തുമാല എന്നു താൽപ്പര്യം).
27. നീഡതരു - കൂടുകെട്ടിയിരിക്കുന്ന മരം. ചടകങ്ങൾ - കുരുവികൾ
28. പരാർത്ഥം - പരോപകാരത്തിനായി.
29. ദിങ്മുഖം - ദിക്കുകളുടെ മുഖം. തണ്ടാർസഖൻ - സൂര്യൻ. ഗിരിതടം - മലയുടെ ചരിവ്. വിവർണ്ണൻ - കാന്തി കുറഞ്ഞവൻ.
30. ഗുണധോരണി - ഗുണപരമ്പര, അനേകഗുണങ്ങൾ. അപാകരിച്ചു - നശിപ്പിച്ചു. സൃഷ്ടിരഹസ്യം - സൃഷ്ടിതത്വം. ഗുണികൾ - സദ്ഗുണങ്ങളുള്ളവർ.

സാധിച്ചു വേഗമഥവാ നിജ ജന്മകൃത്യം
സാധിഷ്ഠർ പോട്ട് — ഇഹ സദാ നിശി പാന്ഥപാദം
ബാധിച്ചു രൂക്ഷശില വാഴ്‌വതിൽനിന്നു മേഘ-
ജ്യോതിസ്സുതൻ ക്ഷണികജീവിതമല്ലി കാമ്യം? 31

എന്നാലുമുണ്ടഴലെനിക്കു വിയോഗമോർത്തും
ഇന്നത്ര നിൻ കരുണമായ കിടപ്പു കണ്ടും
ഒന്നല്ലി നാമയി സഹോദരരല്ലി? പൂവേ!
ഒന്നല്ലി കൈയിഹ രചിച്ചതു നമ്മെയെല്ലാം? 32

ഇന്നീവിധം ഗതി നിനക്കയി പോക! പിന്നൊ-
ന്നൊന്നായ്‌ത്തുടർന്നു വരുമാ വഴി ഞങ്ങളെല്ലാം
ഒന്നിന്നുമില്ല നില — ഉന്നതമായ കുന്നു-
മെന്നല്ലയാഴിയുമൊരിക്കൽ നശിക്കുമോർത്താൽ. 33

അംഭോജബന്ധുവിത! നിന്നവശിഷ്ടകാന്തി-
സമ്പത്തെടുപ്പതിനണഞ്ഞു കരങ്ങൾ നീട്ടി;
ജൃംഭിച്ച സൗരഭമിതാ കവരുന്നു വായു
സമ്പൂർണ്ണമായഹഹ! നിന്നുടെ ദായഭാഗം. 34

"ഉല്പ്പന്നമായതു നശിക്കും; അണുക്കൾ നിൽക്കും;
ഉല്പ്പന്നനാമുടൽവെടിഞ്ഞൊരു ദേഹി വീണ്ടും;
ഉല്പ്പത്തി കർമ്മഗതിപോലെ വരും ജഗത്തിൽ"
കല്പ്പിച്ചിടുന്നിവിടെയിങ്ങനെയാഗമങ്ങൾ. 35

ഖേദിക്കകൊണ്ടു ഫലമില്ല; നമുക്കതല്ല
മോദത്തിനും ഭുവി വിപത്തു വരാം ചിലപ്പോൾ;
ചൈതന്യവും ജഡവുമായ് കലരാം ജഗത്തി-
ലേതെങ്കിലും വടിവിലീശ്വരവൈഭവത്താൽ. 36

---

31. നിജജന്മകൃത്യം – തന്റെ ജന്മത്തിൽ ചെയ്യേണ്ടകാര്യം. സാധിഷ്ഠർ – ഏറ്റവും ഉത്തമജനങ്ങൾ. നിശി – രാത്രിയിൽ. പാന്ഥപാദം – വഴിപോക്കരുടെ കാല്. ബാധിച്ചു – തട്ടിത്തടഞ്ഞു. രൂക്ഷശില – കഠിനമായ പാറ. മേഘജ്യോതിസ്സ് – മിന്നൽപ്പിണർ. ക്ഷണികജീവിതം – ഒരു ക്ഷണം മാത്രമുള്ള ജീവിതം. കാമ്യം – ആഗ്രഹിക്കത്തക്കത്.

32. അത്ര – ഇവിടെ. കരുണം – ദയ തോന്നിക്കുന്നത്. രചിച്ചത് – സൃഷ്ടിച്ചത്.

34. അംഭോജബന്ധു – സൂര്യൻ. ജൃംഭിച്ച – പോങ്ങിവന്ന. സൗരഭം – സുഗന്ധം. ദായഭാഗം – അവകാശികൾ സ്വത്തുക്കളെ ഭാഗിച്ചെടുക്കുന്നത്.

35. ഉൽപ്പന്നമായത് – ഉണ്ടായത്. അണുക്കൾ – പരമാണുക്കൾ. നിൽക്കും – ശേഷിക്കും. ദേഹി – ആത്മാവ്. ഉൽപ്പത്തി – ജന്മം. കർമ്മഗതി – പുണ്യപാപങ്ങളുടെ അവസ്ഥ. ആഗമങ്ങൾ – ശാസ്ത്രങ്ങൾ.

36. ചൈതന്യം – ആത്മാവ്. ജഡം – ദേഹം, ജഡ പദാർഥം.

ഇപ്പശ്ചിമാബ്ധിയിലണഞ്ഞൊരു താരമാരാ-
ലുല്പ്പന്നശോഭമുദ്രയാദ്രിയിലെത്തിടുമ്പോൾ
സൽപുഷ്പമേ,യിവിടെ മാഞ്ഞു സുമേരുവിന്മേൽ
കൽപ്പദ്രുമത്തിനുടെ കൊമ്പിൽ വിടർന്നിടാം നീ. 37

സംഫുല്ലശോഭമതുകണ്ടു കുതൂഹലംപൂ-
ണ്ടമ്പോടടുക്കുമളിവേണികൾ ഭൂഷയായ് നീ
ഇമ്പത്തെയും സുരയുവാക്കളിലേകി രാഗ-
സമ്പത്തെയും സമധികം സുകൃതം ലഭിക്കാം. 38

അല്ലെങ്കിലാ ദ്യുതിയെഴുന്നമരർഷിമാർക്കു
ഫുല്ലപ്രകാശമിയലും ബലിപുഷ്പമായി
സ്വർല്ലോകവും സകല സംഗമവും കടന്നു
ചൊല്ലാം നിനക്കു 'തമസഃപരമാം' പദത്തിൽ. 39

ഹാ! ശാന്തിയൗപനിഷദോക്തികൾതന്നെ നൽകും
ക്ലേശിപ്പതാത്മപരിപീഡനമജ്ഞയോഗ്യം;
ആശാഭരം ശ്രുതിയിൽ വയ്ക്കുക നമ്മൾ, പിന്നെ-
യീശാജ്ഞപോലെ വരുമൊക്കെയുമോർക്ക പൂവേ! 40

കണ്ണേ, മടങ്ങുക, കരിഞ്ഞുമലിഞ്ഞുമാശു
മണ്ണാകുമീ മലരു, വിസ്മൃതമാകുമിപ്പോൾ
എണ്ണീടുകാർക്കുമിതുതാൻ ഗതി, സാദ്ധ്യമെന്തു
കണ്ണീരിനാൽ? അവനിവാഴ്‌വു കിനാവു, കഷ്ടം! 41

---

37. പശ്ചിമാബ്ധി – പടിഞ്ഞാറേക്കടൽ. ആരാൽ – ദൂരത്തിൽ. ഉൽപ്പന്ന ശോഭം – പുതിയ ശോഭയോടുകൂടി. ഉദയാദ്രി – കിഴക്കേ ദിക്കിലുള്ള പർവതം. സുമേരുവിന്മേൽ – മേരുപർവതത്തിന്മേലുള്ള സ്വർഗലോകത്ത്. കൽപ്പദ്രുമം – കൽപ്പവൃക്ഷം.
38. സംഫുല്ലശോഭം – വർധിച്ച ശോഭയോടുകൂടീട്ട്. കുതൂഹലം – സന്തോഷം. അളിവേണികൾ – വണ്ടുപോലെ കറുത്ത മുടിയുള്ളവർ (സുന്ദരികളായ ദേവസ്ത്രീകൾ). ഇമ്പം – ആനന്ദം. രാഗസമ്പത്ത് – അനുരാഗാധിക്യം. സമധികം – ഏറ്റവും അധികം.
39. ദ്യുതി – തേജസ്സ്. അമരർഷിമാർ – ദേവർഷിമാർ. ഫുല്ലപ്രകാശം – പൂർണമായ ശോഭ. ബലിപുഷ്പം – പൂജയ്ക്കായുള്ള പൂവ്. സകലസംഗമം – എല്ലാ പ്രകാരത്തിലുമുള്ള ബന്ധം. തമസഃപരം – അജ്ഞാനാന്ധകാരത്തിനപ്പുറമുള്ളത്. പദം – സ്ഥാനം.
40. ശാന്തി – സമാധാനം, ആശ്വാസം. ഔപനിഷദോക്തികൾ – വേദാന്തശാസ്ത്രങ്ങൾ. ആത്മപരിപീഡനം – ആത്മാവിനെ (മനസിനെ) സ്വയം ഉപദ്രവിക്കുന്നത്. അജ്ഞയോഗ്യം – അവിവേകികൾക്കടുത്തത്. ആശാഭരം – ദൃഢമായ വിശ്വാസം. ശ്രുതി – മതശാസ്ത്രം.

ഒരു സിംഹപ്രസവം

കരളിൽ കനിവാർന്നിടുന്നുതേ
ഖരകണ്ഠീരവിതാനുമീവിധം!
ഒരു ജന്തുവിനും സ്വപുത്രരിൽ
പരുഷത്വം വിധി നൽകിയില്ലതാൻ. 1

അലിവാർന്നു കിടന്നൊരാടുപോൽ
മുല നൽകുന്നിതു കുട്ടികൾക്കിവൾ
തല ചെന്നു പിടിച്ചിഴയ്ക്കിലും
കലരാ ക്രുദ്ധതയെന്നു തോന്നിടും. 2

പരതന്ത്രതയോർത്തു കണ്ണുനീ-
രരിയോരുണ്ണികൾതന്നെ നോക്കി നീ
ചൊരിയായ്ക, മൃഗേന്ദ്രവല്ലഭേ!
വരുമാപത്തുകളാർക്കുമൂഴിയിൽ. 3

പ്രണയത്തൊടു പാർത്തിവൾക്കൊരാൾ
തുണതാനെന്നു കുടുംബചിന്തയാൽ
ഇണയാം ഹരി മന്ദവേഗനാ-
യണയത്താഞ്ഞു നടന്നിടുന്നതേ. 4

---

1. ഖരകണ്ഠീരവി – ക്രൂരയായ സിംഹം. പരുഷത്വം – ക്രൂരത
2. ക്രുദ്ധത– കോപം.
3. പരതന്ത്രത – ദാസ്യം, ബന്ധനം

കുതുകത്തൊടു, 'പെറ്റു സിംഹി'യെ-
ന്നതു കേട്ടേറെ വരുന്നിതാളുകൾ
ഇതുകൊണ്ടൊരിളക്കമില്ലിവ-
ന്നഥവാ-സിംഹമറിഞ്ഞിടാ ഭയം. 5

പലതും ബത! ബന്ധനസ്ഥനായ്
തലകാഞ്ഞോർത്തു നിരാശനായുടൻ
നിലവിട്ടെഴുമൊറ്റമേഘമൊ-
ത്തലറുന്നങ്ങനെതന്നെ നിന്നിവൻ. 6

സഹസാ, സമയം കുറിക്കുവാ-
നിഹ പീരങ്കിയൊഴിച്ചപോൽ ഹരേ,
മഹിതം, തുടരായ്ക ഗർജ്ജിതം
ഗഹനത്തിൽ ഗജഗർഭഭേദനി. 7

അഥവാ, നരനാഥനോടിവൻ
കഥ കോപോഗ്രരവം കഥിക്കയാം
കൃതമാമഹിതം സഹിക്കുമോ
ധൃതവീര്യൻ പരതന്ത്രനെങ്കിലും? 8

ഒരുഹേതുവുമെന്നി, കേവലം
നരലോകത്തിനു കൗതുകത്തിനായ്
വരുവിച്ചു തടഞ്ഞുതേ നൃപൻ
ഹരിയേ-ഹാ മൃഗചക്രവർത്തിയെ! 9

കരുതായ്കതവജ്ഞയായ് ഹരേ!
നരപാലൻ നൃപധർമ്മകോവിദൻ;
പരമിങ്ങനെ വെച്ചുപോറ്റുമ-
ത്തിരുമേനിക്കു കൃതജ്ഞനാക നീ. 10

---

6. നിരാശൻ - ബുദ്ധിക്ഷയത്തോടു കൂടിയവൻ
7. സഹസാ - പെട്ടെന്ന് മഹിതം - ശ്രേഷ്ഠം. ഗർജ്ജിതം - അലറൽ. ഗഹനം - കൊടുംകാട്. ഭേദനം - ആനയുടെ ഗർഭത്തെ അലസിപ്പിക്കുന്നത്.
8. നരനാഥൻ - മഹാരാജാവ്. കോപോഗ്രരവം - കോപത്താൽ അത്യുച്ചമായ ശബ്ദത്തോടുകൂടെ. കൃതം - ചെയ്തത്. അഹിതം - അപ്രിയം. ധൃതവീര്യൻ - ശക്തിമാൻ, പരാക്രമി. പരതന്ത്രൻ - അന്യാധീനപ്പെട്ടിരിക്കുന്നവൻ.
9. കൗതുകം - നേരംപോക്ക്. ഹരി - സിംഹം, മൃഗചക്രവർത്തി - മൃഗങ്ങളുടെ രാജാധിരാജൻ.
10. അവജ്ഞ - അവമാനം. നൃപധർമ്മകോവിദൻ - രാജധർമത്തെ നല്ലവണ്ണം അറിയുന്ന ആൾ.

ഒരു വർഗ്ഗനിസർഗ്ഗനായകൻ
ധരണീപാലനു മാന്യനാം ഭവാൻ
പരതന്ത്രരെ ഹിംസചെയ്വതോ
നരരാം ഞങ്ങടെ നീതിയല്ല കേൾ. 11

നരഭോജികളുണ്ടു നീചരാം-
നര'രാഫ്രിക്ക'യിലോർത്തിടാം ഭവാൻ
നരകാർഹനൊരുത്തനില്ലയ-
ത്തരമീ ഞങ്ങടെ പുണ്യഭൂമിയിൽ. 12

അതുമല്ലിതു 'ധർമ്മരാജ്യ' മെ-
ന്നധികം വിശ്രുതവഞ്ചിമണ്ഡലം
അതിലും ബത! മൂലഭൂമിപൻ
പ്രഥിതൻ പാരിലുദാരചര്യയാൽ. 13

രുചിരം ഗൃഹമുണ്ടു, ഭോജ്യമു-
ണ്ടുചിതംപോൽ- കുറവില്ലയൊന്നിനും
സുചിരം മരുവുന്നു കൂടവേ
സചിവന്മാർ നരിമുഖ്യരും സ്വയം. 14

സ്ഫുടസൗഖ്യമതല്ലടുക്കലൻ-
പുടയോളുണ്ടിവൾ നിൻപുരന്ധ്രിയാൾ
ദൃഢമിന്നിവ രാജ്യകാര്യമായ്
തടവിൽ പാർപ്പവനന്യരേകിടാ. 15

ശരി,യെന്മൊഴി സംവദിച്ചുതാൻ
ഹരിയെന്നല്ല നിവാസശയ്യയിൽ
വിരമിച്ചൊരു യുദ്ധനൗവുപോൽ
തിരിയെച്ചെന്നു കിടപ്പുമായിവൻ. 16

---

11. വർഗ്ഗനിസ്സർഗ്ഗനായകൻ – ജാതിയുടെ ജനനാലുള്ള നായകൻ. പരതന്ത്രൻ – കീഴ്പ്പെട്ടവർ, തന്റെ കീഴിലുള്ളവർ.
12. നരഭോജികൾ – മനുഷ്യരെ ഭക്ഷിക്കുന്നവർ. നീചർ – അപരിഷ്കൃതന്മാർ. നരകാർഹൻ – നരകവാസയോഗ്യൻ. പുണ്യഭൂമി – ഭാരതഖണ്ഡം.
13. വിശ്രുതം – കീർത്തിപ്പെട്ട. വഞ്ചിമണ്ഡലം – തിരുവിതാംകൂർ. മൂലഭൂമിപൻ – മൂലംതിരുനാൾ മഹാരാജാവ്. പ്രഥിതൻ – പ്രസിദ്ധൻ. ഉദാരചര്യ – സൽപ്ര വൃത്തി.
14. രുചിരം – മനോഹരം. ഭോജ്യം – ഭക്ഷണം. സുചിരം – വളരെനാളായി. സചിവന്മാർ –മന്ത്രിമാർ. നരിമുഖ്യർ – കടുവാ തുടങ്ങിയുള്ളവർ.
15. സ്ഫുടസൗഖ്യം – പ്രത്യക്ഷത്തിൽ സുഖമാകുംവണ്ണം. പുരന്ധ്രി – ഭാര്യ. രാജകാര്യം – സർക്കാർ കാര്യം.
16. നിവാസശയ്യ – കൂട്ടിനുള്ളിലുള്ള കട്ടിൽ. വിരമിക്ക – പിൻവലിക്ക. യുദ്ധ നൗവ് – പടക്കപ്പൽ.

ഒരു രോമമനങ്ങിടാതെ സു-
സ്ഥിരമാം കൃത്രിമസത്വരൂപമോ?
തിരയറ്റൊരു സിന്ധുവോ? മഹീ-
ധരമോ? യെന്തൊരു ജന്തുവോയിവൻ? 17

പടുരാഗമിവന്റെയുള്ളുമൻ-
പൊടു ശൃംഗാരരസാർദ്രമാക്കുകിൽ,
സ്ഫുടചന്ദ്രികയെന്തലിച്ചിടാ
കടുവജ്രം, ശശികാന്തമെന്നപോൽ? 18

അതുമല്ലിഹ ബന്ധനത്തിലും
ബത!കാന്താപരനായിതേയിവൻ
അഥവാ കുലസൃഷ്ടിചെയ്യുമാ
വിധിഹസ്തം തടയുന്നതാരുവാൻ! 19

കൊടുതാം ഹരിധൈര്യവൃത്തിയെ-
ത്തടവാനാൾ മൃഗസാർവ്വഭൗമി! നീ
സ്ഫുടമായസപോതശക്തിയെ-
ക്കടലിൽ തങ്ങിയ കാന്തഭൂമിപോൽ. 20

ഒഴുകും പ്രിയമാർന്നിവന്റെമേൽ
വഴിയും നിന്റെ കടാക്ഷഭംഗിയെ
മൊഴിവാൻ കവികൾക്കിവന്നെഴും
മിഴി വേണം – കവിയാകണം ഹരി. 21

വിലസുന്നിതു നിന്റെ മുമ്പിലി-
ക്കുലദീപദ്വയവും മൃഗേശ്വരീ!
മുലയുണ്ടു കളിച്ചുമോടിയും
മലമുൻപിൽ ചെറുനിർഝരങ്ങൾപോൽ. 22

---

17. കൃത്രിമസത്വരൂപം – പണിതുവച്ചിരിക്കുന്ന മൃഗത്തിന്റെ പ്രതിമ. സിന്ധു – സമുദ്രം. മഹീധരം – പർവതം.
18. പടുരാഗം – ശക്തിയേറിയ അനുരാഗം. ശൃംഗാരരസാർദ്രം – ശൃംഗാരരസത്തിൽ കനിഞ്ഞത്. സ്ഫുടചന്ദ്രിക – തെളിഞ്ഞ നിലാവ്. കടുവജ്രം – കഠിനമായ വൈരക്കല്ല്. ശശികാന്തം – ചന്ദ്രകാന്തക്കല്ല്.
19. കാന്താപരൻ – ഭാര്യയിൽ ആസക്തിയുള്ളവൻ.
20. ഹരിധൈര്യവൃത്തി – സിംഹത്തിന്റെ മനോധൈര്യത്തിന്റെ ഗതി. മൃഗസാർവ്വഭൗമി – മൃഗങ്ങളുടെ ചക്രവർത്തിനി, സിംഹി. ആയസപോതശക്തി – ഇരുമ്പുകപ്പലിന്റെ ഗതിവേഗം. കാന്തഭൂമി – സൂചിക്കാന്തമുള്ളപ്രദേശം.
22. കുലദീപദ്വയം – വംശത്തിന്റെ കീർത്തിയെ പുലർത്തുന്ന രണ്ടു കുട്ടികൾ. നിർഝരങ്ങൾ – അരുവികൾ.

കരകേസരഭാരശോഭിയായ്
വരുമർക്കന്നെതിരെ കുതിച്ചു ഹാ,
വിരയുന്നു കിടാങ്ങളച്ഛനാം
ഹരിയെന്നോർത്തുടനങ്കമേറുവാൻ! 23

ഒരു ചിന്തയുമെന്നിയുല്ലസി-
ച്ചരുളീടും ചെറുശാബകങ്ങളേ!
ഉരുചാപലഹേതുവെങ്കിലും
വരമീ ശൈശവകാലമൊന്നുതാൻ. 24

സ്ഫുടമോദമൊടുമ്മവച്ചിടും
നടുവേതാനഴലച്ഛനമ്മമാർ
തടവാമറികില്ലവർക്കെഴും
നെടുവീർപ്പിൻ പൊരുൾ നിങ്ങളേതുമേ. 25

അഥവാ-സ്ഥിരമല്ലിതൊന്നുമി-
ക്ഷിതിയിൽ തൈയഥ ശാഖിയാകണം
അതു പിൻ മുതുവൃക്ഷമാകണം
മുതുവൃക്ഷം ബത! ദാരുവാകണം. 26

ദ്രുതജീവിതയാത്രയിങ്ങതെ-
ന്നതുകൊണ്ടോർത്തയി, സജ്ജരാകുവിൻ!
കൃതബുദ്ധികൾ കാത്തുകൊണ്ടിടും
സ്ഥിതി മാറീടിലുമാത്മഗൗരവം. 27

പൃഥുവീര്യമെഴും ഭവൽക്കുലം
പ്രഥിതം പാരിൽ മൃഗേന്ദ്രപുത്രരേ!
അഥ ചൊല്ലിടുമാത്മഭാഷയിൽ
കഥയീ, നിങ്ങടെ,യമ്മറാണിതാൻ. 28

---

23. കരകേസരഭാരശോഭി - കിരണങ്ങളാകുന്ന ചിടകളെക്കൊണ്ടു ശോഭിക്കുന്ന. അർക്കൻ - സൂര്യൻ. ഹരി - സിംഹം.
24. ശാബകങ്ങൾ - കുട്ടികൾ, ഉരുചാപലഹേതു - പല ചപലകൃത്യങ്ങൾക്കും കാരണമായിരിക്കുന്നത്. വരം - ശ്രേഷ്ഠം.
26. ക്ഷിതി - ഭൂമി. ശാഖി - കവരങ്ങളോടുകൂടിയ വൃക്ഷം. ദാരു - വിറക്.
27. ദ്രുതജീവിതയാത്ര - ശീഘ്രമായ ജീവിതയാത്ര. സജ്ജർ - സന്നദ്ധർ. കൃതബുദ്ധികൾ - കരുതലോടുകൂടിയിരിക്കുന്നവർ. ആത്മഗൗരവം - സ്വന്തപൗരുഷം.
28. പൃഥുവീര്യം - വലിയ പരാക്രമം. ഭവൽകുലം - നിങ്ങളുടെ വംശം, തറവാട്. പ്രഥിതം - പ്രസിദ്ധം. ആത്മഭാഷ - സ്വന്തം ഭാഷ.

ജനവാതിലിലൂടെ കാട്ടിയീ-
യനഘോദ്യാനമസാരമെങ്കിലും
ജനയിത്രിയുദാഹരിച്ചിടാം
ഘനഗംഭീരമഹാടവീതടം. 29

കരിവാർമുകിൽ മൂളി വാനിൽ വൻ-
വരിയായ് പൊങ്ങിവരുന്ന കണ്ടിവൾ
ഹരിഗർജ്ജിതകന്ദരങ്ങളാം
ഗിരിവൃന്ദങ്ങടെ മോടി കാട്ടിടാം. 30

കുലയാനകൾതന്നെ ബാല്യമാം
നിലയിൽതാൻ ചിലർ തച്ചു കൊന്നതും,
വിലഭിത്തി രണോഗ്രനാദമാ-
റ്റൊലിയേറ്റാശു തകർന്നു വീണതും, 31

മലയും ഗുഹയും മൃഗങ്ങൾതൻ-
കുലവും കാടുമടക്കി വാണതും.
പലതമ്മ പറഞ്ഞു കേട്ടിടാം
കുലകൂടസ്ഥപരാക്രമക്രമം. (യുഗ്മകം) 32

അഥ ലോഭനമായിടുന്നൊര-
ക്കഥകേട്ടക്ഷമഭാവമെന്തൊലാ
വ്യഥയേ ഗതഭൂതിതൻ മനോ-
രഥമേകീടു വിപന്നലോകരിൽ. 33

കഴിയാത്തതു കാമിയാതെതാൻ
കഴിവിൻ, നിങ്ങൾ വളർന്നു യോഗ്യരായ്
ഒഴിയുന്നൊരു പൈതൃകാസനം
വഴിയേ പിന്നെയലങ്കരിക്കുവിൻ! 34

---

29. അനഘോദ്യാനം - നിർദോഷമായ (ഭയങ്കരമല്ലാത്ത) പൂങ്കാവ്. അസാരം - സാരമില്ലാത്തത്. ജനയിത്രി - അമ്മ. ഘനഗംഭീരമഹാടവീതടം - വൃക്ഷങ്ങൾ തിങ്ങി ഭയങ്കരമായിരിക്കുന്ന കൊടുങ്കാറ്റ്.
30. ഹരിഗർജ്ജിതകന്ദരങ്ങൾ - സിംഹം അലറുന്ന ഗുഹകളോടുകൂടിയ. ഗിരിവൃന്ദം - പർവതസമൂഹം.
31. വിലഭിത്തി - ചുവർ. രണോഗ്രനാദം - യുദ്ധത്തിലുള്ള ഭയങ്കരമായ അലർച്ച. മാറ്റൊലി - പ്രതിധ്വനി.
32. കുലകൂടസ്ഥപരാക്രമക്രമം - കാരണവന്മാരുടെ ശൗര്യപരാക്രമങ്ങളുടെ രീതി.
33. ലോഭനം - ആശ വർധിപ്പിക്കുന്നത്. അക്ഷമഭാവം - ക്ഷമയില്ലായ്മ. വ്യഥ - മനോവേദന. ഗതഭൂതി - കഴിഞ്ഞുപോയ പ്രഭാവം. മനോരഥം - ചിന്ത. വിപന്നലോകർ - ആപത്തിൽ കുടുങ്ങിയവർ.
34. പൈതൃകാസനം - പിതാവിന്റെ കിടക്ക. സിംഹാസനം - പിതാവായ സിംഹം ഇപ്പോൾ ഉപയോഗിക്കുന്ന ആസനം.

നിനയാതഴൽ നിൻകുടുംബമൊ-
ത്തനപായം മൃഗരാജ, വാഴ്ക നീ
ജനമൊക്കെയുമസ്വതന്ത്രരാം;
ദിനകൃത്യം തടയുന്നു - പോട്ടെ ഞാൻ. 35

അതുമല്ലയി നൽകിടുന്നു നിൻ-
സ്ഥിതിയുൽക്കണ്ഠയെനിക്കു സിംഹമേ!
ഇതു കണ്ടു ശരീരപഞ്ജര-
സ്ഥിതനാം ജീവനെയോർത്തിടുന്നു ഞാൻ. 36

തിരയുന്നു 'കരുക്ക'ളായ് ചരാ-
ചരമിങ്ങാരുടെ നിത്യലീലയിൽ
അരുളട്ടെ നമുക്കവൻ ശുഭം
പരമേശൻ ഭവമുക്തിദായകൻ. 37

---

35. അനപായം - സുഖമായി (ആപത്തുകൂടാതെ) അസ്വതന്ത്രർ - സ്വാതന്ത്ര്യമി ല്ലാത്തവർ. ദിനകൃത്യം - ദിവസത്തിൽ ചെയ്തുതീർക്കേണ്ടും കാര്യം
36. ഉൽക്കണ്ഠ - ചിന്താകുലത. ശരീരപഞ്ജരസ്ഥിതൻ - ദേഹമാകുന്ന കൂട്ടിനു ള്ളിൽ ഇരിക്കുന്ന ജീവൻ, ആത്മാവ്.
37. ചരാചരം - ജംഗമസ്ഥാവരങ്ങളായ ലോകങ്ങൾ എല്ലാം. നിത്യലീല - ഒഴിവി ല്ലാത്ത വിളയാട്ട്. ഭവമുക്തിദായകൻ - സംസാരദുഃഖത്തിൽനിന്ന് ആത്മാ ക്കൾക്ക് മോക്ഷം നൽകുന്നവൻ.

പ്രരോദനം

മൂടും കാർമുകിലാലകാലതിമിരം
　　വ്യാപിച്ചു മായുന്നിതാ
കാടും കായലുമിക്കടൽത്തിരകളും
　　സഹ്യാദ്രികൂടങ്ങളും;
ചൂടേറ്റുള്ളമെരിഞ്ഞെഴുന്ന പുകചൂഴ്-
　　ന്നിമ്മട്ടു വൻവൃഷ്ടിയാൽ
പാടേ കേരളഭൂമി കേണു ഭുവനം
　　കണ്ണീരിൽ മുക്കുന്നിതേ. 1

നീരാളും ഘനവേണിവായ്പുരസിജ-
　　ക്കുന്നോടടിഞ്ഞശ്രുവിൻ-
ധാരാപാതമിടഞ്ഞു നാഭിസരസീ-
　　കൂലം കവിഞ്ഞോലവേ;

---

1. അകാലതിമിരം - നിയതകാലത്തിൽ അല്ലാത്ത ഇരുട്ട്. പ്രൊഫസർ എ ആർ രാജരാജവർമ്മ കോയിത്തമ്പുരാൻ തിരുമേനി തീപ്പെട്ടത് 1093 മിഥുനം 5-ാംനു ആണ്. അതിനു സ്വല്പം മുമ്പുതുടങ്ങി ആരംഭിച്ചിരുന്ന അതിവൃഷ്ടിയെ ഈ മഹാവിപത്തിൽ കേരളഭൂമി ദുഃഖിച്ചു ബാഷ്പവർഷം ചെയ്യുന്നതായി ഈ പദ്യത്തിൽ ഉൽപ്രേക്ഷിക്കുന്നു. വൃത്തം: ശാർദ്ദൂലവിക്രീഡിതം, "പന്ത്രണ്ടാൽ സമസം സതംതഗുരുവും ശാർദ്ദൂലവിക്രീഡിതം"
2. ഘനവേണി - മേഘമാകുന്ന തലമുടി. ഉരസിജക്കുന്ന് - കുന്നുപോലെ ഇരിക്കുന്ന സ്തനം. (കുന്നുകളാകുന്ന ഉരസിജങ്ങൾ എന്നു താൽപ്പര്യം). ധാരാപാതം - ധാരാവർഷം. നാഭിസരസീകുലം - പൊക്കിളാകുന്ന കായലിന്റെ

കേരോദഞ്ചിതപാണിയിദ്ധര, കരി-
ങ്കല്ലും ദ്രവിച്ചീടുമാ-
റോരോന്നിച്ചരമാർണ്ണവാനിലരവം
കൂട്ടിപ്പുലമ്പുന്നിതേ 2

സ്പഷ്ടം പാവനഗാത്രിയിജ്ജനനിയാൾ-
ക്കിന്നോർക്കിലേതോ മഹാ-
ദിഷ്ടക്കേടു പിണഞ്ഞിരിക്കണമതേ
കില്ലേതുമില്ലായതിൽ;
ക്ലിഷ്ടശ്രീയിവൾ മുമ്പിലായ് വെറുനില-
ത്തയ്യോ കിടക്കുന്നിതാ!
കഷ്ടം! "കൈരളി" കണ്ണു പൂട്ടി വിളറി-
ക്കാൽനീട്ടി നിശ്ചേഷ്ടയായ്. 3

ഹാ! വേഗം സ്ഫുടമാക്കിടുന്നു കഥ, നീ
താങ്ങുന്നതും പുത്രിയെ-
ബ്ഭൂവേ, കയ്യുമുയർത്തി വിണ്ണിലുടനേ
ലക്ഷ്യം കുറിക്കുന്നതും;
പൂവേലും പല പൊയ്കയും പുഴകളും
തോട്ടങ്ങളും പൂണ്ടെഴും
'മാവേലിക്കര'യെത്തിരിഞ്ഞു നെടുവീർ-
പ്പിട്ടിട്ടു നോക്കുന്നതും. 4

കര. കേരോദഞ്ചിതപാണി - തെങ്ങുകളാകുന്ന ഉയർത്തിപ്പിടിച്ച കൈകളോടുകൂടിയത്. ധര - ഭൂമി (കേരളഭൂമി എന്നു താൽപ്പര്യം). ദ്രവിക്ക - അലിയുക. ചരമാർണ്ണനിലരവം - പടിഞ്ഞാറേക്കടലിലെ കാറ്റിന്റെ ഇരമ്പൽ. ഈ വിലാപകാവ്യത്തിൽ വിലപിക്കുന്നവരുടെ കൂട്ടത്തിൽ പ്രാധാന്യം കേരളഭൂമിക്കാണു നൽകിയിരിക്കുന്നത്. കേരളഭൂമിയെ വിലാപോചിതമായ ആകാരചേഷ്ടകളോടുകൂടി വർണിച്ചിരിക്കുന്നു.

3. ഇജ്ജനനിയാൾക്ക് - വക്ഷ്യമാണയായ കൈരളിയുടെ അമ്മയായി കൽപ്പിച്ചിരിക്കുന്ന ഈ കേരളഭൂമിക്ക്, ക്ലിഷ്ടശ്രീ - മുൻ സൂചിപ്പിച്ച ദുഃഖലക്ഷണങ്ങളോടുകൂടിയ കൈരളി - മലയാള ഭാഷ. തന്റെ ഉദ്ധാരകനും പ്രിയപുത്രനുമായ പ്രസ്തു മഹാപുരുഷന്റെ അപ്രതീക്ഷിതവും അനിവാര്യവുമായ നഷ്ടത്തെക്കുറിച്ചുള്ള ദുസ്സഹശോകത്താൽ കൈരളി മൂർച്ഛിച്ചു കിടക്കുന്നു എന്ന് ഉത്തരാർധത്തിന്റെ താൽപ്പര്യം.

4. പുത്രിയെ - മകളായ കൈരളിയെ. ഭൂവേ! - കേരളരാജ്യമേ! തിരുമേനി തീപ്പെട്ടത് മാവേലിക്കരവെച്ചാണ്. അദ്ദേഹത്തിന്റെ ചരമസംസ്കാരങ്ങൾ നടക്കുന്ന ആ സ്ഥലത്തേക്ക് ഈ അവസരത്തിൽ കേരളഭൂമിയുടെ മുഴുവൻ ശ്രദ്ധയും കൈരളിയോടുള്ള അനുകമ്പയെ മുൻനിറുത്തി ആകൃഷ്ടമായിരിക്കുന്നു എന്നു സാരം.

വ്യോമത്തിൻ മലിനത്വമേറ്റിയവിടെ-
പ്പൊങ്ങുന്നതെന്തോ മഹാ-
ഭീമത്വം കലരുന്ന കാലഫണിതൻ
ജിഹ്വാഞ്ചലംപോലവേ;
ശ്രീമദ്ഭാസുര "ശാരദാലയ" മഹാ-
ദീപം കലാശിച്ചെഴും
ധൂമത്തിൻ നികുരുംബമല്ലി? -വസുധേ,
കേണീടു കേണീടു നീ! 5

ആഹന്ത! പ്രിയപുത്രയാത്രയിതു ക-
ണ്ടിക്കൈരളിത്തയ്യലാൾ
ദേഹധ്വംസമെഴാത്ത തൻഹൃദയസം-
വേഗം സഹിച്ചില്ലഹോ;
സ്നേഹത്തിൻ ഗരിമാവുകൊണ്ടധികമാ-
മശ്ശോകഭാരത്തിനാൽ
മോഹത്തിന്റെയഗാധമാം തലമണ-
ഞ്ഞിട്ടുണ്ടു തച്ചേതന. 6

---

5. വ്യോമത്തിൻമലിനത്വം – (സഹജമായും മേഘാവരണം നിമിത്തമായും ഉള്ള) ആകാശത്തിന്റെ കറുത്ത നിറത്തെ. ഏറ്റി – വർധിപ്പിച്ച്. അവിടെ – മാവേലിക്കരെ. കാലഫണി – കാലമാകുന്ന സർപ്പം. (അഥവാ കൃഷ്ണസർപ്പം) ജിഹ്വാഞ്ചലം – നാക്കിന്റെ അഗ്രഭാഗം. ശാരദാലയമഹാദീപം – ശാരദാമന്ദിരം എന്ന പേരിൽ മാവേലിക്കരയുള്ള തന്റെ കൊട്ടാരത്തിലെ പ്രകാശമേറിയ വിളക്കുപോലെ ശോഭിച്ചിരുന്ന രാജരാജവർമ്മ കോയിത്തമ്പുരാൻ എന്നു താൽപ്പര്യം. തിരുമേനിയെ ദഹിപ്പിക്കുന്ന ചിതയിൽനിന്ന് ആകാശത്തിലേക്കു ധൂമം പൊങ്ങുന്നതായി സങ്കൽപ്പിക്കുകയും അത് ആ ശാരദാമന്ദിരത്തിലെ വിളക്കു കെട്ടിട്ടുണ്ടായതാണെന്ന് ഉൽപ്രേക്ഷിക്കുകയും ചെയ്തിട്ട് കവി കഠിനമായ നിർവേദത്തോടുകൂടി കേരളം മുഴുവൻ ഈ മഹാനഷ്ടത്തിൽ കരയേണ്ടതാണെന്നു വിളിച്ചുപറയുന്നു.

6. പ്രിയപുത്രയാത്ര – പ്രിയപുത്രനായ കഥാപുരുഷന്റെ നിര്യാണം. ദേവധ്വംസം – ദേഹനാശം. ഹൃദയസംവേഗം – മനസിലെ ശോകാവേഗം. ഗരിമാവ് – ഭാരം. മോഹം – മൂർച്ഛ. അഗാധം – ആഴമുള്ളത്. തലം – അടിത്തട്ട്. തച്ചേതന – ആ കൈരളിയുടെ ആത്മാവ്. താൻ അമർത്ത്യയാകയാൽ ഏറ്റവും പ്രിയമുള്ള ഈ പുത്രന്റെ മരണത്തിൽ സ്വയംമരിച്ചു ദുഃഖനിവൃത്തി ഉണ്ടാക്കാൻ അശക്യമെന്നുള്ളതിനാൽ അത്യന്തം വർധിച്ചശോകാവേഗം കൊണ്ട് കൈരളി മൂർച്ഛയിൽ മുഴുകുകയും അവളുടെ ആത്മാവ് പുത്രനോടുള്ള സ്നേഹത്തിന്റെ ഭാരം കൊണ്ട് ഏറ്റവും വർധിച്ചിരിക്കുന്ന തന്റെ ദുഃഖഭാവം താഴോട്ട് അമർത്തുകയാൽ മോഹനദിയുടെ അഗാധതലം വരെ ആണ്ടുപോകുകയും ചെയ്തിരിക്കുന്നു എന്നു കൈരളിയുടെ തൽക്കാലാവസ്ഥയെ ഈ പദ്യത്തിൽ കുറെക്കൂടി വിവരിക്കുന്നു. കൈരളിയുടെ ശോകാവസ്ഥ വിലാപദശയെ അതിക്രമിച്ചിരിക്കുന്നു എന്നു താൽപ്പര്യം.

"വത്സാ! മൽപ്രിയരാജരാജ! വിരവോ-
ടെന്തിന്നു വിണ്ണേറുവാ-
നുത്സാഹിച്ചതു? ചൊൽക, നീ കനിവൊടെ-
ന്നോർക്കാഞ്ഞതീ ഞങ്ങളെ?
സത്സാഹിത്യവിധിജ്ഞയാം പ്രിയസുതേ!
മാഴ്കായ്ക, -അല്ലെങ്കിലി-
ക്കുത്സാർഹാമരഭാവയാമിവളെയും
മൂർച്ഛേ തുണച്ചീടുക." 7

ഈവണ്ണം പലതോതി,യാധിശിഖിയാ-
ലുൾക്കാമ്പു കത്തി, ഗ്ഗള-
വ്യാവല്ഗത്സ്വരയായ് സ്വയം ധര കര-
ഞ്ഞീടുന്നു നിസ്സംശയം;
ദേവപ്രജ്ഞയണുക്ഷയത്തിലുലകിൻ-
വൈകല്യമോരും, മഹാ-
ഭാവങ്ങൾക്കുളവാം വിപത്തുകൾ പരം
പ്രക്ഷോഭഹേതുക്കൾതാൻ. 8

---

7. ഞങ്ങളെ - കൈരളിയെയും എന്നെയും. സത്സാഹിത്യവിധിജ്ഞ - ഉത്തമ സാഹിത്യങ്ങളെ അഥവാ ശാസ്ത്രവിധികളെ അറിയുന്നവൾ. പ്രിയസുതേ! - അല്ലയോ പ്രിയപുത്രിയായ കൈരളി! കുത്സാർഹാമരഭാവ - (തൽക്കാലസ്ഥിതിക്കു) നിന്ദിക്കത്തക്കതായ മരണമില്ലായ്മയോടുകൂടിയവൾ. മൂർച്ഛേ! - മോഹാലസ്യമേ! രണ്ടാമത്തെ പദ്യത്തിൽ സൂചിപ്പിച്ച കേരളഭൂമിയുടെ പുലമ്പലിനെ ഈ പദ്യത്തിൽ വിവരിക്കുന്നു. കഥാപുരുഷന്റെ മാതാമഹിയായ ഭൂമിയും അമർത്ത്യ (മരണമില്ലാത്തവൾ) ആകയാൽ അനുമരിക്കാനോ മൂർച്ഛിതയായ കൈരളിയെ സാന്ത്വനപ്പെടുത്താനോ സാധിക്കാതെ തീവ്രമായ ദുഃഖത്തോടെ തനിക്കും മോഹാലസ്യം വന്നാൽ കൊള്ളാമെന്നു പ്രാർഥിക്കുന്നു.

8. ആധിശിഖി - വിഷാദാഗ്നി. ഗളവ്യാവൽഗത്സ്വര - കണ്ഠത്തിൽ ഇടറുന്ന ശബ്ദങ്ങളോടുകൂടിയവൾ. ദേവപ്രജ്ഞ - ദേവതകളുടെ ബുദ്ധി. അണുക്ഷയം - അണുപ്രായമായ വസ്തുവിന്റെ നാശം. വൈകല്യം - ഹാനി. ഓരും - അറിയും. മഹാഭാവങ്ങൾ - മഹാവസ്തുക്കൾ. വിപത്തുക്കൾ - നാശങ്ങൾ. പ്രക്ഷോഭഹേതുക്കൾ - മഹാക്ഷോഭത്തെ ഉണ്ടാക്കുന്നവ. ഭൂമി ദേവതാരൂപിയാണ്. ദേവന്മാരുടെ ബുദ്ധിയിൽ ബ്രഹ്മാണ്ഡത്തിനുള്ളിലുള്ള ഒരണുവിന്റെ നാശംപോലും വിഷയമാകും. ആ നാശത്തിൽ ബ്രഹ്മാണ്ഡത്തിന്റെ ഘടനയിൽ ഉണ്ടാകാവുന്ന സൂക്ഷ്മമായ വൈകല്യംപോലും ദേവതകൾക്കു കാണാമായിരിക്കും. അപ്പോൾ ഒരു മഹാത്മാവിന്റെ നാശത്തിൽ അവരുടെ ഇടയിൽ വലിയ ക്ഷോഭം ഉണ്ടാകാമെന്നുള്ളത് സംഭവ്യമാണ്. പിന്നെ കഥാപുരുഷനെപ്പോലെ തനിക്ക് ഏറ്റവും സ്നേഹമുള്ള ഒരു പൗത്രന്റെ നാശത്തിൽ ദേവിയായ കേരളഭൂമിക്കെങ്ങനെ സഹനമുണ്ടാവും.

സത്യം, സ്യന്ദനചക്രമിഗ്ഘനപഥം
മർദ്ദിച്ചു തീപാറുമാ-
റത്യന്തം ജവമോടമർത്ത്യരിവിടെ-
ക്കൂടുന്നു ഗാഢാർത്തരായ്;
പ്രത്യക്ഷം സ്തനിതക്ഷണപ്രഭകളാ-
ലിന്നായതീ വേഴ്ചയാൽ
നിത്യം മണ്ണൊടു വിണ്ണിനുള്ള ഭഗിനീ-
സൗഹാർദ്ദവും സ്പഷ്ടമായ്. 9

പാരം പങ്കിലമായി വീർത്തു ജഡമാം
ഭൂവിന്മുഖം ഖിന്നയായ്
ചാരത്താഞ്ഞു മുകർന്നിടുന്നു നിഭൃതം
ദ്യോവിദ്ദിഗന്തങ്ങളിൽ;
ദൂരത്തിപ്പൊഴുമേറ്റവും മുകളിലാ-
യങ്ങങ്ങു കേൾക്കുന്നൊരി-
സ്സാരംഗധ്വനിയാലുടൻ കരകയും
ചെയ്യുന്നിതയ്യോയിവൾ! 10

---

9. സത്യം – മേൽ കാണിച്ച ഊഹം ശരിതന്നെയാണ്. സ്യന്ദനചക്രം – തേരുരുൾ. ഘനപഥം – മേഘമാർഗം. മർദ്ദിച്ചു – ഉരസി. സ്തനിതക്ഷണപ്രഭകൾ – ഇടിമുഴക്കവും മിന്നലും. ഭഗിനീസൗഹാർദ്ദം – സഹോദരസ്നേഹം. ശരി, ദേവതകളുടെ ഇടയിൽ വലിയ പ്രക്ഷോഭമുണ്ടായിരിക്കുന്നു. അവർ അതിവേഗത്തിൽ വിമാനങ്ങളിൽ ഏറി ഓടിച്ച് ഈ ശ്മശാനസ്ഥലത്തേക്കെത്തുന്നു. ഇപ്പോൾ മേഘമാർഗ്ഗത്തിൽ പ്രത്യക്ഷമായിരിക്കുന്ന ഇടിമുഴക്കം അവരുടെ തേരൊലിയും മിന്നൽ മേഘമാർഗ്ഗത്തിൽ വേഗത്താൽ തേരുരുൾ ഉരഞ്ഞുണ്ടാകുന്ന അഗ്നിജ്വാലയുമാണ്. ഈ സംഗതികൾ പ്രമാണിച്ച് ദേവതകൾ മുഴുവനും ഇങ്ങോട്ടു യാത്രതിരിച്ചിരിക്കുന്നതുകൊണ്ടു ഭൂമിക്കും ദ്യോവിനും തമ്മിലുള്ള സഹോദരസ്നേഹവും ഈ സന്ദർഭത്തിൽ അധികം വെളിവായിരിക്കുന്നു.
10. പങ്കിലം – മലിനം; ചെളിപിടിച്ചതെന്നും. ജഡം – അചേതനം; തണുത്തതെന്നും. ദിഗന്തങ്ങൾ – ചക്രവാളത്തിന്റെ സീമകൾ. സാരംഗധ്വനി – വേഴാമ്പൽപക്ഷിയുടെ കരച്ചിൽ. വർഷകാലത്തെ ഭൂമിയുടെയും ആകാശത്തിന്റെയും സ്ഥിതികളെ വർണിച്ചിട്ട് ദ്യോവ് (ആകാശം) സമദുഃഖത്തോടുകൂടി സഹോദരിയായ ഭൂമിയെ ആലിംഗനം ചെയ്ത് കരയുന്നുവെന്ന് ഈ ശ്ലോകത്തിൽ ഉൽപ്രേക്ഷിക്കുന്നു.

നക്തം നിർഭരമാം തമസ്സിൽ വിലസും
ഖദ്യോതജാലങ്ങൾപോൽ
വ്യക്തസ്ഫൂർത്തികലർന്നുയർന്ന പുകയിൽ
പാറും സ്ഫുലിംഗങ്ങളാൽ;
ഉക്തവ്യഗ്രതയോടുമൂർദ്ധ്വമുഖരാ-
മദ്ദേവർ തിങ്ങി ദ്രുതം
രിക്തത്വം വെടിയുന്നു താഴെ നരർ കേ-
ണീടും ശ്മശാനാഭ്രവും. 11

അന്നെറ്റിച്ചരിവിങ്കൽ നാഗഫണധ-
മ്മില്ലങ്ങൾ ചിന്നീടുവോർ,
ചെന്നെല്ലിൻകതിരൊത്ത കേരമലരിൻ-
മാല്യങ്ങൾ പൂണ്ടുള്ളവർ;
ഇന്നെണ്ണാം നവതാളപത്രഹരിത-
ച്ഛത്രങ്ങളേന്തി ദ്രുതം
വന്നെത്തുന്നിതു ദേവിമാർ സഹജമാം
സാമ്യംപെടും മൂന്നുപേർ. 12

11. നക്തം – രാത്രിയിൽ. ഖദ്യോതജാലങ്ങൾ – മിന്നാമിനുങ്ങിൻ കൂട്ടങ്ങൾ. വ്യക്തസ്ഫൂർത്തി – തെളിഞ്ഞ കാന്തി. സ്ഫുലിംഗങ്ങൾ – തീപ്പൊരികൾ. ഉക്തവ്യഗ്രത – മുമ്പേ പറഞ്ഞിട്ടുള്ള വിധത്തിലുള്ള ധൃതഗതി. ഊർദ്ധ്വമുഖർ – മേൽപ്പോട്ടു തിരിഞ്ഞ മുഖത്തോടു കൂടിയവർ. രിക്തത്വം – ശൂന്യത്വം. ശ്മശാനാഭ്രം – ശ്മശാനദേശത്തെ ആകാശം. കൂരിരുട്ടത്തു മിന്നാമിന്നുങ്ങിൻ കൂട്ടം പറക്കുംപോലെ അഞ്ചാമതു പദ്യത്തിൽ സൂചിപ്പിച്ച പുകയിൽ തീപ്പൊരികൾ പൊങ്ങുന്നതായി കവി സങ്കൽപ്പിക്കുകയും ദേവകൾ തേജോമയരും ഊർദ്ധ്വമുഖരും ആണെന്നു പ്രസിദ്ധമാകയാൽ ആ തീപ്പൊരികൾ അവിടെ ഒൻപതാമതു പദ്യത്തിൽ വിഭാവനംചെയ്തപ്രകാരം വന്നുകൂടുന്ന ദേവവ്യക്തികളാണെന്ന് ഈ പദ്യത്തിൽ ഉൽപ്രേക്ഷിക്കുകയും ചെയ്തിരിക്കുന്നു.
12. നാഗഫണധമ്മില്ലങ്ങൾ – പാമ്പിൻപത്തിയുടെ ആകൃതിയിൽ കെട്ടിവച്ച തലമുടികൾ. നവതാളപത്രഹരിതച്ഛത്രങ്ങൾ – പച്ചനിറത്തിലുള്ള പുതിയ ഓലക്കുടകൾ; പുതിയ താളിപ്പനയോലയുടെ മാതിരി പച്ചനിറത്തിലുള്ള കുടകൾ എന്നും. കേരളത്തെ തിരുവിതാംകൂർ, കൊച്ചി, മലബാർ എന്നുള്ള ഏതൽക്കാലീന വിഭാഗമനുസരിച്ചു ഭാഗിച്ച് ഓരോ ഖണ്ഡത്തിന്റെയും അഭിമാനദേവതകളെ സഹോദരികളായി കൽപ്പിച്ച് കേരളസ്ത്രീ സാധാരണവും സ്വസ്വാനുരൂപവുമായ വേഷത്തിൽ അവർ മൂന്നുപേരും ശ്മശാനത്തിലേക്കു വരുന്നതായി സാമാന്യേന ഈ പദ്യത്തിൽ വർണിച്ചിരിക്കുന്നു.

വന്നാരാൽ നിജവൈനതേയഹയമാം
തേർവിട്ടിറങ്ങി ദ്രുതം
ചെന്നാഹന്ത! ചിതാന്തികത്തിലുടനേ
ധൈര്യം കലാശിക്കയാൽ;
നിന്നാപാണ്ഡുരപുണ്ഡരീകമുകുളശ്രീ-
ഹസ്തശംഖത്തിനാ-
ലൊന്നാമത്തവളാനതാസ്യകമലം
ഛാദിച്ചു രോദിക്കയായ്. 13

ശിഷ്ടന്മാർ പല പൂർവ്വവല്ലഭരെ നീ
സേവിച്ചു വിദ്വൽപ്രിയേ!
പുഷ്ടശ്രീഗുണഭൂമി 'മൂലനൃവരൻ'
വാഴുന്നുമുണ്ടെങ്കിലും;
നഷ്ടപ്പെട്ടൊരു ബന്ധുരത്ന, മിതുപോൽ
സൂരീന്ദ്രരില്ലൂഴിയിൽ
കഷ്ടം, ഹാ! പ്രിയവഞ്ചിലക്ഷ്മി, മിഴിനീർ
വാർക്കാൻ മടിക്കേണ്ട നീ. 14

---

13. വൈനതേയഹയമാം – ഗരുഡനാകുന്ന കുതിരയോടുകൂടിയത്; ഗരുഡൻ വലിച്ചുകൊണ്ടുപോകുന്നതെന്നർഥം. ആപാണ്ഡുരപുണ്ഡരീകമുകുളശ്രീഹസ്തശംഖത്തിനാൽ – ആപാണ്ഡുരമായ (വെളുത്ത) താമരപ്പൂവിന്റെ വിടരാറായ മൊട്ടുപോലെ ശോഭയോടുകൂടി കയ്യിൽ ധരിച്ചിരിക്കുന്ന ശംഖുകൊണ്ട്. ആനതാസ്യകമലം – കുറഞ്ഞൊന്നു കുനിച്ച മുഖാംബുജം. ഛാദിക്ക – മറയ്ക്ക. മേൽപ്പറഞ്ഞ മൂന്നു സഹോദരികളിൽ തിരുവിതാംകൂറിന്റെ അഭിമാനദേവതയെ ഒന്നാമതായി വർണിക്കുന്നു. ആ വഞ്ചിരാജ്യം ശ്രീപത്മനാഭസ്വാമിക്കധീനമാകയാൽ ആ ദേവതയെ സാക്ഷാൽ ലക്ഷ്മീദേവിയോട് അഭിന്നയായി കൽപ്പിക്കുകയും തിരുവിതാംകൂറിലെ രാജമുദ്രയായ ശംഖുകൊണ്ട് ആ ദേവീമുഖം മറച്ചുനിന്ന് കരയുന്നതായി പറകയും ചെയ്തിരിക്കുന്നു.

14. ശിഷ്ടന്മാർ – പ്രാമാണികന്മാർ. വിദ്വൽപ്രിയ – വിദ്വാന്മാരിൽ പക്ഷപാതമുള്ളവൾ. പുഷ്ടശ്രീ – സമൃദ്ധമായ ഐശ്വര്യമുള്ള. ഗുണഭൂമി – ഗുണങ്ങൾക്കു വിളനിലമായ. മൂലനൃവരൻ – മൂലംതിരുനാൾ തിരുമേനി. വാഴുന്നു – രാജ്യഭാരം ചെയ്യുന്നു; ജീവിച്ചിരിക്കുന്നു എന്നു താൽപ്പര്യം. ബന്ധുരത്നം – പ്രധാനബന്ധു; ബന്ധുവായ അമൂല്യരത്നം എന്നും. സൂരീന്ദ്രർ – പണ്ഡിതശ്രേഷ്ഠന്മാർ. വഞ്ചിലക്ഷ്മി – വഞ്ചിരാജ്യാഭിമാനദേവതയായ അല്ലയോ ലക്ഷ്മി!

പല്ലക്കേറി മനോജ്ഞമംഗളവിള-
ക്കേന്തിശ്മശാനത്തിൽ വ-
ന്നല്ലൽപ്പാടൊടിറങ്ങി നോക്കി നടുവേ-
നിന്നന്യ കേഴുന്നഹോ!
ഫുല്ലശ്രീ ഹരികേതു പാറിയ രഥം-
വിട്ടെത്തി ദൂരത്തു പോയ്-
തെല്ലന്തർഗ്ഗതമാർന്നുനിന്നു വിലപി-
ച്ചീടുന്നു മൂന്നാമവൾ. 15

അത്യാരൂഢവിപത്തിതെ,ങ്ങനെയിവർ-
ക്കുൾത്താപമാറും? സ്വതേ
വ്യത്യാസം കലരാത്തൊരിബ്ഭഗിനിമാർ
പണ്ടേ പിരിഞ്ഞാകിലും;
നിത്യാപത്യമിവർക്കു "കൈരളി"യൊരാൾ;
കഷ്ടം! തദീയാത്മജൻ
പ്രത്യാശാസ്പദതന്തു, ബന്ധനമിതി-
നിന്നറ്റു തെറ്റുന്നതും! 16

---

15. മനോജ്ഞ മംഗളവിളക്ക് – മനോഹരമായും മംഗളദ്യോതകമായും ഉള്ള വിളക്ക്. അന്യ – മേൽപ്പറഞ്ഞ സഹോദരികളിൽ രണ്ടാമത്തേതായ കൊച്ചിയുടെ അഭിമാനദേവത. ഫുല്ലശ്രീ ഹരികേതു – സ്പഷ്ടമായ ശോഭയോടുകൂടിയ സിംഹാങ്കിതമായ കൊടിക്കൂറ. മൂന്നാമവൾ – ബ്രിട്ടീഷ് മലബാറിന്റെ അഭിമാനദേവത. പല്ലക്കും വിളക്കും കൊച്ചിയിലെ പ്രത്യേക രാജചിഹ്നങ്ങളാണ്. സിംഹക്കൊടി, മലബാറിന്റെ ബ്രിട്ടീഷ്ഭരണത്തെ ദ്യോതിപ്പിക്കുന്നു.

16. അത്യാരൂഢവിപത്ത് – ഏറ്റവും വലുതായ ആപത്ത്. ഇവർക്ക് – ഈ മുൻപറഞ്ഞ മൂന്നു സഹോദരികൾക്ക്. പണ്ടേ പിരിഞ്ഞാകിലും – രാജ്യഭരണസംബന്ധമായി പൂർവ്വകാലം മുതൽ വിഭക്തകളായിരിക്കയാണെങ്കിലും. നിത്യാപത്യം – നിത്യസന്താനം. തദീയാത്മജൻ –അർത്ഥാത് രാജരാജവർമ്മ. പ്രത്യാശാസ്പദതന്തു – ഭാഗ്യാശംസകൾക്കു നിദാനഭൂതമായ നൂല്. ബന്ധനം – കെട്ടുപാട് (അടുപ്പം). കൈരളിയെ മരുമക്കത്തായസമ്പ്രദായമനുസരിച്ച് മേൽപ്പറഞ്ഞ മൂന്നു ശാഖാ തറവാട്ടുകളിലെ ഏകസന്താനമായ സ്ത്രീയായും, ഭാഷയ്ക്ക് മഹോപകാരകനായ കഥാപുരുഷനെ കൈരളീപുത്രത്വേന ആ അടുപ്പത്തെ നിലനിറുത്തിക്കൊണ്ടു പോകുന്ന ഏക പുരുഷനായും വർണിച്ചിട്ട് അദ്ദേഹത്തിന്റെ നാശത്തിൽ അവർക്കു സംഭവിച്ചിരിക്കുന്ന നഷ്ടം എത്ര ഭാരമേറിയതാണെന്ന് ഈ പദ്യംകൊണ്ട് കാണിക്കുന്നു.

നിന്നാമട്ടവരൊട്ടുടൻ കടലിനെ-
ക്കാർക്കൊണ്ടലിൻശ്രേണിപോ-
ലിന്നാക്കായലിനെ സ്ഫുടം പുഴകൾപോൽ
കണ്ടാർത്തയാം ഭൂമിയെ;
ചെന്നാലോലദൃംഗംബു വാർത്തു തഴുകി-
ത്തേങ്ങിക്കരഞ്ഞാർ, കലർ-
ന്നൊന്നായാരിവർ; — കൂറ്റുകാരെ -
യൊരുമിപ്പിപ്പൂ കുടുംബാധികൾ. 17

ഉത്താലദ്രുമരാജി ചൂഴുമിരുളി-
ക്കാറ്റിൽ ചലിക്കുന്നതി-
ന്നൊത്തോരോ ഘനപാളി നീങ്ങി-
യിടതൂർന്നീടും നഭോവീഥിയിൽ;
ഹൃത്താരിൽ ഭയമേകുമാറുരു കരും-
ഭൂതങ്ങൾ തിങ്ങുന്നുതാൻ
ചത്തോരിബ്ബുധവാസരത്തിനുടലൊ-
ത്താപാണ്ഡുവാം രാവിതിൽ. 18

---

17. ദൃംഗംബു – കണ്ണുനീർ. മേൽപ്പറഞ്ഞ മൂന്നഭിമാനദേവതകളും കേരളഭൂമിയെ ആശ്ലേഷിച്ചുകൊണ്ട് അനുരോദനം ചെയ്തു ദുഃഖത്തിൽ ലയിച്ചു നിൽക്കുന്ന അവസ്ഥ ഈ ശ്ലോകത്തിൽ വർണിച്ചിരിക്കുന്നു.

18. ഉത്താലദ്രുമരാജി – ഉന്നതവൃക്ഷനിര. ഘനപാളി – മേഘപടലം. നഭോവീഥി – ആകാശമാർഗം. ബുധവാസരം – ബുധനാഴ്ച. ആപാണ്ഡു – വിളറിയത്: കഥാപുരുഷൻ തീപ്പെട്ടത് 93 മിഥുനം 5-ാം തീയതി ബുധനാഴ്ചയാണ്. രാത്രി 7 മണി കഴിഞ്ഞായിരുന്നു തീപ്പെട്ടത്. മങ്ങിയ നിലാവെളിച്ചത്ത് ഭൂമിയിൽ വൃക്ഷച്ഛായകൾകൊണ്ടും ആകാശത്തിൽ ഖണ്ഡഖണ്ഡമായി സഞ്ചരിക്കുന്ന മേഘങ്ങൾകൊണ്ടും പ്രത്യക്ഷമാകാവുന്ന തമസ്സിന്റെ പിണ്ഡങ്ങളെ ആ രാത്രിയുടെ ഭയങ്കരതയെ വർധിപ്പിക്കുന്ന ഭൂതങ്ങളായും "രാത്രൗ വാരഫലം നാസ്തി" എന്നുള്ളതിനെ അടിസ്ഥാനമാക്കി മങ്ങിയ വെളിച്ചമുള്ള രാത്രിയെ ബുധവാസരത്തിന്റെ വിളറിയ ശവശരീരമായും ഈ പദ്യത്തിൽ ഉൽപ്രേക്ഷിക്കുന്നു.

നേരാണിങ്ങിതു "പർപ്പ" വംശപരദൈ-
വങ്ങൾക്കു മുമ്പേ പരം
ഘോരാഡംബരമോടകമ്പടിനട-
ന്നെത്തുന്ന പട്ടാളമാം;
ധാരാളദ്യുതിയാർന്നു കാൺമു, വഴിയേ
ഖദ്യോതവൃന്ദങ്ങളിൽ
ധാരാവൃഷ്ടിയിതിൽ കെടാത്തൊരെഴുന-
ള്ളത്തിൻ വിളക്കെങ്ങുമേ. 19

കൂവീടുന്നു കുറുക്കനും നിലവിളി-
ച്ചീടുന്നു ഭേകങ്ങളും
ചീവീടും കരയുന്നു കൂമനുമിതാ
കേഴുന്നിതൂഴങ്ങളിൽ;
ആവിശ്ശോകമൊടിന്നിവറ്റകളിലാ-
വേശിച്ചു തദ്ദേവർതാൻ
വാവിട്ടാർത്തു പുലമ്പുകല്ലി? നിശതാൻ
രോദിക്കുമാറുഗ്രമായ്. 20

19. ഇത് – (ഭൂതങ്ങളെ ഉല്ലേഖിച്ച പ്രകാരം) ഇത് കാണുന്നത്. പർപ്പവംശപരദൈവങ്ങൾ – പരപ്പനാട്ടു രാജാക്കന്മാരുടെ കുലദേവതകൾ (കഥാപുരുഷൻ തദ്വംശജനാണ്). പട്ടാളം – ഭൂതപ്പട. ഖദ്യോതവൃന്ദങ്ങളിൽ – മിന്നാമിനുങ്ങുകളുടെ കൂട്ടങ്ങളിൽ. ധാരാവൃഷ്ടി – തോരാത്ത മഴ. എഴുന്നള്ളത്ത് – കുലദൈവങ്ങളുടെ ശ്മശാനത്തിലേക്കുള്ള പുറപ്പാട്. ശൈവദേവതകൾക്ക് ഭൂതപരിവാരങ്ങളുടെ പ്രസക്തി സംഭവ്യമാണല്ലോ.

20. ഭേകങ്ങൾ – തവളകൾ. തദ്ദേവർ – ആ കുലദൈവങ്ങൾ. നിശ – രാത്രി. ആ രാത്രിയിൽ സംഭാവ്യമായ കുറുക്കൻ മുതലായ ജന്തുക്കളുടെ ശബ്ദങ്ങളെ കുലദേവതകൾ ആ ജന്തുക്കളിൽ ആവേശിച്ചു കരയുകയാണെന്നും പരിതാപകരമായ പ്രസ്തുത ദുഃഖസംഭവത്തെ കാണുന്ന ആ രാത്രിതന്നെ അപ്രകാരം ഉച്ചത്തിൽ കരയുകയാണെന്നും വിഭാവനം ചെയ്യുന്നു.

മൂന്നാളിമ്മഹനീയമാം നൃപകുല-
        ത്തിങ്കൽ കലാജാതരായ്
പോന്നാർ "ബാഹട" "കാളിദാസ" "പണി-
        പുത്ര" ന്മാർ മഹാന്മാരിവർ;
ഇന്നാ ശാഖ വിടർന്ന പൂക്കളിവ മൂ-
        ന്നും പോയ് മഹാശൂന്യമാ-
യൊന്നായമ്മലർവാടിയും പൃഥിവിയും
        നിഷ്ക്രാന്തസദ്ഗന്ധയായ്! 21

എന്നല്ലീയൊടുവിൽ സ്ഫുടിച്ച മലരിൻ-
        ലോകോത്തരാമോദമി-
ങ്ങന്നന്നേറുവതോർത്തതമ്മുടിയിലേ-
        ന്തും തൽകുലശ്രീയുമേ
ഇന്നപ്പൂവു കരിഞ്ഞ കണ്ടഹഹ! തൽ-
        പുണ്യം പരീക്ഷീണമാ-
യെന്നഞ്ചുന്നിത; മർത്ത്യരിൽ പതനഭീ-
        യില്ലാതെയില്ലാരുമേ. 22

---

21. കലാജാതർ – അംശാവതാരങ്ങൾ. ബാഹടകാളിദാസപണിപുത്രന്മാർ – ബാഹടാചാര്യരും, കാളിദാസനും, പാണിനിമഹർഷിയും. ആ ശാഖ – പരപ്പനാട്ടു വംശത്തിന്റെ അനന്തപുരത്തുശാഖ. നിഷ്ക്രാന്തസദ്ഗന്ധ – സൗരഭ്യം നഷ്ടമായിപ്പോയത്. അനന്തപുരത്തു രാജാക്കന്മാരിൽ തീപ്പെട്ടുപോയ രാജരാജവർമ മൂത്തകോയിത്തമ്പുരാൻ, കേരളവർമ വലിയകോയിത്തമ്പുരാൻ ഈ രണ്ടു തിരുമേനികളും ക്രമേണ കേരളബാഹടൻ എന്നും, കേരളകാളിദാസനെന്നും പ്രഖ്യാതി നേടിയവരായിരുന്നു. ആ മഹാന്മാരുടെ ഭാഗിനേയനായ കഥാപുരുഷൻ കേരളപാണിനിയുമാകുന്നു. ഈ വസ്തുതയെ ആസ്പദമാക്കി ഈ മൂന്നുപേരും മേൽപ്പറഞ്ഞ മൂന്നു മഹാന്മാരുടെ അംശജന്മാരായി ലോകോപകാരാർഥം അവതാരം എടുത്തിട്ടുള്ളവരാണെന്നും ഈ മൂന്നു പേരുടേയും തുടർന്നുകൊണ്ടുള്ള നഷ്ടം ആ വംശദേവകൾക്കെന്നുമാത്രമല്ല, ഭൂമിക്കുതന്നെ പരിതാപകരമായിട്ടുള്ളതാണെന്നും ഈ പദ്യംകൊണ്ട് വർണിച്ചിരിക്കുന്നു.
22. സ്ഫുടിച്ചത് – വികസിച്ചത്. ലോകോത്തരാമോദം – സർവോൽകൃഷ്ടമായ സൗരഭ്യം. തൽകുലശ്രീ – ആ കുലത്തിന്റെ ഐശ്വര്യദേവത. തൽപുണ്യം – ആ പർപ്പരാജവംശത്തിന്റെ പുണ്യം. പതനഭീ – സ്ഥാനഭ്രംശഭയം. ഈ പദ്യത്തിൽ കഥാപുരുഷനു മേൽപറഞ്ഞ രണ്ടു മഹാന്മാരേക്കാൾ ശ്രൈഷ്ഠ്യം കൽപ്പിക്കുകയും അദ്ദേഹത്തിന്റെ നാശത്തിൽ കുലത്തിന്റെ ഐശ്വര്യദേവത തന്റെ തന്നെ അധഃപതനത്തെ ശങ്കിക്കുന്നതായി വർണിക്കയും ചെയ്തിരിക്കുന്നു.

'ജീവേശ' 'പ്രിയതാത' ഇങ്ങനെയഹോ!
        സൗധസ്ഥരാം രാജ്ഞിമാ-
രാവേഗത്തൊടിതാ തുടർന്നു മുറയി-
        ട്ടീടുന്നു; തൽക്രന്ദനം
ജീവൽപ്രേത "മഹാബലിക്ഷമ" വിഡം-
        ബിക്കുന്നു ദൂരത്തുനി-
ന്നാവർത്തിപ്പൊരതിന്റെ മാറ്റൊലികളാൽ
        കേഴുന്നു ദിഗ്ദേവിമാർ! 23

സ്നേഹാർദ്രാശയ! വൈദുഷീജിതജഗ-
        ത്തായീടുമങ്ങെയ്ക്കെഴും
മാഹാത്മ്യങ്ങളിൽ വിസ്മയിച്ചു കരയുന്നു
        ഹന്ത! മാദൃക്കുകൾ,
ദേഹാലംബനമാം ഭവൽപ്രണയിലോകം
        പിന്നെയെന്താം! - തടി-
ത്താഹാ! ചുട്ടു മഹാദ്രുമം; ലത നിലം -
        പറ്റീ, പ്രരോഹാകുല. 24

---

23. രാജ്ഞിമാർ - കഥാപുരുഷന്റെ പത്നിയും പുത്രിമാരും മറ്റുമായ മാവേലിക്കരത്തമ്പുരാട്ടിമാർ. സൗധസ്ഥർ - മാളികയിൽ സ്ഥിതിചെയ്യുന്നവർ. ആവേഗം - ശോകാവേഗം. തൽക്രന്ദനം - ആ കരച്ചിൽ. ജീവൽപ്രേത - മൃതപ്രായം. മഹാബലിക്ഷമ - മാവേലിക്കര. വിഡംബിക്കുന്നു - അനുകരിക്കുന്നു. ദിഗ്ദേവിമാർ - അഷ്ടദിക്കുകളുടെ അഭിമാനദേവതകൾ. ആ രാത്രി ശവസംസ്കാരാദികൃത്യം സംബന്ധിച്ച് തമ്പുരാട്ടിമാർ മാളികപ്പുറത്തുനിന്ന് ദുസ്സഹമനോവേദനയോടുകൂടി നിലവിളിക്കുന്നത് ആ ദേശം തന്നെ നിലവിളിക്കുമാറു തോന്നുന്നതായും ദിക്കുകളെങ്ങും മാറ്റൊലിക്കൊള്ളുന്നതായും ഈ പദ്യത്തിൽ വിഭാവനം ചെയ്തിരിക്കുന്നു.

24. സ്നേഹാർദ്രാശയ - സ്നേഹംകൊണ്ട് അലിഞ്ഞ ഹൃദയമുള്ള തിരുമേനി. വൈദുഷീജിതജഗത് - പാണ്ഡിത്യംകൊണ്ട് സർവരേയും ജയിച്ച. മാഹാത്മ്യങ്ങൾ - ഗുണവിശേഷങ്ങൾ. വിസ്മയിച്ചു - അത്ഭുതപ്പെട്ടു. മാദൃക്കുകൾ - എന്നെപ്പോലെയുള്ളവർ. ദേഹാലംബനം - അവിടുത്തെ ശരീരമാകുന്ന ഏകാശ്രയത്തോടു കൂടിയ. ഭവൽപ്രാണയിലോകം - അവിടുത്തെ മഹിഷി മുതലായ ഇഷ്ടജനം. തടിത് - ഇടിത്തീയ്. മഹാദ്രുമം - വൻമരം. ലത - വള്ളി. പ്രരോഹാകുലം - പ്രരോഹങ്ങളെ (മുളകളെ) ക്കൊണ്ട് ആകുലമായത്. തടിത്തിനെ അവിചാരിതമായ ദുർവിധിയായും മഹാദ്രുമത്തെ കഥാപുരുഷനായും ലതയെ പത്നിയായും പ്രരോഹങ്ങളെ സന്താനങ്ങളായും അധ്യവസായിച്ചിരിക്കുന്നു.

സ്പഷ്ടം ഭൂമി മറയ്ക്കിലിന്ദു തെളിയും
        വീണ്ടും മുഹൂർത്തത്തില-
പ്പുഷ്ടശ്രീരവി മൂടിയാലുമുയരും
        പക്ഷം കഴിഞ്ഞാൽ മതി;
ദുഷ്ടക്കാലമഹാഗ്രഹത്തിനിരയാ-
        യീ 'രാജരാജേ'ന്ദു! ഹാ!
കഷ്ടം 'രോഹിണി' യക്കലേശനെയിനി-
        ക്കാണില്ല കേണാലുമേ. 25

ജീവച്ഛേദനമാകുമാധിപിടിപെ-
        ട്ടാലും മനസ്വിവ്രജം
വൈവശ്യം കലരാതെ കൃത്യമതിയാൽ
        വാഴാം കുറഞ്ഞോരുനാൾ
പൂവറ്റാലുമുടൻ കരിഞ്ഞിടുവതി-
        ല്ലോരില്ല തീക്ഷ്ണക്ഷതം;
ഭാവത്തിൻ പരകോടിയിൽ സ്വയമഭാ-
        വത്തിൻ സ്വഭാവം വരാം. 26

---

25. പുഷ്ടശ്രീ – അതിതേജസ്വി. പക്ഷം – കറുത്തപക്ഷം. കാലമഹാഗ്രഹം – കാലനാകുന്ന മഹാഗ്രഹം. അതിരിക്തഗ്രഹം എന്നു താൽപ്പര്യം. രാജരാജേന്ദു – രാജരാജവർമ ആകുന്ന ചന്ദ്രന്. രോഹിണി – രോഹിണീ നക്ഷത്രം. മനോവികാരങ്ങളാൽ ചുവന്ന ശരീരമുള്ള തന്റെ മഹിഷി എന്നും. കലേശൻ – ചന്ദ്രൻ. കലകളിൽ പ്രാവീണ്യം സിദ്ധിച്ച ആൾ (എം എ) എന്നും ഗ്രഹണം കൊണ്ടു ചന്ദ്രൻ മറഞ്ഞാൽ സ്വൽപ്പസമയം കഴിയുമ്പോൾ വീണ്ടും പ്രകാശിക്കും. കറുത്തപക്ഷത്തിൽ തീരെ ക്ഷയിച്ചു കാണാതായിപ്പോകുന്ന ചന്ദ്രനും വെളുത്തപക്ഷത്തിൽ തെളിയും. കാലനാകുന്ന ദുഷ്ടഗ്രഹത്താൽ ഗ്രസ്തനായ രാജരാജചന്ദ്രനാകട്ടെ പ്രിയയായ രോഹിണിയുടെ ദൃഷ്ടിയിൽനിന്ന് എന്നേക്കും മറഞ്ഞുപോയിരിക്കുന്നു. എത്രതന്നെ കരഞ്ഞാലും തിര്യെ വരുന്നതുമല്ല.

26. ജീവച്ഛേദനം – ജീവനെ ഉടനെ നശിപ്പിക്കുന്നത്. ആധി – ശോകം. മനസ്വിവ്രജം – ധീരജനങ്ങൾ. വൈവശ്യം – അവശത. കൃത്യമതി – കർത്തവ്യങ്ങളിലുള്ള ചിന്ത. തീക്ഷ്ണക്ഷതം – മൂർച്ചയേറിയ ആയുധംകൊണ്ടുള്ള മുറിവ്. ഓരില്ല – ഉടനെ വേദനയുണ്ടാക്കുന്നില്ല. ഭാവം – സത്പദാർഥം. പരകോടി – പരമാവസ്ഥ. അഭാവം – അസത്പദാർഥം. സ്വഭാവം – സാധർമ്യം. പരകോടി – ആത്യന്തികാവസ്ഥ. ഭാര്യാപുത്രാദികൾക്ക് ഈ വിരഹം ദുസ്സഹമായിരുന്നു എങ്കിലും അവർ അതിനെ സഹിച്ചു എന്നും അവർക്ക് സഹനശക്തിയെ നൽകിയ ബാഹ്യാഭ്യന്തരാവസ്ഥകൾ ഇന്നവയെന്നും തത്വപരാമർശരീത്യാ ഇതിൽ വ്യഞ്ജിപ്പിച്ചിരിക്കുന്നു.

ആരാലെന്തു നിവൃത്തി? — ജീവിതരസം
കാംക്ഷിച്ചു മേന്മേലഹോ!
തീരാത്തോരതിതൃഷ്ണയാൽ രസന നീ-
ട്ടാൻ കഷ്ട! മിദ്ദേഹികൾ!
തോരാതുള്ളൊരു കണ്ണുനീരിലവരെ-
ച്ചുട്ടിട്ടു തല്ലാനയ-
സ്കാരാഢ്യൻ പടുപശ്യതോഹരനവാ-
ര്യക്രൗര്യനെന്നും വിധി! 27

അന്തശ്ചന്ദ്രശരദ്ഘനാഭ തടവി-
പ്പൊങ്ങി പ്രദീപാംശുവാൽ
പ്രാന്തസ്ഫൂർത്തി കലർന്ന മാളികയില-
ശ്ശയ്യാതലത്തിൽ ക്ഷണം:
സ്വന്തം ദീപ്തി നശിച്ചഹോ രജതപാത്രം-
പോൽ തണുത്തേറ്റവും
ശാന്തം ഹന്ത! ശയിച്ചിരുന്നു ശിവനേ!-
യബ്ഭാനുവിൻമണ്ഡലം. 28

---

27. ജീവിതരസം – ജീവിതത്തിന്റെ സുഖാംശം; ജീവിതമാകുന്ന പേയദ്രവ്യമെന്നും. രസന – നാവ്. അയസ്കാരാഢ്യൻ – പെരുംകൊല്ലൻ. പടുപശ്യതോഹരൻ – ദൃഷ്ടിക്കു നേരേനിന്നു മോഷണം നടത്തുന്ന വിരുതനായ കള്ളൻ. ആവാര്യക്രൗര്യൻ – നീക്കുപോക്കില്ലാത്ത ക്രുരത കാണിക്കുന്നവൻ. ബന്ധുക്കളുടെ ദുഃഖാവസ്ഥ എത്ര ദുസ്സഹമാണെങ്കിലും ലോകസാധാരണമാകയാൽ സഹിച്ചു വിധിക്കു കീഴടങ്ങുകയല്ലാതെ നിവൃത്തിയില്ലെന്നു സാരം.
28. അന്തശ്ചന്ദ്രശരദ്ഘനാഭ – ഉള്ളിൽ ചന്ദ്രൻ വിളങ്ങുന്ന ശരത്കാലത്തെ വെൺമേഘത്തിന്റെ ശോഭപോലെയുള്ള ശോഭ. പ്രദീപാംശു – (ഉള്ളിൽ എരിയുന്ന) വിളക്കിന്റെ പ്രഭ. പ്രാന്തസ്ഫൂർത്തി – സമീപപ്രദേശങ്ങളുടെ വ്യക്തത. രജതപാത്രം – വെള്ളിപ്പാത്രം. ഭാനുവിൻമണ്ഡലം – സൂര്യബിംബം. പ്രകാശം മുഴുവൻ പോയി തണുത്തുവെളുത്ത സൂര്യന്റെ വെറും ബിംബത്തോട് അഭേദവിവക്ഷ ചെയ്തിരിക്കുന്നു തിരുമേനിയുടെ മൃതശരീരം (തിരുമേനിയുടെ ചരമശയ്യ മാളികയുടെ മുകളിലത്തെ നിലയിലായിരുന്നു.)

കായും ഹൃത്തൊടടുത്തു കേണരുളുവോർ
നേരെ ചിരിച്ചും, തിരി-
ഞ്ഞായുർജ്യോതിഷതത്ത്വവിദ്യകളെ
നോക്കിക്കൊഞ്ഞണം കാട്ടിയും.
ഭീയും ദീനതയും മഹാവിരതിയും
നോട്ടങ്ങളാൽ ചേർത്തുമാ-
ശ്രീയുക്താവയവങ്ങൾതോറുമൊരുപോൽ
കൂത്താടിയാർത്തൂ മൃതി! 29

ലോകത്തെജ്ജഡമാക്കി നിർഭരനിശീ-
ഥത്തിന്റെ സന്താനമാം
മൂകത്വത്തെ മുതിർന്നു തൻ മുലകുടി-
പ്പിക്കും മഹത്ത്വത്തൊടും,
ഹാ! കർണ്ണങ്ങളിലുഗ്രശംഖമുരജ-
ധ്വാനങ്ങളേൽക്കാതെയും
ഭൂകമ്പിക്കിലനങ്ങിടാതെയുമിതാ!
പൊങ്ങുന്നു നിശ്ശബ്ദത. 30

---

29. ആയുർജ്യോതിഷതത്ത്വവിദ്യകൾ – ആയുർവേദം, ജ്യോതിശ്ശാസ്ത്രം, തത്ത്വ ശാസ്ത്രം ഇതുകൾ. ഭീ –ഭയം. ദീനത – പരവശത. മഹാവിരതി – കഠിന വൈരാഗ്യം. ശ്രീയുക്താവയവങ്ങൾ – ശ്രീമാന്റെ അവയവങ്ങൾ. മനോഹര മായ മുഖാദ്യവയവങ്ങളെന്നും. ബന്ധുക്കളുടെ രോദനത്തെ ഗണ്യമാക്കാതേ യും, വൈദ്യന്മാർ, ജോത്സ്യന്മാർ മുതലായവരുടെ നിഷ്പ്രയോജനതയെ വെളി പ്പെടുത്തിയും ഭയങ്കരമായ മരണം തിരുമേനിയുടെ മനോഹരമായ എല്ലാ അവ യവങ്ങളേയും വികൃതമാക്കിക്കൊണ്ട് ആ ശവശരീരത്തിൽ പ്രത്യക്ഷമായി രുന്നു എന്നു താൽപ്പര്യം.

30. ജഡം – ചൈതന്യമില്ലാത്തത്. നിശീഥം – പാതിരാത്രി. സന്താനം – സന്തതി (അർദ്ധരാത്രിയിൽ ഉണ്ടാകുന്നത്) മൂകത്വം – നിശ്ശബ്ദത. മഹത്വം – വലുപ്പം. ഉഗ്രശംഖമുരജധ്വാനങ്ങൾ – ഉഗ്രങ്ങളായ ശംഖ്, മുരശ് ഇവയുടെ ശബ്ദങ്ങൾ. നിശ്ശബ്ദത – മൗനം. ശവസംസ്കാരസമയത്തു സന്നിഹിത ജനങ്ങളുടെ ഹൃദയം മരവിച്ചുപോയതിനെ ഒരു മഹാനിശ്ശബ്ദതയുടെ ആവേശമായി വർണിച്ചിരി ക്കുന്നു.

അമ്പേ! പിന്നതിശൂന്യമാമൊരു മര-
        ത്തോട്ടത്തിലുൽക്രാന്തമാം
വമ്പേരാർന്ന സുധാമുഖാഹിപതി നിർ-
        മ്മോചിച്ച ചട്ടയ്ക്കിതാ!
മുമ്പേ പോയ 'മയൂരദൂത' കവിതൻ-
        ശേഷിച്ച ഭസ്മങ്ങളി-
ന്നമ്പേലും കുശലങ്ങൾ ചൊൽവു, നിപുണ-
        ശ്രോത്രങ്ങൾ കേൾക്കുമ്പടി! 31

"വന്നാലും വിധിയാൽ സ്വയം ത്വരിതമാ-
        യെത്തും പ്രിയാകാരമേ-
യിന്നാളല്ലി, പിരിഞ്ഞു ഹന്ത, ചരമാ-
        ശ്ലേഷം കഴിഞ്ഞിങ്ങു നാം!
ഒന്നാണിങ്ങെഴുമുഗ്രനാമനലഭൂ-
        തത്തിൻ കരം തട്ടിയാൽ
വന്നാളും പരിണാമഭിന്നത പറ-
        ഞ്ഞാലും ഭയം തോന്നുമേ! 32

---

31. അതിശൂന്യം – ദൃഷ്ടിപ്രിയകരമായ യാതൊന്നും ഇല്ലാത്തത്. ഉൽക്രാന്തൻ – പരേതൻ. സുധാമുഖാഹിപതി – വായിൽ അമൃതമുള്ള സർപ്പശ്രേഷ്ഠൻ. കവിയെന്നും വൈയാകരണനെന്നും താൽപ്പര്യം. നിർമ്മോചിക്ക – അകറ്റുക. മയൂരദൂതകവി – മയൂരസന്ദേശകാവ്യകർത്താവായ തീപ്പെട്ടുപോയ കേരളവർമ വലിയ കോയിത്തമ്പുരാൻ. കുശലങ്ങൾ – സ്വാഗതങ്ങൾ. നിപുണശ്രോത്രങ്ങൾ – സഹൃദയന്മാരുടെ ചെവികൾ; സഹൃദയഹൃദയങ്ങളെന്നു താൽപ്പര്യം. ഈ ശ്ലോകത്തിൽ ശവശരീരത്തെ ശ്മശാനത്തിലേക്കു കൊണ്ടു ചെല്ലുന്നതായി സൂചിപ്പിച്ചിരിക്കുന്നു. തിരുമേനിയെ ദഹിപ്പിച്ചത് മാവേലിക്കര കൊട്ടാരത്തിന്നു കുറെ ദൂരെയുള്ള ഒരു പറമ്പിലാണ്. ഈ പറമ്പിലും, പക്ഷേ, ഈ സ്ഥാനത്തും തന്നെയായിരുന്നു കേരളവർമ്മ കോയിത്തമ്പുരാൻ തിരുമനസ്സിലേയും ദാഹക്രിയ നടത്താൻ ഇടയായിട്ടുള്ളത്. അതുകൊണ്ട് തിരുമേനിയുടെ അവിടെ ശേഷിച്ചുകിടപ്പുള്ള ഭസ്മങ്ങളെപ്പറ്റി ഈ അവസരത്തിൽ സഹൃദയന്മാർക്ക് ഓർമ തോന്നാവുന്നതും പരിതാപകരമായ പല ചിന്തകളും ഉണ്ടാകാവുന്നതും ആണല്ലോ. ആ ഭസ്മങ്ങൾ കഥാപുരുഷന്റെ പ്രേതത്തിനു സ്വാഗതം പറയുന്നതായി ഇതിൽ വിഭാവനം ചെയ്തിരിക്കുന്നു.
32. ത്വരിതം – അതിവേഗത്തിൽ നയിക്കപ്പെട്ടത്. പ്രിയാകാരമേ! – സ്നേഹമുള്ള (പ്രേമ) സ്വരൂപമേ! അനലഭൂതം – പഞ്ചഭൂതങ്ങളിൽ ഒന്നായ അഗ്നി, ഭയങ്കരമായ ഭൂതമെന്നും. കരം – രശ്മി, കൈ എന്നും. പരിണാമഭിന്നത – നാനാവിധമായ രൂപാന്തരപ്രാപ്തി. ആ ഭസ്മങ്ങളുടെ സ്വാഗതവാക്യമെന്താണെന്ന് ഈ പദ്യം മുതൽ വിസ്തരിച്ചു പറയുന്നു. പ്രിയപ്പെട്ട ആ പ്രേതം ഉഗ്രമായ അഗ്നിയുടെ വായിൽകൂടി കടന്നു ദഹിച്ചു രൂപാന്തരപ്പെടുന്നതിന്റെ ഭയങ്കരതയെ സാമാന്യമായി ഇതിൽ സൂചിപ്പിച്ചിരിക്കുന്നു.

മുക്കാലും പുകയായി ഞങ്ങൾ ചെളിയാ-
യൊട്ടൊട്ടുപുൽക്കൂട്ടമാ-
യുൽക്കാചഞ്ചലമായ ജീവിതമതി-
ങ്ങോരോന്നു മാറുംവഴി,
ഇക്കാണും നറുതുമ്പയും മൃദുലമാ-
മിപ്പർപ്പടപ്പുല്ലുമാ
നില്ക്കാതുള്ളൊരവസ്ഥ കണ്ടു ചെറുപൂ-
ങ്കൊത്താൽ ചിരിക്കുന്നതാം. 33

വഞ്ചീശിത്രി പരേത 'ലക്ഷ്മി'യുടെ പൂ-
മൈചേർന്നു രോമോദ്ഗമം
തഞ്ചീടും തിരുമേനിതന്നവയവ-
ക്ഷോദങ്ങളാം ഞങ്ങളെ,
മിഞ്ചീ പാവകനീവധം; മനുജർതൻ
ഭാഗ്യങ്ങളെങ്ങോർക്കിലു-
ള്ളഞ്ചീടും ചിതയെങ്ങു? ഞങ്ങൾ വിരവിൽ-
ക്കണ്ടിങ്ങു രണ്ടും സ്വയം. 34

കഷ്ടം! സ്ഥാനവലിപ്പമോ പ്രഭുതയോ
സജ്ജാതിയോ വംശമോ
ദൃഷ്ടശ്രീ തനുധാടിയോ ചെറുതുമി-
ങ്ങോരില്ല ഘോരാനലൻ
സ്പഷ്ടം മാനുഷഗർവ്വമൊക്കെയിവിടെ-
പ്പുക്കസ്തമിക്കുന്നിതി-
ങ്ങിഷ്ടന്മാർ പിരിയുന്നു! ഹാ! - ഇവിടമാ -
ണദ്ധ്യാത്മവിദ്യാലയം! 35

---

33. ഞങ്ങൾ - കേരളവർമ്മദേവന്റെ ശരീരാണുക്കൾ. ഉൽക്കാചഞ്ചലം - കൊള്ളിമീൻപോലെ വേഗത്തിൽ പാഞ്ഞുപോകുന്നത്. മുമ്പു സൂചിപ്പിച്ച രൂപാന്തരപ്രാപ്തിയെ വിസ്തരിച്ചു പറയുകയും മനുഷ്യജീവിതത്തിന്റെ നിസ്സാരതയെ നിർവേദജനകമാംവണ്ണം സൂചിപ്പിക്കയും ചെയ്യുന്നു.

34. വഞ്ചീശിത്രി - വഞ്ചിരാജ്ഞി. പരേതലക്ഷ്മി - നാടുനീങ്ങിപ്പോയ ലക്ഷ്മീഭായി തിരുമനസ്സു കൊണ്ട്. പൂമൈചേ... തിരുമേനി - അവിടുത്തെ പ്രിയതമനായ കേരളവർമ്മ വലിയകോയിത്തമ്പുരാൻ. അവയവ ക്ഷോദങ്ങൾ - ശരീരാണുക്കൾ. മിഞ്ചി - ഉച്ഛിഷ്ടമാക്കി. ഭാഗ്യത്തിന്റെ അസ്ഥിരതയെയും ജീവിതത്തിന്റെ അനിഷ്ടപര്യവസായിത്വത്തേയും കുറേക്കൂടി വിസ്തരിച്ച് ഇതിൽ കാണിച്ചിരിക്കുന്നു.

35. സജ്ജാതി - ഉൽക്കൃഷ്ടജാതി. ദുഷ്ടശ്രീതനുധാടി - പ്രത്യക്ഷമായ സൗന്ദര്യത്തോടുകൂടിയ ശരീരസൗഷ്ഠവം. മാനുഷഗർവം - മനുഷ്യന്റെ ദുരഭിമാനം. ഇഷ്ടന്മാർ - ഭാര്യാപുത്രബന്ധുമിത്രാദികൾ. അദ്ധ്യാത്മ വിദ്യാലയം - തത്വജ്ഞാനപാഠശാല. ശരീരസംബന്ധമായ ദുരഭിമാനം ഒന്നും യാതൊരർഥവുമുള്ളതല്ലെന്നും മരിച്ചുപോകുന്നവന് ബന്ധുക്കളിൽ ആരും തുണയാകയില്ലെന്നും ഈ ശ്മശാനത്തിൽവച്ച് സ്പഷ്ടമായി മനസിലാകുന്നു. അതുകൊണ്ട് കാണികൾക്കു വൈരാഗ്യമുദിക്കയും തദ്വാരാ തത്വബോധമുണ്ടാകയും ചെയ്യുമെന്നു താൽപ്പര്യം.

ചോരച്ചെങ്കനൽ ചേർന്ന കൊള്ളിനിരപോൽ
പൂക്കും മുരുക്കും പരം
ചാരത്തീയെരിതീയൊടൊത്ത കുസുമം
വായ്ക്കുന്ന മുൾക്കള്ളിയും
ചാരംപൂണ്ടു ചവുണ്ട പൂവൊടിവിടം
ചൂഴ്ന്നോരെരുക്കും സ്വയം
സാരജ്ഞർക്കു നരേതിഹാസചരമ
സ്കന്ധം പ്രസംഗിക്കയാം. 36

പോകട്ടേയതു ഭൂതപിണ്ഡമനലൻ
ഭഞ്ജിക്കിലും ഭാവിയാം-
ലോകത്തിൽ ക്ഷതിയില്ല പുണ്യചരിത-
ന്മാർക്കെന്നു കേൾക്കുന്നിതേ;
ശോകം വേണ്ടയി: നമ്മളാ മഹിതർതൻ-
ശിഷ്ടാംശമല്ലോ, വരാ-
മാകല്പം പുകളിന്നമുക്കുമിനി നാം
തങ്ങും സ്ഥലങ്ങൾക്കുമേ." 37

---

36. സാരജ്ഞന്മാർക്ക് – സൂക്ഷ്മം അറിയുന്നവർക്ക്. നരേതിഹാസചരമസ്കന്ധം – മനുഷ്യചരിത്രത്തിന്റെ ഒടുവിലത്തെ അധ്യായം. പ്രസംഗിക്ക – വ്യാഖ്യാനിക്ക. ശ്മശാനഭൂമിയിൽ സംഭാവ്യതമായ മുരുക്ക്, കള്ളി, എരുക്ക് ഇവയുടെ പുഷ്പങ്ങളെ യഥാക്രമം കൊള്ളി, തീ, ചാമ്പൽ ഇവയായി സങ്കൽപ്പിച്ച് ഐഹികജീവിതത്തിന്റെ അവസാനഘട്ടം ഇങ്ങനെയാണെന്നു കുറേക്കൂടി മനസിൽ ഉറയ്ക്കത്തക്കവണ്ണം അധ്യാത്മവിദ്യാലയം എന്നവസാനിപ്പിച്ച മുമ്പിലത്തെ പദ്യത്തിലെ അഭിപ്രായത്തെ ഈ പദ്യത്തിൽ വിസ്തരിക്കുകയും ചെയ്തിരിക്കുന്നു.

37. ഭൂതപിണ്ഡം – പഞ്ചഭൂതാത്മകമായ ശരീരം. അമ്മഹിതർ – ആ രണ്ടു പുണ്യാത്മാക്കൾ (കേരളവർമ, രാജാരാജവർമ ഇവർ). ആകൽപ്പം – ലോകാവസാനം വരെ; ഭസ്മങ്ങൾ സ്വാഗതത്തെ ഉപസംഹരിക്കുന്നു. പരേതന്മാരായ രണ്ടു മഹാത്മാക്കളും പരലോകത്തിലും ഈ ലോകത്തിൽ ജനങ്ങളുടെ ഓർമയിലും ശോഭിക്കുന്നു. അതുകൊണ്ട് ഈ രണ്ടു മഹാന്മാരുടെയും അവശിഷ്ടങ്ങൾ കിടക്കുന്ന സ്ഥലംപോലും എന്നേക്കും സ്മരിക്കപ്പെടാമെന്ന് ആ ഭസ്മങ്ങൾ ആശംസിച്ച് ആശ്വസിക്കുന്നു.

ഓരോന്നിങ്ങനെയോതുമപ്പൊടികളെ-
ത്തർജ്ജിച്ചു മേൽ കട്ടവ-
ച്ചാരോപിച്ചു വപുസ്സതങ്ങു മിഴിനീ-
രോലുന്ന തജ്ജ്ഞാതികൾ,
സാരോദഗ്രനവ "പ്രസാദസര" മൊ-
ന്നർപ്പിച്ചു തന്നാൽ സ്തുതൻ
സ്ഫാരോച്ഛ്വാസമൊടാശ്രയാശനുമഹോ!
പൊങ്ങീ ബുഭുക്ഷാകുലൻ. 38

ദിവ്യസ്തോത്രഗണം രചിച്ചു ദിവിഷദ്-
ശ്രോത്രോത്സവം ചേർത്തു നൽ-
ഭവ്യശ്രീകലരും നവീനമുനിയാ-
മിക്ഷത്രിയശ്രോത്രിയൻ
സുവ്യക്തം തനതംഗമിന്നു ബലിയായ്
നൽകുന്നിതിമ്മട്ടെഴും
ഹവ്യം ഭൂമിയിലില്ലഹോ! ഹുതവഹ-
സ്വാമിൻ! പ്രസാദിക്ക നീ! 39

---

38. അപ്പൊടികൾ - മേൽപ്പറഞ്ഞ ഭസ്മങ്ങൾ. തർജ്ജിച്ചു - തള്ളിമാറ്റി. കട്ട - പട്ടട. തജ്ജ്ഞാതികൾ - കഥാപുരുഷന്റെ ബന്ധുക്കൾ. സാരോദഗ്രനവ പ്രസാദസരം *പ്രസാദമാല*യെന്ന കഥാപുരുഷന്റെ അപൂർവഗ്രന്ഥത്തിലെ അർഥ ഗംഭീര്യമുള്ള ഒരു ഖണ്ഡം. സ്തുതൻ - സ്തോത്രം ചെയ്യപ്പെട്ടവൻ. സ്ഫാരോച്ഛ്വാസം - വലിയ ചീറ്റൽ. ആശ്രയാശൻ - (സേവിച്ചവരെ ഭക്ഷിക്കുന്ന) അഗ്നി. ബുഭുക്ഷാ കുലൻ - കഠിനമായ വിശപ്പു പിടിപെട്ടവൻ. ഈ പദ്യത്തിൽ ശവദാഹത്തെ സങ്കൽപ്പിച്ചു വർണിക്കുന്നു. മൂലംതിരുനാൾ മഹാരാജാവു തിരുമനസ്സിലെ 93-ാംമാണ്ടു കൊണ്ടാടിയ ഷഷ്ടിപൂർത്തി അടിയന്തിരം സംബന്ധിച്ച് കഥാപുരുഷൻ തിരുമനസ്സിലേക്കു സമർപ്പിച്ച മംഗളാശംസാരൂപമായ ഒരു വിശിഷ്ട മലയാളഗ്രന്ഥമാണ് *പ്രസാദമാല*. അതിലെ "വൈദികഗുച്ഛകം" ഒന്നാം "സരം" അഗ്നിപ്രാർഥനയാണ്. തന്നാൽ അപ്രകാരം സ്തോത്രം ചെയ്യപ്പെട്ട അഗ്നി തന്നെ ഭസ്മീകരിപ്പാൻ തുടങ്ങുന്ന സംരംഭം അതിന്റെ "ആശ്രയാശ"ത്വത്തെത്തന്നെ വെളിപ്പെടുത്തുന്നു എന്നു സാരം.

39. ദിവ്യസ്തോത്രഗണം - (*പ്രസാദമാല*യിലെ) ഉൽക്കൃഷ്ടങ്ങളായ വിവിധ സ്തോത്രങ്ങൾ. ദിവിഷദ്ശ്രോത്രോത്സവം - ദേവന്മാരുടെ കർണാനന്ദം — ഭവ്യശ്രീ കലരും - പരിശുദ്ധമാഹാത്മ്യമുള്ള. നവീനമുനി - ഇക്കാലത്തെ മന്ത്രദ്രഷ്ടാവ്. നവീനതത്വജ്ഞാനിയെന്നും. ക്ഷത്രിയശ്രോത്രിയൻ - ജാത്യാ ക്ഷത്രിയനെങ്കിലും വൈദികൻ, വേദത്തിന്റെ ആഭ്യന്തരതത്വങ്ങളെ അറിഞ്ഞനുഷ്ഠിക്കുന്നവനെന്നു താൽപ്പര്യം. സുവ്യക്തം - സ്പഷ്ടമായി. ബലി - ഹോമദ്രവ്യം. ഹവ്യം - ഹവിസ്സ്. ഹുതവഹസ്വാമിൻ! - ഹോമത്തെ സ്വീകരിച്ചു തൃപ്തിപ്പെടുന്ന അഗ്നി ഭഗവാനേ!

വൃത്രദ്വേഷി വിരഞ്ഞു വജ്രകരനാ–
യെത്തീ വിയത്തിൽ സ്വയം
മിത്രസ്നേഹമൊടിങ്ങിതാ വരുണനും
വന്നൂ മരുത്തുക്കളും,
അത്രത്യാഗ്നിശിഖാളിപോൽ മുകളിൽ വ–
ന്നെത്തുന്നു രുദ്രാളിയും
ചിത്രം! മേഘഗണം ക്ഷണം മഴയിതാ
നിർത്തുന്നു ദേവാജ്ഞയാൽ. 40

കൃതജ്ഞൻ ഹതകൈരളിക്കു നവമാം
ജീവൻ കൊടുത്തെങ്ങുമ–
ന്നിത്യഖ്യാതിയിയന്നൊരിസ്സുകൃതിതൻ
ദിവ്യാംഗസംഗത്തിനാൽ
അത്യർത്ഥം പരിശുഷ്കമാം ചിതയിലെ–
ഗ്ഗന്ധേന്ധനങ്ങൾക്കു മേൽ
പ്രത്യഗ്രാരുണമായ് മുളച്ച തളിരോ
പൊന്തുന്നു ചെന്തീയതോ? 41

---

40. വൃത്രദ്വേഷി – വൈദികദേവന്മാരിൽ മുഖ്യനായ ഇന്ദ്രൻ. വജ്രകരൻ – വജ്രമെന്ന ആയുധം കയ്യിലേന്തിയവൻ. വിയത്തിൽ – ആകാശത്തിൽ. മിത്രസ്നേഹമൊട – *പ്രസാദമാല*യിലെ സ്തുതികളിൽ സമ്പാദിച്ച സവിശേഷസ്നേഹംകൊണ്ട്. വരുണൻ – ജലത്തിന്റെ അധിദേവത. മരുത്തുക്കൾ – വായുവിന്റെ ഏഴ് അധിദേവതകൾ. അത്രത്യാഗ്നിശിഖാളി – ഇവിടെ (ശ്മശാനത്തിൽ) എരിയുന്ന വഹ്നിജ്വാലാവലി. രുദ്രാളി – ഏകാദശരുദ്രന്മാർ. ദേവാജ്ഞയാൽ – മേൽപ്പറഞ്ഞ ഇന്ദ്രാദിദേവന്മാരുടെ കൽപ്പനയാൽ. തിരുമേനിയുടെ ദഹനകാലത്തു മഴ തോർന്നു നിന്നിരുന്നു എന്നുള്ള വസ്തുതയെ മഴ, കാറ്റ് മുതലായവയുടെ മേൽ അധികാരമുള്ളവരായി ഇതിൽ പറഞ്ഞിരിക്കുന്ന ഇന്ദ്രാദി വൈദികദേവന്മാർ *പ്രസാദമാല* മുഖേന കഥാപുരുഷനിൽ പ്രസന്നരായി ശ്മശാനത്തിൽ സാന്നിധ്യം ചെയ്ത് ദഹനകാലത്തിൽ മഴയെ നിർത്തിയതാണെന്ന് ഉൽപ്രേക്ഷിച്ചിരിക്കുന്നു.
41. കൃതജ്ഞൻ – കൃതത്തെ അറിയുന്നവൻ. സ്വഭാഷോദ്ധാരണം ഒരുവന്റെ അവശ്യകൃത്യമാകയാൽ പ്രസ്തുതപദംകൊണ്ടു വിശേഷിപ്പിക്കുന്നു. സമ്പൂർണമായ വ്യാകരണവും സാഹിത്യശാസ്ത്രവും (ജീവൻ) കൂടാതെ ഒരു ഭാഷയുടെ സ്പൃഹണീയമായ വളർച്ച ആശാസ്യമല്ലാത്തതിനാൽ കൈരളിയെ ഹത – (മൃതപ്രായ) എന്ന പദംകൊണ്ടു വിശേഷിപ്പിക്കുന്നു. സുകൃതി – പുണ്യവാൻ. ദിവ്യാംഗസംഗം – ലോകോത്തരമാഹാത്മ്യമുള്ള ശരീരത്തിന്റെ സ്പർശം. പരിശുഷ്കം – (അങ്കുരാനുകൂലമായ രസംവറ്റി) തീരെ ഉണങ്ങിയത്. ചിത – പട്ട. ഗന്ധേന്ധനങ്ങൾ – ചന്ദനം മുതലായ വിറകുകൊള്ളികൾ, പ്രത്യഗ്രാരുണം – പുതിയ ചുവപ്പോടുകൂടിയത്. *കേരളപാണിനീയം* മുതലായ വിശിഷ്ടഗ്രന്ഥങ്ങൾ നിർമിച്ച് കേരളഭാഷയ്ക്കു പുതിയ ജീവിതം നൽകിയ കഥാപുരുഷന്റെ അംഗസ്പർശത്താൽ വിറകുകളിൽ ചുവന്ന തളിരുകൾ പൊങ്ങുംപോലെ അഗ്നിജ്ജ്വാല ക്രമേണ പൊങ്ങിത്തുടങ്ങുന്ന അവസ്ഥയെ ഇതിൽ വർണിച്ചിരിക്കുന്നു.

ഹാ! ഗർത്തോപരി തീർത്ത പട്ടടയിലെ-
സ്സംസ്കാരപൂതം, മഹാ-
ഭാഗൻതൻ ഗുണധോരണീമധുര, മി-
ഷ്പ്രേതം സ്വദിച്ചീടുവാൻ
ഭൂഗർഭസ്ഥിതമായ ഭൂതനിവഹം
പൊക്കുന്നു നാക്കൊക്കെയ-
ന്നാഗശ്രേണികണക്കെ നീളുമനല-
ജ്ജ്വാലാവലേഹങ്ങളാൽ. 42

രോചിസ്സേറി വപുസ്സു പൊൽത്തകിടുപോൽ
പാളി പ്രധൂമാംശുകം
മോചിച്ചിമ്മഹനീയദാഹവിധിയിൽ
സംതൃപ്തനായ് സത്വരം
വീചിക്ഷോഭമിയന്ന തീക്കടലുപോൽ
വ്യക്തസ്ഫുലിംഗാകുലൻ
ശോചിഷ്കേശനിതാ സ്ഫുടം ജട വിതുർ-
ത്താടുന്നു രുദ്രാകൃതി 43

---

42. ഗർത്തോപരി – പാത്തിയുടെ മേൽ. സംസ്കാരപൂതം – ചരമകർമങ്ങൾ കഴിഞ്ഞതിനാൽ ശുദ്ധം. മഹാഭാഗൻ – മഹാത്മാവായ തിരുമേനി. ഗുണധോരണീ മധുരം – അവനധി ഉൽക്കൃഷ്ടഗുണങ്ങളുടെ പൂർവസാന്നിധ്യം ഹേതുവായിട്ട് മാധുര്യമുള്ളതായി സങ്കൽപ്പിക്കപ്പെട്ടിരിക്കുന്നത്. സ്വദിക്ക – രുചിനോക്കുക. ഭൂഗർഭസ്ഥിതം – ഭൂമിയുടെ അടിയിൽ (പാതാളത്തിൽ) ഉള്ളത്. ഭൂതനിവഹം – ഭൂതങ്ങളുടെ കൂട്ടം. നാഗശ്രേണി – സർപ്പങ്ങളുടെ സമൂഹം. അനലജ്ജ്വാലാവലേഹം – തീജ്വാലയുടെ നക്കുന്നപോലെയുള്ള വ്യാപാരങ്ങൾ. അഗ്നി കുറേക്കൂടി ആളിക്കത്തുന്നതായ അവസ്ഥ ഈ പദ്യത്തിൽ വർണിക്കുന്നു. ചിതയ്ക്കായിത്തീർത്ത പാത്തിയുടെ അടിയിൽനിന്നു മേൽപ്പോട്ട് കത്തിനീണ്ടു വളഞ്ഞുതിരിഞ്ഞു പൊങ്ങി വരുന്ന അഗ്നിജ്വാലകളെ പാതാളത്തുള്ള ഭൂതങ്ങൾ ശവം രുചിനോക്കാൻ നീട്ടുന്ന നാക്കുകളായി ഉൽപ്രേക്ഷിച്ചിരിക്കുന്നു.

43. രോചിസ്സ് – പ്രകാശം. വപുസ്സ് – ശരീരം. പ്രധൂമാംശുകം – പുകയാകുന്ന വസ്ത്രം. മോചിച്ച് – ത്യജിച്ച്. ദാഹവിധി – ദഹനകർമം. വീചിക്ഷോഭം – തിരമാലകളുടെ കലശലായ ഇളക്കം. വ്യക്തസ്ഫുലിംഗാകുലൻ – സ്ഫുടമാകുംവണ്ണം തീപ്പൊരിപാറുന്നത്. സോചിഷ്കേശൻ – ജ്വാലകളാകുന്ന തലമുടിയോടുകൂടിയ അഗ്നി. രുദ്രാകൃതി – സംഹാരരുദ്രമൂർത്തിയുടെ ആകൃതിപോലെയുള്ള ആകൃതിയോടുകൂടിയത്. ഈ ശ്ലോകത്തിൽ, അഗ്നി അത്യന്തം ആളിക്കത്തുന്ന അവസ്ഥയെ വിവരിച്ചിരിക്കുന്നു. അഗ്നിയുടെ രുദ്രസാദൃശ്യം ശാസ്ത്രപ്രസിദ്ധമാണ്.

ഹാ! കാലാഭിഭവം വെടിഞ്ഞനുപദം
പൊങ്ങുന്ന ദാക്ഷിണ്യമേ!
ലോകാരാധിതരീതിയാർന്ന ലളിത-
ശ്രീ തേടുമൗദാര്യമേ!
പാകാർദ്രാവിരതാശ്രിതപ്രണയമേ!
നിർഗേഹരായ നിങ്ങളി-
ന്നേകാലംബനമായൊരാലയമിതാ
കത്തുന്നു കേണീടുവിൻ! 44

ഊഹാഭ്യാസനിശാതചാരുധിഷണേ-
യുന്മേഷസമ്മൃഷ്ടസം-
മോഹാന്ധ്യപ്രതിഭേ! മുഹുർദ്ധൃതകലാ-
പ്രസ്താരയാം ധാരണേ!
ആഹാ വെന്തെരിയുന്നു! നിങ്ങളഭയം
കൈക്കൊണ്ടു ചേക്കാർന്നൊരാ
സ്നേഹാർദ്രം, സരളദ്രുമം; നിലവിളി-
ച്ചാരാൽ പറന്നീടുവിൻ! 45

---

44. കാലാഭിഭവം – കാലത്താൽ ഉണ്ടാകുന്ന മാറ്റം. അനുപദം – അടിക്കടി. പാകാർദ്രാവിരതാശ്രിതപ്രണയം – പരിപക്വതകൊണ്ട് ആർദ്രത കൂടിയതായി ശാശ്വതമായുള്ള ആശ്രിതവാത്സല്യം. നിർഗ്ഗേഹർ – ഭവനമില്ലാത്തവർ. ആശ്രയമില്ലാത്തവരെന്നു താൽപ്പര്യം. തിരുമേനിയുടെ അന്യാദൃശമായ ദാക്ഷിണ്യം, ഔദാര്യം, ആശ്രിതവാത്സല്യം ഈ ഗുണങ്ങൾ ഈലോകത്ത് ഇനി ആരിലും കാണാൻ പ്രയാസമാണെന്നു താൽപ്പര്യം.

45. ഊഹാഭ്യാസനിശാതചാരുധിഷണേ- യുക്തിവാദങ്ങളുടെ പരിശീലനത്താൽ തീക്ഷ്ണമായി മനോഹരമായിത്തീർന്നിരിക്കുന്ന ബുദ്ധേ! ഉന്മേഷസമ്മൃഷ്ടസമ്മോഹാന്ധ്യാപ്രതിഭേ – പുതിയ പുതിയ ഉന്മേഷങ്ങളാൽ അജ്ഞാനാന്ധകാരങ്ങളെ നീക്കി തിളങ്ങുന്ന പ്രതിഭാശക്തേ! മുഹൂർദ്ധൃതകലാപ്രസ്താരയാം ധാരണേ! – പിന്നെയും പിന്നെയും പല കലകളുടെയും വിശേഷജ്ഞാന പരമ്പരകളെ ഉള്ളിലൊതുക്കി വിസ്മൃതികൂടാതെ വച്ചുകൊണ്ടിരിക്കുന്ന ധാരണാശക്തേ! സ്നേഹാർദ്രം – സ്നേഹിക്കത്തക്കത്. സരളദ്രുമം – ദേവദാരു വൃക്ഷം. മുൻശ്ലോകത്തിൽ ഹൃദയഗുണങ്ങളെ വർണിച്ചതുപോലെ ഇതിൽ ബുദ്ധിഗുണങ്ങളെ വർണിക്കുന്നു. ആ ഗുണങ്ങളെ പക്ഷികളായും കഥാപുരുഷനെ വെന്തെരിയുന്ന അവയുടെ ആശ്രയമായ ദേവതാരുവൃക്ഷമായും അദ്ധ്യവസായിച്ചിരിക്കുന്നു.

മങ്ങാത്തോരു മനോഗുണങ്ങളഖിലം
കാലൂന്നി മെത്തും മണം
പൊങ്ങാറായതിനാൽ സ്വയം പുകയിലും
സൗരഭ്യമേറുംപടി
ഇങ്ങാശിച്ചു വസിച്ചെരിഞ്ഞു പിരിയും
ദേഹാണുപുഞ്ജങ്ങളേ-
യെങ്ങാഹാ!യിനി നിങ്ങൾ പോവതുയരും
കാറ്റിൽ കരഞ്ഞീവിധം. 46

പൊങ്ങിപ്പൊങ്ങിയകാലധൂമനിരപോൽ
പര്യന്തമെങ്ങും നിറ-
ഞ്ഞിങ്ങിക്കാണുവതെന്തുവാൻ? - സുദൃഢമി-
ന്നോരോരു ഭാവങ്ങളാൽ;
തിങ്ങിക്കൈരളിതന്മനോഗുഹ വെടി-
ഞ്ഞാശാഗണം താനഹോ!
മുങ്ങിത്തീയിലുമിത്തദാത്മജഗുണം
തപ്പും മഴപ്പാറ്റകൾ 47

---

46. ദേഹാണുപുഞ്ജങ്ങളേ - കഥാപുരുഷന്റെ ശരീരാരംഭകങ്ങളായ സൂക്ഷ്മാവയവങ്ങളെ പുകഞ്ഞും എരിഞ്ഞും വായുമണ്ഡലത്തിലേക്ക് ചെറിയ ഫൂൽക്കാരത്തോടുകൂടി പൊങ്ങുന്നതായി വിഭാവനചെയ്യപ്പെടാവുന്ന ശരീരത്തിന്റെ ഘടകാംശങ്ങൾ നിരാശപ്പെട്ടു കരഞ്ഞുകൊണ്ടു മേൽപ്പോട്ടു പൊങ്ങുന്നതായും ഗന്ധദ്രവ്യസമ്പർക്കത്താൽ അതോടു കലർന്നു വായുവിൽ പൊങ്ങുന്ന സൗരഭ്യം ശരീരാണുക്കളിൽ ലയിച്ചിരുന്ന, തിരുമേനിയുടെ വിശിഷ്ടഗുണങ്ങളുടെ വാസനയാൽ ജന്യമായും ഇതിൽ ഉൽപ്രേക്ഷിച്ചിരിക്കുന്നു.

47. അകാലധൂമനിര - അഗ്നികത്തിക്കഴിഞ്ഞശേഷമുള്ള ധൂമനിര. ഭാവങ്ങൾ - ചിന്തകൾ. ആശാഗണം - മനോരഥസമൂഹം. തദാത്മജഗുണം - ആ കൈരളിയുടെ പുത്രനായ തിരുമേനിയുടെ സൽഗുണം; മഴക്കാലത്തു രാത്രി തീ കണ്ടാൽ ചുറ്റും ഈയലുകൾ വന്നുകൂടുന്നു. ആ സംഭാവ്യതയെ ആധാരമാക്കി ചിതയ്ക്കുസമീപം ഈയൽക്കൂട്ടങ്ങൾ അസംഖ്യമായി പൊങ്ങിപ്പറക്കുകയും കനലിൽ വീണു നശിക്കയും ചെയ്യുന്നതായി സങ്കൽപ്പിക്കുകയും അവ കൈരളിയുടെ ഹൃദയഗുഹയിൽനിന്നു പൊങ്ങി ദഹിച്ചുപോയ തൽപുത്രന്റെ അവശിഷ്ടഗുണങ്ങളെ ആ തീയിൽ തപ്പിനോക്കുന്ന ആശാഗണങ്ങളായിരിക്കാമെന്ന് ഉൽപ്രേക്ഷിക്കയും ചെയ്യുന്നു.

നാനാവ്യക്തി വഹിച്ചു കൈരളികരൾ-
ത്തട്ടാർന്നൊരാശോൽക്കരം.
താനാണിശ്ശലഭങ്ങളെന്നു ദൃഢമാ-
യുൾച്ചിന്തുമിച്ചിന്തയിൽ,
സൂനാകാരമടിഞ്ഞിവറ്റ ചിറക-
റ്റാഞ്ഞും കരിഞ്ഞും പെടും
ദീനാവസ്ഥകൾ കണ്ടെനിക്കു ഹൃദയം
പൊട്ടുന്നു ഞെട്ടുന്നു ഞാൻ. 48

മോഹത്താൽ തുനിയുന്നു നിങ്ങൾ, മൃദുവാ-
മിമ്മേനിയെങ്ങു? ഗ്രനീ
ദാഹവ്യാപൃതനെങ്ങു വഹ്നി? — അഥവാ,
സത്യം പതംഗങ്ങളേ!
ദേഹം നശ്വരമാർക്കു, മിങ്ങതൊരുവൻ
കാത്താലിരിക്കാ, സ്ഥിര-
സ്നേഹത്തെക്കരുതി സ്വയം കഴികിൽ നൂ-
റാവൃത്തി ചത്തീടുവിൻ. 49

ഹാ! വണ്ടിൻനികരങ്ങളും ഝടിതിയി-
ദ്ദിവ്യൻ കവീന്ദ്രന്റെമേൽ
ഭാവവ്യക്തികൾ കാട്ടിയിന്നനുമരി-
ച്ചാശ്വാസമേലാനിതാ
ദേവന്മാർ ചിലരാവസിച്ചിടുകയാൽ
കാറ്റത്തടിഞ്ഞാഞ്ഞിടും
ഞാവൽകായ്നിരപോലെ പോന്നു ചിതമേൽ
കേഴാതെ വീഴുന്നിതേ. 50

---

48. നാനാവ്യക്തി - പല ശരീരം. സൂനാകാരം - പുഷ്പങ്ങളുടെ ആകൃതിയോടു കൂടി. മേൽപ്പറഞ്ഞ ഈയാംപാറ്റകൾ കൈരളിയുടെ ശരീരികളായ വിവിധ മനോരാജ്യങ്ങൾതന്നെയാണെങ്കിൽ അവയുടെ ഇപ്രകാരമുള്ള കഷ്ടാവസ്ഥയും നാശവും സ്വഭാഷാപ്രതിപത്തിയുള്ള ഹൃദയത്തിനു വിചാരിച്ചാൽ സഹിക്കത്തക്കതല്ലെന്നു താൽപ്പര്യം.

49. നിങ്ങൾ - ശലഭങ്ങൾ. ഇമ്മേനി - നിങ്ങളുടെ ശരീരം. ദാഹവ്യാപൃതൻ - ഭസ്മീകരണത്തിൽ ഉദ്യുക്തൻ.

50. ഭാവവ്യക്തികൾ - പ്രത്യക്ഷമായ സ്നേഹചേഷ്ടകൾ. അനുമരിച്ച് - കൂടെ മരിച്ച്. രാത്രി തീയിൽ വണ്ടുകൾചെന്നു വീഴാറുണ്ട്. പ്രസ്തുത ചിതാഗ്നിയിൽ വളരെ വണ്ടുകൾ ചെന്നു വീണു മരിക്കുന്നതു കണ്ടാൽ തിരുമേനിയോട് സൗഹാർദമുള്ള ദേവന്മാർ അവയിൽ ആവേശിച്ച് അനുമരിക്കയാണോ എന്നു തോന്നുമെന്നു സാരം.

സത്യം ദേവകൾതാൻ സുഖത്തിലനുമോ-
ദിക്കുന്നു സത്തുക്കളോ-
ടത്യന്തം, സ്വയമപ്രകാരമനുശോ-
ചിക്കുന്നു ദുഃഖത്തിലും
നിത്യസ്പർദ്ധിമനുഷ്യവർഗ്ഗമിവിടെ-
ക്കഷ്ടം ഗുണദ്വേഷിയായ്
പ്രത്യക്ഷത്തിലധഃപതിച്ചു സുരരേ!
ഹാ! നിങ്ങൾ താങ്ങീടുവിൻ. 51

പ്രാമാണ്യം സ്വയമാർന്ന പാണ്ഡിതി, പരിഷ്-
കാരത്തിൽ നിത്യാദരം
സാമാന്യാധികമായ ശക്തി കവിതാ-
സാമ്രാജ്യസംരക്ഷയിൽ
ശ്രീമാഹാത്മ്യമിവണ്ണമാർന്ന വിബുധ-
ജ്യോതിഷ്പതേ! നിൻയശോ-
ഭൂമാവിൽ ചില കൗശികവ്രജമഹോ!
പുച്ഛം നടിച്ചൂ ചിരം. 52

പണ്ടേയുണ്ടു മനുഷ്യനിഗ്ഗുണപുരോ-
ഭാഗിത്വ, മദ്ദുർഗ്ഗുണം
കണ്ടേറുന്ന വിവേകശക്തിയതിനെ-
ക്കൊന്നില്ലയിന്നേവരെ;
മിണ്ടേണ്ടാ കഥ — ഹന്ത! യിന്നതു വെറും
മൂർഖത്വമോ മോഹമോ?
വണ്ടേ! നീ തുലയുന്നു; വീണയി വിള-
ക്കും നീ കെടുക്കുന്നുതേ. 53

---

51. സത്യം – സുരന്മാരുടെ അനുമരണപ്രസ്താവം നേരാണ്. നിത്യസ്പർദ്ധി- അന്യോന്യം അസൂയപ്പെടുന്നത്. ഗുണദ്വേഷി – അന്യോൽക്കർഷം സഹിക്കാത്തത്. മനുഷ്യർ പ്രകൃത്യാ അസൂയാലുക്കളായി പരഗുണാസഹിഷ്ണുക്കളായിച്ചമഞ്ഞ് അവരുടെ മനസിൽ ഗുണദോഷവിവേചനശക്തി അസ്തമിച്ച് അവരുടെ ആത്മാവ് അധഃപതിച്ചുപോയെന്നും വിശേഷവിധിയായി വല്ലവരും അങ്ങനെ അല്ലാതുണ്ടെങ്കിൽ അതു ദേവതകളുടെ അനുഗ്രഹംകൊണ്ടാണെന്നും ദേവതകൾ അങ്ങനെ എല്ലാവരേയും അനുഗ്രഹിക്കുമാറാകണമെന്നും സാരം.
52. പ്രാമാണ്യം – സർവസമ്മതി. പാണ്ഡിതി – പാണ്ഡിത്യം. പരിഷ്കാരം – നവീകരണം. ശക്തി – വാസന. (പ്രഭുശക്തിയെന്നും) ശ്രീമാഹാത്മ്യം – വിഭവഗൗരവം. വിബുധജ്യോതിഷ്പതേ! – വിദ്വാന്മാരാകുന്ന ജ്യോതിസ്സുകൾക്ക് അധിപതേ! സൂര്യ! യശോഭൂമാവ് – കീർത്തിപ്രകാശബാഹുല്യം. കൗശികവ്രജം – മൂങ്ങക്കൂട്ടം, നിഘണ്ടുശരണന്മാരായ പണ്ഡിതമ്മന്യന്മാരെന്നും. മനുഷ്യരുടെ മേൽപ്പറഞ്ഞ മനോദോഷത്തിന്റെ ഫലമാണ്, അങ്ങയുടെ കൃതികൾ എങ്കിലും ചിലർ ദോഷാരോപണം ചെയ്‌വാൻ ഇടയായത് എന്നു സാരം.
53. ഗുണപുരോഭാഗിത്വം – ഗുണങ്ങൾകണ്ടിട്ടുള്ള അസൂയ; അസൂയ ഉള്ളവർ തന്നെത്താനെ കെട്ടെങ്കിലും അന്യരെ നശിപ്പിക്കുന്നതിൽ തൽപ്പരന്മാരാകുന്നു. ഈ ദുശ്ശീലത്തെപ്പറ്റി സൽബുദ്ധികൾക്ക് ആശ്ചര്യം തോന്നുമെന്നു താൽപ്പര്യം

ശങ്കാപേതമുദിക്കുമർത്ഥരുചിയെ-
ങ്ങെങ്ങാ വെറും ശബ്ദമാ-
മങ്കോലക്കുരുവിന്റെയെണ്ണയിലെഴു-
ന്നജ്ജാലകൗതൂഹലം?
ഹുങ്കാരത്തിലൊതുങ്ങുമോ പരഗുണോൽ-
ക്കർഷങ്ങൾ? ഉണ്ടൂഴിയിൽ
പൂങ്കോഴിപ്രകരത്തിനും സ്ഥലമഹോ!
പുംസ്കോകിലങ്ങൾക്കുമേ. 54

വേണ്ടാ ചിന്തയിനിക്കലാനിലയ, വി-
ണ്ണേറും ഭവൽ ജ്യോൽസ്നയെ-
ത്തീണ്ടാ ഭൗമതമസ്സുമിന്നസിതമാം
പക്ഷാന്തരം താനുമേ
ഉണ്ടാകാം പരിഭൂതിഭീതി സുകൃത-
ശ്ലോകർക്കു; വെൺചാമ്പലു-
ള്ളാണ്ടാറുന്ന തദസ്ഥിലേശനിരയും
കത്താമതോർത്താധിയാൽ. 55

---

54. ശങ്കാപേതം – സ്പഷ്ടമായി. ഉദിക്കും – പ്രകാശിക്കും. അർത്ഥരുചി – അർഥത്തിന്റെ സാരസ്യം. അങ്കോലക്കുരു... കൗതൂഹലം – നിരർഥകശബ്ദധോരണികൊണ്ടുള്ള ആർഭാടം (ശബ്ദം കൊണ്ടുള്ള ജാലവിദ്യ). അങ്കോലവൃക്ഷത്തിന്റെ കുരുവിൽനിന്നും എണ്ണ എടുത്ത് പലവിധ ജാലവിദ്യകൾ കാട്ടാറുണ്ടെന്ന് ജാലശാസ്ത്രത്തിൽ പ്രസിദ്ധമാണ്. ഹുങ്കാരം – വെറും വാക്കുകൊണ്ടുള്ള തർജ്ജനം. ഒതുങ്ങുമോ? – അടങ്ങുമോ? ശബ്ദാലങ്കാരഭ്രാന്തരായ ചിലർ തിരുമേനിയുമായി ഇടഞ്ഞു വഴക്കുണ്ടാക്കുകയും തിരുമേനിയുടെ കവിതയിൽ ദോഷാരോപം ചെയ്കയും മറ്റും ചെയ്തതിന്റെ അനൗചിത്യങ്ങളെ സവിശേഷം ഈ പദ്യത്തിൽ സൂചിപ്പിച്ചിരിക്കുന്നു.

55. കലാനിലയ! വിദ്വാൻ! (ചന്ദ്ര! എന്നും) ഭവൽജ്യോൽസ്ന – അവിടുത്തെ കീർത്തിചന്ദ്രിക. ഭൗമതമസ്സ് – ഭൂമിയിലുള്ള ഇരുട്ട് (ഭൂച്ഛായാരൂപമായ ഗ്രഹണമെന്നും) അസിതമാം പക്ഷാന്തരം – അശോഭനമായ സന്ദേഹം (കറുത്ത പക്ഷമെന്നും). പരിഭൂതിഭീതി – പരാജയഭയം. (ദുഷ്കീർത്തിയിലുള്ള ഭയമെന്നും) സുകൃതശ്ലോകർ – പുണ്യശ്ലോകർ. മാനധനന്മാരുടെ ദഗ്ദ്ധശിഷ്ടാസ്ഥികൾപോലും അവമാനചിന്തയാൽ പുനർദ്ദഹിക്കാവുന്നതാണ്. എന്നാൽ കഥാപുരുഷന് അങ്ങനെയുള്ള ചിന്തയ്ക്കവകാശമില്ലെന്നു സാരം.

ശോകം പൂണ്ടുഴറിച്ചിരം വികൃതിഭേ-
ദാകൃഷ്ടമാം സാഹിതീ-
ലോകത്തിന്റെ ദുഷിച്ചുപോയ രുചിയെ
പ്രത്യാനയിപ്പാൻ ഭവാൻ,
പാകത്തിൽ കവിരാജരാജ! ഫലമാം-
വണ്ണം ചികിത്സിച്ചു; — ഭീ—
സ്തോകം വേണ്ടയിനിബ്ഭവാന്റെ ഗുളിക-
ച്ചെപ്പേന്തുമേ ശിഷ്യരും. 56

ക്ഷീണിക്കാത്ത മനീഷയും മഷിയുണ-
ങ്ങീടാത്ത പൊൻപേനയും
വാണിക്കായ് തനിയേയുഴിഞ്ഞു വരമായ്
നേടീ ഭവാൻ സിദ്ധികൾ:
കാണിച്ചു വിവിധാദ്ഭുതങ്ങൾ വിധിദൃഷ്-
ടാന്തങ്ങളായ്, വൈരിമാർ
നാണിച്ചു, സ്വയമംബ കൈരളി തെളി-
ഞ്ഞീക്ഷിച്ചു മോക്ഷത്തെയും. 57

എന്നാലിപ്പണിതീർന്ന ഗോപുരമുണ-
ങ്ങീട്ടില്ലുറപ്പാർന്നതി-
ല്ലെന്നായഗ്ഗളനാളമെത്തിയ ഭവൽ
പ്രാണങ്ങൾ കേണാകിലാം
എന്നായാധിയിവർക്കു; ഹാ! വിധി വിനോ-
ദിക്കുന്നു; നട്ടുച്ചയായ്
നിന്നാഭാസ്കരനസ്തമിച്ചു; മുഴുകീ
കണ്ണീരിലർണ്ണോജിനി. 58

---

56. വികൃതഭേദാകൃഷ്ടം – വിലക്ഷണമായ മഹാരോഗം പിടിപെട്ടത് (നാനാവിധ ദുഷ്കവിതകളാൽ ആകർഷിക്കപ്പെട്ടതെന്നും). സാഹിതീലോകം – സാഹിത്യലോകം (കാവ്യകല എന്നർത്ഥം) രുചി – രസജ്ഞാനം. പ്രത്യാനയിക്ക – വീണ്ടും ശരിപ്പെടുത്തുക. കവിരാജരാജ! – കവിയായ രാജരാജവർമ്മ തിരുമേനി! (കവിരാജ! –രാജവൈദ്യശ്രേഷ്ഠ! എന്നും). ഭീസ്തോകം –ഭയലേശം.

57. ഉഴിഞ്ഞു – മോഹിച്ചു. സിദ്ധികൾ ദിവ്യശക്തികൾ വിധിദൃഷ്ടാന്തങ്ങൾ – വിധികളും ദൃഷ്ടാന്തങ്ങളും. വിധികൾ – ലക്ഷണഗ്രന്ഥങ്ങൾ. ദൃഷ്ടാന്തങ്ങൾ – ലക്ഷ്യഗ്രന്ഥങ്ങൾ. മോക്ഷം – സ്വാതന്ത്ര്യസുഖം. കൈരളിയുടെ ഉദ്ധരണവിഷയത്തിൽ തിരുമേനി ജീവിതം മുഴുവൻ ഫലപ്രദമാകുംവണ്ണം ഉപയോഗിച്ചു എന്നു സാരം.

58. ഇവർക്ക് – മാദൃക്കുകൾക്ക്. വിനോദിക്കുന്നു – ക്രീഡിക്കുന്നു. തിരുമേനി ഭാഷയുടെ പരിഷ്കരണവിഷയത്തിൽ വേണ്ടതെല്ലാം ചെയ്തുകഴിഞ്ഞിരിക്കുന്നു. എങ്കിലും ആ ചെയ്വനകൾക്ക് കാലത്താൽ സിദ്ധിക്കേണ്ട പ്രതിഷ്ഠ വന്നു കഴിഞ്ഞോ എന്ന് അവിടുത്തേക്ക് മരണകാലത്തിൽതന്നെ സംശയം തോന്നിയിരിക്കാമെന്നും അകാലത്തിലുള്ള അവിടുത്തെ നിര്യാണം മലയാളരാജ്യത്തെ സവിശേഷം ദുഃഖസമുദ്രത്തിൽ മുക്കിയിരിക്കുന്നു എന്നും സാരം.

കേണാലും മനമേ, കിളർന്നെരിയുവോ-
രിത്തീയിലക്കൈരളീ-
പ്രാണാലംബനമാം കനിഷ്ഠതനയൻ
കത്തുന്നു തത്താദൃശൻ!
വീണാഹാ! കരയുന്നിതാർദ്രമുഖിയി-
ബ്ഭൂദേവി, വാഗ്ദേവിതൻ
വീണാമുക്തകരാർപ്പിതാസ്യകമലം
കണ്ണീർ തുളുമ്പാറുമായ്. 59

കാണുംമട്ടിലിടയ്ക്കിടയ്ക്കു തെളിവോ-
രിത്താരചക്രോൽക്കരം
പൂണും തേരുകളേറി മേഘമൊഴിയും
വിണ്ണിന്റെ ഖണ്ഡങ്ങളിൽ
താണുംപൊങ്ങിയുമങ്ങടുത്തുമകല-
ത്തായും തിരക്കായിതേ
ചേണുറ്റീടിന വിദ്യയാൽ സ്ഥിരപദം
പ്രാപിച്ചവൈമാനികർ. 60

വാനത്തബ്ബഹുദൂരെ വന്മഹിമയാൽ
പണ്ടേ മഹാത്യുന്നത-
സ്ഥാനം ചേർന്നവരിങ്ങെഴും വ്യസനമോർ-
ത്തിന്നാർത്തി തേടുന്നിതേ!
നൂനം ഭൂമിയൊടുണ്ടവർക്കു വലുതാം
സ്നേഹം, തമസ്സറ്റെഴും
ജ്ഞാനത്താൽ നിജ ദേശകാലകൃതമാം
ദൂരങ്ങളോരില്ലവർ. 61

---

59. പ്രാണാലംബനം - ജീവിതത്തിന് ഊന്നായിട്ടുള്ളത്. തത്താദൃശൻ - മേൽപ്പറഞ്ഞ അസാധാരണ ഗുണവിശിഷ്ടൻ. ആർദ്രമുഖിയിബ്ഭൂദേവി - അശ്രുവർഷം കൊണ്ട് നനഞ്ഞ മുഖത്തോടുകൂടിയ കേരളഭൂമിയുടെ അധിദേവത. വാഗ്ദേവി - സരസ്വതി. വീണാമുക്തകരാർപ്പിതാസ്യകമലം - വീണയെ വെടിഞ്ഞുള്ള കൈകൊണ്ടു താങ്ങിയ മുഖപത്മം. തിരുമേനിയുടെ വിയോഗം കൈരളിക്കും കേരളഭൂമിക്കും മാത്രമല്ല പൊതുവിൽ വിദ്യാധിദേവതയ്ക്കുകൂടി വ്യസനകരമായിത്തീർന്നിട്ടുണ്ടെന്നും നമുക്ക് ഇനി അതിനെപ്പറ്റി ദുഃഖിക്കയല്ലാതെ ഗത്യന്തരമില്ലെന്നും സാരം.

60. താരചക്രോൽക്കരം - നക്ഷത്രങ്ങളാകുന്ന ഉരുക്കളുടെ സമൂഹം. ഖണ്ഡങ്ങൾ - ഭാഗങ്ങൾ. സ്ഥിരപദം - ശാശ്വതമായ സ്ഥാനം. വൈമാനികർ - ദേവന്മാർ. പൂർവ്വശ്ലോകത്തിൽ ഒടുവിൽ സൂചിപ്പിച്ച വിദ്യാധിദേവതയുടെ അനുതാപത്തെ ഈ പദ്യം മുതൽ 94-ാംപദ്യംവരെ ക്രമേണ വിവരിക്കുന്നു.

61. ഇങ്ങെഴും വ്യസനം - ഈ ഭൂമിയിലുള്ള കഥാപുരുഷന്റെ ദേഹവിയോഗവൃത്താന്തം. അവർക്ക് - ആ ദേവന്മാർക്ക്. തമസ്സ് - ആവരണം. ദേശകാലാകൃതം - ദേശത്താലും കാലത്താലും ഉണ്ടാക്കപ്പെട്ടത്. ഭൂമിയിലെ സംഗതിയെപ്പറ്റി ദേവത്വം പ്രാപിച്ച മഹാത്മാക്കൾക്ക് അനുതാപം ഉണ്ടാകാമെന്നും അത് എങ്ങനെ സംഭവ്യമാണെന്നും ഈ പദ്യംകൊണ്ടു സൂചിപ്പിക്കുന്നു.

എന്നല്ലിത്തിരുമേനിതാനുമിവരൊ-
ത്തന്യൂനമാഹാത്മ്യമാർ-
ന്നെന്നേക്കും സ്വയമപ്പദത്തിൽ വിലസും
ജ്യോതിസ്സിലൊന്നാമിനി
എന്നദ്ദിവ്യരറിഞ്ഞു ഭൂമി വെടിയു-
ന്നോരീ മഹാനെ ദ്രുതം
വന്നേറ്റം ബഹുമാനപൂർവ്വമെതിരേ-
റ്റീടുന്നുവെന്നുംവരാം. 62

ഓജസ്സാർന്ന മുഖങ്ങൾ ചൂഴെയുരുകും
തൂവെള്ളിപോൽ ശുഭ്രമാം
തേജസ്സിൻ പരിവേഷമാർന്നു തെളിവിൽ
കാണുന്നിതാ വ്യക്തികൾ;
രാജച്ചന്ദ്രികയൊത്ത രമ്യവസനം
പൂണ്ടോരഹോ! സ്ഫാടിക-
ഭ്രാജന്മൂർത്തികൾ വാണിതന്റെ പരിഷൽ-
സാമാജികന്മാരിവർ. 63

ത്വിട്ടാളും മിഴി ശബ്ദരാശി തിരവാൻ
വിട്ടും വിരിഞ്ചാദിനൂൽ
കിട്ടാൻ പണ്ടു കടുന്തുടിധ്വനികളിൽ
കർണ്ണം കൊടുത്തും സ്വയം
എട്ടായ് തീർത്ത സരങ്ങൾ ഗുച്ഛസഹിതം
കൂട്ടിപ്പഴക്കത്തിലും
പൊട്ടാതാക്കിയ സൂത്രഹാരമെഴുമീ
ശ്രീമാനതിൽ പാണിനി. 64

---

62. ഇവരൊത്ത് – മേൽപ്പറഞ്ഞ ദിവ്യശരീരികളോടു തുല്യമായി.

63. ഓജസ്സാർന്ന – കാന്തിയുള്ള. ഉരുകും... തേജസ്സിൻ പരിവേഷം – ഉരുകുന്ന വെള്ളിപോലെ വെളുത്ത തേജസ്സിന്റെ വലയം. വ്യക്തികൾ – ശരീരികൾ. രാജച്ചന്ദ്രികയൊത്ത – ശോഭിക്കുന്ന വെണ്ണിലാവുപോലെയുള്ള. രമ്യവസനം – മനോഹരവസ്ത്രം. സ്ഫാടികഭ്രാജന്മൂർത്തികൾ – പളുങ്കുപോലെ വെളുത്ത ശരീരശോഭയുള്ളവർ. പരിഷൽസാമാജികന്മാർ – സഭയിലെ അംഗങ്ങൾ. ഈ പദ്യത്തിൽ മുകളിൽ സാമാന്യേന സൂചിപ്പിച്ച വൈമാനികന്മാരുടെ വ്യക്തികളെ വർണിച്ചിരിക്കുന്നു.

64. ത്വിട്ടാളും – പ്രകാശമേറിയ. ശബ്ദരാശി – വിവിധ ശബ്ദസമൂഹം. തിരവാൻ – പ്രകൃതിപ്രത്യയാദിഭേദേന തരംതിരിച്ചറിവാൻ. ആദിനൂൽ – ആദ്യത്തെ സൂത്രം (അണാദിസംജ്ഞകങ്ങളായ മാഹേശ്വരസൂത്രങ്ങൾ). കടുന്തുടിധ്വനികളിൽ – പരമേശ്വരന്റെ നൃത്താവസാനത്തിലെ ഡക്കാനാദങ്ങളിൽ. (പാണിനീയത്തിലെ അണാദിപ്രത്യാഹാരസൂത്രങ്ങൾ പരമേശ്വരന്റെ ഡക്കാനാദത്തിൽനിന്ന് മഹർഷി ആദ്യം ഗ്രഹിച്ചതാണെന്ന് ഐതിഹ്യം.) സരങ്ങൾ – മാലാസ്ഥാനീയങ്ങളായ അധ്യായങ്ങളും ഗുച്ഛസ്ഥാനീയങ്ങളായ പാദാധികാരങ്ങളുമെന്നു താൽപ്പര്യം. സൂത്രഹാരം – അഷ്ടാദ്ധ്യായീരൂപമായ മുത്തുമാല എന്നു താൽപ്പര്യം. ഇതിൽ – മേൽപ്പറഞ്ഞ ദിവ്യവ്യക്തികളുടെ കൂട്ടത്തിൽ. ഈ ശ്ലോകത്തിൽ വൈയാകരണനായ പാണിനിമഹർഷിയുടെ സ്വരൂപത്തെ പ്രത്യേകം വർണിച്ച് മറ്റുള്ള ദിവ്യന്മാരിൽനിന്നും വ്യാവർത്തിച്ചു കാണിക്കുന്നു.

'ഭാഷാ' വ്യാകരണം നിജാഭിധയിലായ്
തീർത്തന്നിജോപജ്ഞമാം
ഭാഷാശാസ്ത്രമതിൻ "ലഘൂ"കരണവും
ചെയ്തോരു ദേഹത്തിനായ്
തോഷാശ്രുക്കൾ പൊഴിഞ്ഞു രണ്ടു കരവും
പൊക്കീട്ടു മുല്പെട്ടിതാ
ശേഷാരാധിതപാദനമ്മുനി കനി-
ഞ്ഞാശിസ്സു തൂവുന്നിതേ. 65

തന്നെത്താൻ നിജചിന്തയിൽബ്ബലികഴി-
ച്ചാർജ്ജിച്ച നിക്ഷേപമി-
ങ്ങന്യന്മാർ പകരുന്നകണ്ടു കൃതിയായ്
ത്തീരുന്നു വിദ്വാൻ സ്വയം,
പിന്നെത്തൽപരിപോഷണശ്രമഫലം
പാർത്താലവൻ പൂണ്ടിടും
ധന്യത്വം പറയേണ്ടതില്ലയി ഭവാൻ
മോദിച്ചു സത്യം മുനേ! 66

കാണാമമ്മഹനീയരിൽപ്പലരെയും
പിന്നിട്ടു പിന്നെപ്പരം
ചേണാർന്നോരു കവീന്ദ്രപട്ടബിരുദം
പൂണ്ടുജ്ജ്വലന്മൗലിയായ്
വീണാപുസ്തകഹസ്തരാം പരിജന-
ത്തോടൊത്തു ഗൈർവാണിതൻ
പ്രാണാധായകനാം മഹാദ്യുതിയെഴു-
ന്നള്ളുന്നു മെല്ലെന്നിതാ. 67

65, ഭാഷാവ്യാകരണം – മലയാളവ്യാകരണം. നിജാഭിധയിൽ – തന്റെ (പാണിനിയുടെ) പേരാൽ; *കേരളപാണിനീയ*മെന്ന പേരിൽ എന്നു താൽപ്പര്യം. നിജോപജ്ഞം – താൻ ആദ്യം നിർമിച്ചത്. ഭാഷാശാസ്ത്രം – വ്യാകരണം. അഷ്ടാദ്ധ്യായി എന്ന സംസ്കൃതവ്യാകരണമെന്ന് താൽപ്പര്യം. ലഘൂകരണം – സുഗമമാക്കൽ (ലഘുപാണിനീയമെന്നു താൽപ്പര്യം). ശേഷാരാധിതപാദൻ – ശേഷന്റെ അവതാരമെന്ന് പ്രസിദ്ധനും ഭാഷ്യാകാരനുമായ പതഞ്ജലിയാൽ പൂജിതൻ.

66. നിക്ഷേപം – വിദ്യാനിധി. കൃതി – കൃതാർഥൻ. തൽപരി ... ഫലം – ആ വിദ്യകളുടെ അഭിവൃദ്ധിവിഷയമായ സൽഫലം. കഥാപുരുഷന്റെ വിഷയത്തിൽ പാണിനിക്കുള്ള അന്തസ്സന്തോഷം തീരെ അസ്ഥാനത്തിലായിട്ടില്ലെന്നു താൽപ്പര്യം.

67. അമ്മഹനീയർ – പൂജ്യരായ അവർ (ആ ദേവന്മാർ). കവീന്ദ്രപട്ടബിരുദം – കവി സാർവഭൗമസ്ഥാനമുദ്ര. ഉജ്ജ്വലൻമൗലി – തിളങ്ങുന്ന ശിരോഭൂഷണത്തോടുകൂടിയവൻ. ഗൈർവാണിതൻ പ്രാണാധായകൻ – സംസ്കൃതസാഹിത്യത്തിനു ജീവചൈതന്യം നൽകുന്ന ആൾ. മഹാദ്യുതി – വലിയ തേജോരൂപി (കാളിദാസമഹാകവിയെന്നു താൽപ്പര്യം).

അംഗാരത്തിലെരിഞ്ഞു ശുദ്ധിതടവും
പൊന്നൊത്തു സത്വാഗ്നിയിൽ
ശൃംഗാരക്കറ പോയ് തെളിഞ്ഞൊരു മഹാ-
സൗന്ദര്യസാരാകൃതി;
അംഗാശ്ലേഷവിധിക്കു മിത്രമണിയെ-
ക്കണ്ടാഞ്ഞു നീട്ടുന്നിതാ
തുംഗാഭിഖ്യയെഴും കരാംകുരമഹോ!
ശുക്രൻകണക്കാക്കവി. 68

നൊന്താളുന്നഴലൊത്തു നിർമ്മലമുഖാ-
ദർശത്തിൽ മൂർച്ഛിച്ചെഴും
ചിന്താരൂഢകൃതജ്ഞതാബഹുമതി-
സ്നേഹാനുമോദങ്ങളാൽ
സന്താപാശ്രുകണങ്ങളൊത്തു തുടരും
സന്തോഷബാഷ്പം ചൊരി-
ഞ്ഞെന്താമിക്കുശലോക്തിയിൽ കവിവരൻ
ബന്ധിക്കുമന്തർഗ്ഗതം? 69

"ആമന്ത്രിച്ചഴലാർന്ന ഭൂമിയെ വെടി-
ഞ്ഞെത്തും ഭവാന്നാദ്യമായ്
ശ്രീമൻ, ബാഷ്പസമാവിലാക്ഷരമുര-
ച്ചീടുന്നു ഞാൻ സ്വാഗതം
ഹാ! മർത്ത്യൻ സുരഭാവമാർന്നിടുകിലും
ഭൂസ്നേഹി; നിർഹേതുക-
പ്രേമംതന്നെ ജയിപ്പൂ, ലോകമതുതാ-
നാനന്ദദുഃഖാത്മകം. 70

68. അംഗാരത്തിൽ – കനലിൽ. സത്വാഗ്നിയിൽ –സത്വഗുണമാകുന്ന അഗ്നിയിൽ. മിത്രമണി – ബന്ധുരത്നം. (കഥാപുരുഷൻ) ഭാസ്വരനായ സൂര്യനെന്നും. കരാംകുരം – കരപല്ലവം, കിരണകന്ദളമെന്നും, ശുക്രൻ – ശുക്രഗ്രഹം (വെള്ളിനക്ഷത്രം).

69. നിർമ്മലമുഖാദശത്തിൽ – മുഖമാകുന്ന വിശുദ്ധിയേറിയ കണ്ണാടിയിൽ. മൂർച്ഛിച്ചെഴും – പ്രതിഫലിച്ചുകാണുന്ന. ചിന്താരൂഢ.. അനുമോദങ്ങളാൽ – ഹൃദയത്തിലുദിക്കുന്ന. കൃതജ്ഞതാ വൃത്തികളാൽ. ഇക്കുശലോക്തി – താഴെപറയാൻ പോകുന്ന സ്വാഗതവചനം. അന്തർഗ്ഗതം – അഭിപ്രായഗതി. കാളിദാസ മഹാകവിയുടെ വക്ഷ്യമാണമായ സ്വാഗതവചനങ്ങളിൽ ശ്രോതാക്കളുടെ ശ്രദ്ധയെ ആകർഷിക്കുന്നു.

70. ആമന്ത്രിച്ചു – യാത്രപറഞ്ഞു. സുരഭാവം – ദേവത്വം. ഭൂസ്നേഹി – ഭൂവിനോട് സ്നേഹമുള്ളവൻ. നിർഹേതുകപ്രേമം – അകാരണമായ സ്നേഹം. ജയിപ്പൂ – എല്ലാറ്റിലും ഉപരിയായി വർത്തിക്കുന്നു. അതുതാൻ – ആ അകാരണമായ സ്നേഹംതന്നെ. ആനന്ദദുഃഖാത്മകം – സുഖദുഃഖഭേദേന പരിണമിച്ചത്. ഭൂമിയെക്കാൾ സുഖതരമായ സ്വർഗത്തിൽ വസിക്കുമ്പോഴും ഭൂമിയോടുള്ള സ്നേഹം ഉണ്ടാകുന്നത് സുഖാതിശയത്തെ ഉദ്ദേശിച്ചല്ലാത്തതിനാൽ അങ്ങനെയുള്ള സ്നേഹം സ്വതഃസിദ്ധമായിരിപ്പാനേ തരമുള്ളൂ. ഇങ്ങനെ വിഷയങ്ങളോടുള്ള ശുദ്ധമായ രാഗത്തെ ആസ്പദമാക്കിയാണ് സുഖദുഃഖരൂപമായ പ്രപഞ്ചം നിലനിൽക്കുന്നതെന്ന് ഉത്തരാർധത്തിന്റെ താൽപ്പര്യം.

ഏകാന്തം സുഖമിങ്ങു, നിത്യമഴലാം
താഴെത്തമോഭൂമിയിൽ,
പോകാ സക്തി തമഃപ്രകാശശബള-
ശ്രീയൊത്ത മദ്ധ്യോർവ്വിയിൽ,
ഛേകാത്മാ ചലഭോഗഭൂവിൽ നിമിഷ-
ന്തോറും രസോന്മേഷിയാം,
ശ്രീകാളും രസകാമധേനു രസയാ-
മോർക്കിൽ കവിക്കെന്നുമേ. 71

ഹേമക്ഷ്മാധരകൂടകൽപ്പകമലർ-
ക്കാവിന്റെ ഭാഗങ്ങളിൽ
പ്രേമത്തിൽ സുരയൗവതങ്ങളനിശം
പാടുന്ന മദ്വാണികൾ
സാമഞ്ജസ്യമെഴും ഭവൽഫണിതിയിൽ
സഹ്യാദ്രിസാനുക്കളിൽ
ഭൂമൻ, ഭൗമ 'കുമാര'രോതുവതെനി-
ക്കേകുന്നു രോമോദ്ഗമം. 72

---

71. ഏകാന്തം – അത്യന്തം. ഇങ്ങ് – ഈ ഉപരിലോകത്ത്. തമോഭൂമിയിൽ – അന്ധകാരമയമായി പറയപ്പെടുന്ന അധോലോകത്തിൽ (പാതാളത്തിൽ). പോകാ – വിട്ടുമാറുകയില്ല. സക്തി – വിഷയാസക്തി. തമഃപ്രകാശ...ശ്രീ – ഇരുട്ടും പ്രകാശവും ഇടകലർന്നിട്ടുള്ള ശ്രീ. മദ്ധ്യോർവിയിൽ – മേൽപറഞ്ഞ രണ്ടു ലോകത്തിന്റെയും മധ്യേയുള്ള ഭൂലോകത്ത്. ഛേകാത്മാ – സഹൃദയൻ. ചലഭോഗഭൂവിൽ – സുഖദുഃഖാനുഭവം മാറിമാറി വരുന്ന ആ ഭൂമിയിൽ. രസോന്മേഷി – നവരസങ്ങളുടെ സ്പഷ്ടമായ സ്ഫുരണത്തോടുകൂടിയവൻ, രസകാമധേനു – നവരസങ്ങളെ ഒഴിയാതെ വർഷിക്കുന്ന ദേവസുരഭി. രസ – ഭൂമി. കവി – കാവ്യകാരൻ. ഒരു കവിയെ സംബന്ധിച്ച് ഭൂലോകത്തിനു മറ്റുള്ള ലോകങ്ങളെ അപേക്ഷിച്ചുള്ള ഉൽക്കർഷത്തെ ഈ പദ്യം കൊണ്ടു വർണിച്ചിരിക്കുന്നു.

72. ഹേമക്ഷ്മാധര... മലർക്കാവ് – മഹാമേരുവിന്റെ ശിഖരത്തിലുള്ള കൽപ്പകപ്പൂങ്കാവ്. നന്ദനോദ്യാനമെന്ന് അർഥം. സുരയൗവതങ്ങൾ – ദേവയുവതികളും യുവാക്കന്മാരും. മദ്വാണികൾ – എന്റെ *കുമാരസംഭവാ*ദികളായ സംസ്കൃത കാവ്യങ്ങൾ എന്നു സാരം. സാമഞ്ജസ്യമെഴും – രസാനുഗുണമായ. ഭവൽഫണിതിയിൽ – അങ്ങയുടെ ഭാഷയിൽ (പരിഭാഷയിൽ). സഹ്യാദ്രിസാനുക്കളിൽ – സഹ്യപർവതത്തിന്റെ താഴ്‌വരയിലുള്ള മലയാളരാജ്യത്തിൽ. ഭൗമകുമാരർ – ഭൂമിയിലുള്ള ബാലികമാരും ബാലന്മാരും. രോമോദ്ഗമം – (സന്തോഷംകൊണ്ടുള്ള) രോമാഞ്ചം. ഈ പദ്യത്തിലെ കുമാരശബ്ദം കുമാരസംഭവം പരിഭാഷയെക്കൂടി വിശേഷിച്ച് സൂചിപ്പിക്കുന്നു.

ഭംഗം വിട്ട രസപ്രവാഹമമര-
പ്രാമാണികർക്കപ്സരോ-
രംഗത്തിൽ തിരതല്ലിയെന്നുമരുളും
മദ്രൂപകങ്ങൾക്കു മേൽ
അംഗസ്വന്ത'കലാവിലാസ' വശയാ-
യാടുന്ന വാഗ്ദേവിത-
ന്നംഗക്ഷേപകുതൂഹലങ്ങളുമെനി-
ക്കാനന്ദമേകുന്നുതാൻ. 73

രാജ്യശ്രീഗതിയാൽ സ്വയം 'രഘു'വിനെ-
പ്പോ'ലാംഗ്ലസാമ്രാജ്യ'മാം
പ്രാജ്യത്വം കലരുന്ന വാഗ്ലഹരിയാൽ
വിശ്വം ജയിച്ചൂ ഭവാൻ:
പൂജ്യഖ്യാതിയെഴും സുധാസദൃശിയ-
ഗ്ഗൈർവാണിതാനും തണു-
ത്താജ്യം പോലെയുറച്ചുപോയ് നിലവി-
ട്ടിപ്പോൾ ദ്രവിച്ചു കവേ! 74

---

73. രസപ്രവാഹം – നവരസങ്ങളുടെ ഒഴുക്ക്. അപ്സരോരംഗം – ദേവദാസികളുടെ അരങ്ങ്. അരുളും – നൽകുന്ന. മദ്രൂപകങ്ങൾ – എന്റെ നാടകത്രയം. അംഗ! – പൂജ്യ. സ്വന്തകലാവിലാസവശ – കാവ്യനാട്യശാസ്ത്രവിജ്ഞാനത്തിന്ന് വശംവദ (കലാവിലാസ നാടകസമാജക്കാർക്ക് അധീനയെന്നും). വാഗ്ദേവി – സരസ്വതി (ഭാഷയെന്നും). അംഗക്ഷേപകുതൂഹലങ്ങൾ – നാട്യഭേദങ്ങൾ (രചനാരീതിവിശേഷങ്ങൾ എന്നും). കലാവിലാസനാടകസമാജക്കാർക്കു വേണ്ടി കഥാപുരുഷൻ പരിഭാഷപ്പെടുത്തിയിട്ടുള്ള ശാകുന്തളാദി നാടകങ്ങളുടെ രചനാഗുണവിശേഷത്തെ ഇതിൽ വർണിച്ചിരിക്കുന്നു.

74. രാജ്യശ്രീഗതിയാൽ – രാജ്യലക്ഷ്മിയുടെ ധാടിയാൽ, ജൈത്രയാത്രാസിദ്ധമായ വിജയത്താൽ എന്നു താൽപ്പര്യം. സ്വയം – സാക്ഷാൽ. രഘു – രഘുചക്രവർത്തി. പ്രാജ്യത്വം – ശ്രൈഷ്ഠ്യം. വാഗ്ലഹരി – ശബ്ദപ്രവാഹം. സുധാസദൃശി – അമൃതതുല്യം. ആജ്യം – പഴയ നെയ്യ് എന്നു താൽപ്പര്യം. ദ്രവിച്ചു – അലിഞ്ഞു. സംസ്കൃതരഘുവംശകാവ്യത്തിനുശേഷം അത്ര ആസ്വാദ്യമായ രീതിയിൽ ശുഷ്കമായ സാമ്രാജ്യചരിത്രത്തെ വിഷയമാക്കി ഒരു കാവ്യം ഉണ്ടായിട്ടുള്ളത് ആംഗ്ലസാമ്രാജ്യമാണെന്നും മൃതഭാഷയായ സംസ്കൃതത്തിന് ഒരു ജീവദ്ഭാഷയുടെ സാരള്യവും ചൈതന്യവും വന്നിട്ടുള്ളതായി അനുഭവപ്പെട്ടിരിക്കുന്നു എന്നും സാരം. ഈ പദ്യത്തിലെ രഘുപദം *രഘുവംശ*ത്തെ ആദർശമാക്കി പ്രകൃതകവി തന്റെ കാവ്യത്തെ നിർമിച്ചിട്ടുള്ളതിനെക്കൂടി സൂചിപ്പിക്കുന്നു.

ഖേദവ്യാകുല,കേരളാവനി കര-
ഞ്ഞീടുന്നതും, തീവ്രനിർ-
വ്വേദവ്യാഹതചിത്ത കൈരളി വിര-
ഞ്ഞിമ്മട്ടു മൂർച്ഛിച്ചതും,
ഹാ! ദർശിച്ചു ഭവദ്ഗുണങ്ങളനുമാ-
നിക്കാം സഖേ! ഭൂവിൽ നിർ-
വ്വാദം വിശ്വഭരം രസത്തിൽ നിലനിർ-
ത്തീടുന്നു വാഗ്വേദികൾ. 75

താരിൻ സൗരഭധാടി തെന്നലതുപോൽ
സ്വച്ഛന്ദവാഗ്വീചിയാൽ
പാരിൻ പ്രാജ്യഗുണം പരത്തിയതിനെ-
ബ്ഭോഗാർഹമാക്കും മഹാൻ
നേരിൽ പ്രാണനിളയ്ക്കു; പിന്നെ മറയാൽ
താരാട്ടി ബാല്യം മുതൽ
ഭൂരിച്ഛാന്ദസർ പോറ്റിയോരു വസുധയ്-
ക്കോർക്കിൽ കഥിക്കേണമോ? 76

75. ഭഗദ്ഗുണങ്ങൾ - അങ്ങയോടു കൈരളിക്കും കേരളഭൂമിക്കും അന്യാദൃശമായ സ്നേഹത്തിനു കാരണഭൂതമായ മുഖ്യഗുണഗണങ്ങൾ. വിശ്വഭരം - സംസാരത്തിന്റെ ഭാരം. രസത്തിൽ നിലനിർത്തീടുന്നു - സാഹിത്യരസാസ്വാദനത്താൽ നിലനിർത്തീടുന്നു; സഹ്യമാക്കിച്ചെയ്യുന്നു എന്നു താൽപ്പര്യം. വാഗ്വേദികൾ - ഭാഷാമർമ്മജ്ഞന്മാരായ കവികൾ ഒരു ഭാഷാശാസ്ത്രവിദഗ്ധന്റെയും ഒരു മഹാകവിയുടെയും നിലയിൽ കഥാപുരുഷനുള്ള പരമോൽക്കർഷം ഈ ശ്ലോകത്താൽ വർണിക്കുന്നു.

76. താരിൻ സൗരഭധാടി - പുഷ്പത്തിന്റെ സൗരഭ്യധോരണിയെ. തെന്നൽ - മന്ദമാരുതൻ. സ്വച്ഛന്ദവാഗ്വീചി - അനർഗ്ഗളമായ വാക്പ്രവാഹം. പാരിൻ - ഭൂമിയുടെ. പ്രാജ്യഗുണം - ഉൽക്കൃഷ്ടഗുണാതിശയത്തെ. പരത്തി - വ്യാപിപ്പിച്ചെന്നു താൽപ്പര്യം. ഭോഗാർഹം - അനുഭവഗോചരം. മഹാൻ - കവിയെന്നർത്ഥം. നേരിൽ - പരമാർത്ഥത്തിൽ. പ്രാണൻ - പ്രാണസദൃശൻ (വായുവെന്നും). ഇളയ്ക്ക് - ഭുമണ്ഡലത്തിന്ന്. മറ - വേദസൂക്തങ്ങൾ. ബാല്യംമുതൽ - നാഗരികതയുടെ ആരംഭകാലം മുതൽ. ഭൂരിച്ഛാന്ദസർ - ഛന്ദസ്സുകളുടെ ദ്രഷ്ടാക്കളും ആദികവികളുമായ ഋഷിമാർ. വസുധ - ഭാരതഭൂമിയെന്നർത്ഥം. കവികൾ പൊതുവിൽ ഭൂമിയുടെ പ്രാണവായുക്കളാണെന്നും വിശേഷിച്ച് ഭാരതഭൂമിക്കു കവികൾ പ്രാണതുല്യർതന്നെ എന്നും താൽപ്പര്യം.

അംഗച്ഛേദനതുല്യമാണു ഭവതി-
ക്കേതാദൃശന്മാർ നിജോ-
ത്സംഗംവിട്ടു പിരിഞ്ഞുപോവതു, വിധി-
ക്കിമ്മട്ടു കീഴ്പ്പെട്ടിനി,
തുംഗപ്രാഭവമാർന്നിടും ത്രിപഥഗാ-
സംഗത്തിനാൽ സ്തുത്യമാം
'വംഗ'ദ്യോവിലുദിച്ചുയർന്ന 'രവി'യെ
സ്നേഹിക്ക വിശ്വംഭരേ! 77

ഈവണ്ണം തുടരുന്നതിന്നിടയിലH-
ശ്ശാകുന്തളോദ്യദ്യശോ-
ധാവള്യം കലരും കവീന്ദ്രനുടനേ
കുമ്പിട്ടു മുമ്പാക്കവേ,
ഭാവസ്വച്ഛതയാർന്നു ചാരുകവിതാ-
മന്ദസ്മിതം പോൽ മന-
സ്സാവാർജ്ജിപ്പൊരു ധാമമെത്തി നിലകൊ-
ള്ളുന്നൂ നിരാഡംബരം. 78

77. അംഗച്ഛേദനതുല്യം – സ്വന്തശരീരാവയങ്ങൾ അറുത്തു മാറ്റുന്നതുപോലെ ദുസ്സഹം. ഏതാദൃശന്മാർ – കഥാപുരുഷനെപ്പോലുള്ള കവി ശ്രേഷ്ഠന്മാർ. നിജോത്സംഗംവിട്ട് – തന്റെ മടിയിൽനിന്ന്. വിധിക്ക് – കഥാപുരുഷന്റെ വിയോഗഹേതുവായ ദുർവിധിക്ക്. തുംഗപ്രാഭവം – ഉൽക്കൃഷ്ടമായ മാഹാത്മ്യം. ത്രിപഥഗാസംഗത്തിനാൽ – ഗംഗാസംസർഗത്താൽ. വംഗദ്യോവിൽ – ബംഗാളമാകന്ന ആകാശത്തിൽ. രവി – സൂര്യൻ, (മഹാകവി രവീന്ദ്രനാഥടാഗോർ എന്നും). വിശ്വംഭരേ! – ഭൂമിദേവി! കാളിദാസൻ അതീതകാര്യാനുശയകാലക്ഷേപവൈമുഖ്യത്തെ ദ്യോതിപ്പിക്കുമാറ് കവികളുടെ പ്രസ്താവത്തിൽ ഇന്നു ലോകവിശ്രുതനായ മഹാകവി രവീന്ദ്രനാഥടാഗോറിൽ ഭൂമിയുടെ ശ്രദ്ധയെ സവിശേഷം ആകർഷിച്ചുകൊണ്ടു സ്വാഗതത്തെ ഉപസംഹരിക്കുന്നു.

78. ശാകുന്തളോദ്യ – കവീന്ദ്രൻ – ശാകുന്തള നാടകനിർമ്മാണത്താൻ പേരെടുത്ത് വെൺമതേടിയ കവിസാർവഭൗമൻ, (കാളിദാസനെന്നു താൽപ്പര്യം). മുമ്പാക്കവേ – മുമ്പിൽ സ്ഥലം കൊടുത്തുനിർത്തുന്ന അവസരത്തിൽ. ഭാവസ്വച്ഛത – അന്തഃകരണത്തിന്റെ നൈർമല്യം; അഭിപ്രായശുദ്ധി. ആവർജിപ്പൊരു – ആകർഷിക്കുന്ന. ധാമം – തേജസ്സ്. തേജോരൂപിയായ ഭാസകവി എന്നു താൽപ്പര്യം. നിരാഡംബരം – കൃത്രിമഭംഗിയൊന്നുമില്ലാത്തത്. *ചാരുദത്തം, സ്വപ്നവാസവദത്തം* ഈ രണ്ടു നാടകങ്ങളുടെ പരിഭാഷയെ ആസ്പദമാക്കി തൽകർത്താവായ ഭാസകവിയെ ഈ ശ്ലോകത്തിൽ അവതരിപ്പിക്കുന്നു. ആ കവിയിൽ കാളിദാസനുള്ള ആദരാതിശയത്തെ ഇതിൽ സൂചിപ്പിച്ചിരിക്കുന്നു.

"ശ്രീമൻ, ഭൂപരിവർത്തനങ്ങളിലിടയ്-
ക്കെങ്ങോ മറഞ്ഞേറെനാ-
ളീമട്ടിൽ പടുദന്തലേഖനി നയി-
ച്ചിപ്പോൾ 'ഗണേശോ'ദ്ധൃതം
ആ മന്നാടകചക്രമമ്പിൽ നിജവാ-
ക്കൂടേ തിരിക്കും ഭവാ-
നാമജ്ജിച്ചിതു കാലസിന്ദുവിലഹോ
സംസാരപാരിപ്ലവം!" 79

ഖ്യാതിപ്പെട്ട പുരാണരൂപകകവി-
പ്രൗഢൻ കനിഞ്ഞീ വച-
സ്സോതി സ്വസ്തി പറഞ്ഞുമാറുമുടന-
ങ്ങോരോ കലാവല്ലഭർ
ഹാ! തിക്കുന്നു, സമാനുകമ്പരവരിൽ
പൗരസ്ത്യപാശ്ചാത്യരാം
ജ്യോതിർവിത്തുകൾ മുഖ്യരാണുപചിത-
ജ്യോതിഷ്പ്രസാദോജ്ജ്വലർ. 80

---

79. ഭൂപരിവർത്തനങ്ങൾ – ലോകഗതിയുടെ വിവിധമായ മാറ്റങ്ങൾ, ഭൂഗോളഭ്രമങ്ങൾ എന്നും. പടുദന്തലേഖനി – സാമർത്ഥ്യമേറിയ ദന്തമാകുന്ന എഴുത്തുകോൽ. നയിച്ച് – പ്രയോഗിച്ച്. ഇപ്പോൾ – ഈയിടെ. ഗണേശോദ്ധൃതം – ഗണേശനിർവിശേഷനായ മഹാമഹോപാദ്ധ്യായാൽ ബ്രഹ്മശ്രീ ഗണപതി ശാസ്ത്രി അവർകളാൽ കണ്ടുപിടിച്ച് പ്രസിദ്ധീകരിക്കപ്പെട്ടത്. ആ മന്നാടകചക്രം – അങ്ങനെയുള്ള എന്റെ നാടകസമൂഹം, നാടകമാകുന്ന വണ്ടിയെന്നും. നിജവാക്കൂടെ – സ്വന്തഭാഷയിലേക്ക്. ആമജ്ജിച്ചിതു – മുങ്ങി. കാലസിന്ധുവിൽ – കാലമാകുന്ന മഹാസമുദ്രത്തിൽ. അഹോ! – ആശ്ചര്യം. സംസാരപാരിപ്ലവം – സംസാരത്തിന്റെ അസ്ഥിരഗതി. ഇതിൽ ഭാസകവി മറഞ്ഞുകിടന്നിരുന്ന തന്റെ നാടകങ്ങളുടെ ആവിർഭാവത്തെ അഭിനന്ദിക്കയും അവയുടെ പരിഭാഷകളിൽ ഉദ്യുക്തനായ കഥാപുരുഷന്റെ അകാലനിര്യാണത്തിൽ അനുതപിക്കുകയും സംസാരത്തിന്റെ അവിശ്വസനീയതയെപ്പറ്റി നിർവേദിക്കുകയും ചെയ്യുന്നു.
80. പുരാണരൂപകകവിശ്രേഷ്ഠൻ – പഴയനാടകകവികളിൽ മുഖ്യനായ ഭാസൻ. സ്വസ്തി – മംഗളാശംസ. സമാനുകമ്പർ – കഥാപുരുഷനിൽ തുല്യമായ അനുകമ്പയുള്ളവർ. ജ്യോതിർവിത്തുകൾ – ജ്യോതിശ്ശാസ്ത്രപണ്ഡിതന്മാർ. ഉപചിതജ്യോതി ... ജ്വലർ – തങ്ങളാൽ സേവിക്കപ്പെട്ട ഗ്രഹദേവതകളുടെ അനുഗ്രഹത്താൽ സിദ്ധിച്ച തേജോവിശേഷത്തോടുകൂടിയവർ.

നാലഞ്ചാളുകൾ പിന്നെയർച്ച്യപദരാ-
വേദാന്തിമാരപ്പുറ-
ത്താലങ്കാരികരാഗമജ്ഞർ പലര-
ന്നൈരുക്തികന്മാർ ചിലർ
നീലശ്രീലശരന്നഭസ്സിലുയരും-
ഗംഗാതരംഗത്തിലെ-
പ്പാലഞ്ചും പുതു ബുദ്ബുദപ്രഭയൊടും
പൊങ്ങുന്നിതങ്ങങ്ങവർ. 81

താണാ ദിക്കിനു തെല്ലുദൂരെയുടനേ
കാർക്കൊണ്ടലിൻ കോടിയിൽ
കാണാമാഭ കടൽക്കരയ്ക്കൊരു കരും-
വാർകൈത പൂക്കുന്നപോൽ,
ഏണാങ്കന്റെയപൂർണ്ണബിംബമവിടെ-
പ്പൊങ്ങുന്നതോ? വാണിതൻ
ഭേണാർന്നീടിന ഹംസമാവഴി പറ-
ന്നെത്തുന്ന സന്നാഹമോ! 82

---

81. അർച്ച്യപദർ - പൂജ്യപാദന്മാർ വേദാന്തിമാർ - അദ്വൈതം വിശിഷ്ടാദ്വൈതം മുതലായ സിദ്ധാന്തങ്ങളുടെ പ്രവർത്തകന്മാരായ ആചാര്യന്മാർ. ആലങ്കാരികർ - സാഹിത്യശാസ്ത്രജ്ഞന്മാർ ആഗമജ്ഞർ - ശൈവാദ്യാഗമങ്ങളിൽ പാണ്ഡിത്യമുള്ളവർ. നൈരുക്തികന്മാർ - നിരുക്തിശാസ്ത്രവിദഗ്ധന്മാർ. നീലശ്രീല ... നഭസ്സിൽ - നീലവർണ്ണമായ ശരൽക്കാലത്തിലെ ആകാശത്തിൽ. ബുദ്ബുദപ്രഭ - നീർപ്പോളകളുടെ ശോഭ. ഈ പദ്യത്തിലെ ഗംഗാതരംഗശബ്ദം ആകാശഗംഗയെന്നു പറയാറുള്ള സൂക്ഷ്മനക്ഷത്രസമൂഹങ്ങളെക്കുറിക്കുന്നു. അനുതാപം പ്രദർശിപ്പിക്കുന്ന വ്യക്തിവിശേഷങ്ങളുടെ പ്രത്യേകവർണനയാൽ തത്ത്വശാസ്ത്രസംബന്ധമായി തിരുമേനിക്ക് ഉണ്ടായിരുന്ന പാണ്ഡിത്യവിശേഷം ഈ രണ്ടുപദ്യത്തിലും സൂചിപ്പിക്കപ്പെട്ടിരിക്കുന്നു.

82. താണാ ദിക്കിനു തെല്ലുദൂരെ - മേൽപറഞ്ഞ നക്ഷത്രങ്ങൾ പ്രത്യക്ഷപ്പെട്ട സ്ഥലത്തുനിന്നും കുറെ അകലെയായി താഴത്ത്. അപൂർണബിംബം - തികയാത്ത മണ്ഡലം. (തിരുമേനി തീപ്പെട്ടത് ദശമിദിവസമാണ്). ഹംസം - വാഹനമായ അരയന്നം. ഇവിടെ പടിഞ്ഞാറ് കാർമേഘത്തിന്റെ ഇടയിൽക്കൂടി അപ്പോൾ വെളിപ്പെടാൻ കിരണങ്ങൾ പരത്തിത്തുടങ്ങുന്ന അപൂർണചന്ദ്രനെ ആ വഴി പറന്നുവരാൻ പോകുന്ന സരസ്വതിയുടെ വാഹനമായ ഹംസമാണോയെന്ന് സന്ദർഭാനുകൂലമായി സന്ദേഹിക്കുന്നു.

അല്ലിൽ ദ്യോവിൽ മഹാണ്ഡകോടികൾ ചലി-
ച്ചങ്ങങ്ങു പൊങ്ങും രവം
തല്ലിക്കൂടിയ വാദ്യമൊത്തനുരണി-
ച്ചാ വീണ കേണീടവേ,
കില്ലില്ലിങ്ങു കനിഞ്ഞു ദേവിയെഴുന്ന-
ള്ളീടുന്നിതിപ്പുത്രനെ-
ച്ചൊല്ലിത്താപമൊടും സുരർഷിനിവഹ-
വ്യാഗീത, വാഗീശ്വരി. 83

അക്കാർവിട്ടു തെളിഞ്ഞു ഹംസപതിമേൽ
തങ്ങി ക്ഷണം ഭൂമിയിൽ
തൃക്കാരുണ്യകടാക്ഷദീധിതി നറും-
പാൽപോൽ പരത്തി സ്വയം;
ചിൽക്കാമ്പാമവൾ കേരളോർവ്വിയെയഹോ!
കാണുന്നു ദുഃഖാബ്ധിയിൽ,
തൽക്കായത്തിലടിഞ്ഞ കൈരളിയെയും
നോക്കുന്നിതമ്പാർന്നുടൻ. 84

---

83. അല്ലിൽ – രാത്രിയിൽ. മഹാണ്ഡകോടികൾ – അസംഖ്യം അണ്ഡഗോളങ്ങൾ. രവം – ആ ഗോളങ്ങളുടെ ചലനത്തിൽനിന്നു പുറപ്പെടുന്ന നാദവിശേഷം. അനുരണിച്ച് – പ്രതിധ്വനിച്ച്. കേണീടവേ – ദുഃഖദ്യോതകമായ നാദം പുറപ്പെടുവിക്കുമാറ്. സുരർഷിനിവഹവ്യാഗീത – ദേവന്മാരുടെയും ഋഷിമാരുടെയും സമൂഹത്താൽ സ്തുതിക്കപ്പെട്ടവൾ. സുരർഷിനിവഹത്തിന് – സപ്തർഷികളെന്നുകൂടി അർഥം. മുൻ പദ്യത്തിൽ സന്ദേഹിച്ച സരസ്വതിയുടെ ആഗമനത്തെ സമുചിതമായ ആഡംബരത്തോടുകൂടി വർണിച്ച് ഈ പദ്യത്താൽ സ്ഥാപിക്കുന്നു.

84. ഹംസപതി – വാഹനമായ അരയന്നം. ചിൽക്കാമ്പാം – ജ്ഞാനസ്വരൂപയായ. തൽക്കായത്തിൽ – കേരളഭൂമിയുടെ ശരീരത്തിൽ. ഈ പദ്യത്തിൽ പൂർവോൽപ്രേക്ഷയെ തുടർന്നു കൊണ്ട് ചന്ദ്രനെ സരസ്വതീവാഹനമായ ഹംസപതിയായും ചന്ദ്രികയെ സരസ്വതിയുടെ ഭൂമിയിലേക്കുള്ള കടാക്ഷത്തിന്റെ പ്രകാശമായും അദ്ധ്യവസായിച്ചിരിക്കുന്നു.

ഉന്നിദ്രാഭ കലർന്നു കാറ്റിലിളകും
കാറൊത്തു കാലോളവും
പിന്നിൽപ്പാറിയ കുന്തൽമേൽ വിലസിയും
തൂമഞ്ജുപൂ 'മഞ്ജരി'
ചിന്നിപ്പൂവുടയാട 'സാഹ്യ'മിയലും
പൊൻനാടയാൽ മിന്നിയും
മന്നിൽപ്പെട്ടു കിടക്കുമമ്മകളെ നിർ–
വർണ്ണിച്ചു വർണ്ണാത്മിക. 85

സ്ഥൂലദ്രാവിഡമട്ടുവിട്ടു നിയമ–
സ്വച്ഛാംഗിയായോമന–
ക്കോലം 'സംസ്കൃത'മോടിയാൽ വികൃതമാ–
ക്കീടാതെ ചേതോഹരി,
ഫാലത്തിങ്കലഴിഞ്ഞ സൂക്ഷ്മ'തിലകം'
പൂരിച്ചു സദ്'ഭൂഷണം'
ലോലശ്രീയൊടു പൂണ്ടു മൂർച്ഛയിതിലും
ശോഭിച്ചീടുന്നുണ്ടിവൾ. 86

---

85. മഞ്ജരി – പൂങ്കൊത്ത്, ('വൃത്തമഞ്ജരി'യെന്നും). സാഹ്യം – സാഹായ്യം ('സാഹിത്യസാഹ്യ' മെന്നും). അമ്മകളെ – തന്റെ പുത്രികളിൽ ഏകയായ കൈരളിയെ. നിർവ്വർണ്ണിച്ചു – സൂക്ഷിച്ചുനോക്കി. വർണ്ണാത്മിക – സരസ്വതി. മൂന്നാമതു പദ്യത്തിൽ ഉല്ലേഖിച്ചിരിക്കുന്ന കൈരളിയുടെ കിടപ്പിനെ അടുത്ത പദ്യത്തിൽ പ്രത്യേകം വർണിക്കുന്നു. മഞ്ജരിപദപ്രയോഗംകൊണ്ട് ഭാഷയുടെ പൂർവാംഗമായ പദ്യസാഹിത്യ പരിഷ്കാരത്തെ പുരസ്കരിച്ചു കഥാപുരുഷൻ നിർമിച്ചിട്ടുള്ള വൃത്തമഞ്ജരിയെന്ന വിശിഷ്ടഗ്രന്ഥത്തെയും സാഹിത്യപദം കൊണ്ട് ഭാഷയുടെ അപരാംഗമായ ഗദ്യ സാഹിത്യത്തിന്റെ അഭിവൃദ്ധിയെ ഉദ്ദേശിച്ച് അദ്ദേഹം രചിച്ചിട്ടുള്ള സാഹിത്യസാഹ്യമെന്ന ഉൽക്കൃഷ്ടഗ്രന്ഥ ത്തെയും സൂചിപ്പിച്ചിരിക്കുന്നു.

86. സ്ഥൂലദ്രാവിഡമട്ട് – ശുദ്ധ തമിഴ്സമ്പ്രദായം. നിയമസ്വച്ഛാംഗി – സ്നാനാദി നിയമവിധികളെക്കൊണ്ട് നിർമലമായ ശരീരത്തോടുകൂടിയവൾ, വ്യാകരണ വിധികൾകൊണ്ട് ശബ്ദസൗഷ്ഠവം സിദ്ധിച്ചതെന്നും. കോലം – ശരീരം.സം സ്കൃതമോടി – അതിമാത്രമായ പ്രസാധനം, സംസ്കൃതസുപ്തിങന്തപദ പ്രാചുര്യം. വികൃതം – വിരൂപം. തിലകം – പൊട്ട്, *ലീലാതിലക*മെന്ന മണി പ്രവാളശാസ്ത്രഗ്രന്ഥമെന്നും. സദ്ഭൂഷണം – നല്ല ആഭരണം. 'ഭാഷാഭൂ ഷണ'മെന്ന മലയാള അലങ്കാരശാസ്ത്രഗ്രന്ഥമെന്നും, ഭാഷയുടെ ഇന്നത്തെ പരിഷ്കൃതസ്ഥിതിക്കു പ്രധാന കാരണഭൂതൻ ഈ കഥാപുരുഷൻ എന്നും സാരം.

മിണ്ടാതിന്നിലയിൽ ശയിക്കിലുമഹോ
മാധുര്യമേലും മുഖ-
ത്തണ്ടാരിൻ മൃദുസംവിധാനഗതിയാ-
ലോതുന്നിതേതാണ്ടിവൾ
"വേണ്ടാ ജീവിതമിന്നിയെന്നുടലിലും
വൈരൂപ്യമേകീടുവോ-
രുണ്ടാം മേലിലനേക, രസ്തമിതനാ-
യെൻ സൂര്യ"നെന്നൊക്കവേ. 87

ആകാശത്തിലുടൻ പ്രഭൂതരുജപൂ-
ണ്ടെത്തുന്നിതഞ്ചാറു ന-
ല്ലാകാരപ്രഭ ഹംസപക്ഷരുചിയാം
മേക്കട്ടിതൻ താഴെയും
ഹാ! കാരുണ്യമിയന്നു കണ്ടിതഖിലം
കേഴുന്നു വാഗ്ദേവിതാൻ!
ശോകാവസ്ഥ പരസ്പരം പകരുമി-
ങ്ങാർദ്രാശയർക്കാർക്കുമേ. 88

തേനഞ്ചീടിന 'ഗാഥ'യാലൊരു മഹാൻ
താരാട്ടി മുമ്പമ്പിയ;-
ന്നാനന്ദാശ്രുവിൽ മുക്കി മറ്റൊരു മഹാ-
ധന്യൻ 'കിളിക്കൊഞ്ചലാൽ';
ദീനത്വം കലരാതെയന്യസരസൻ
'തുള്ളിച്ചു' തൻപാട്ടിനാൽ;
നൂനം കൈരളിയമ്മയും ശിശുവുമായ്-
നിന്നാളവർക്കന്നഹോ. 89

---

87. മൃദുസംവിധാനഗതി – വിചാരങ്ങളുടെ മുദ്രകളായി മാംസപേശികളിൽ സ്ഫുരിക്കുന്ന വിലക്ഷണവലികൾ. ഈപദ്യത്തിന്റെ ഉത്തരാർധംകൊണ്ട് മൂർച്ഛിതയായ കൈരളിയുടെ ഹൃദയഗതി എന്തായിരിക്കുമെന്ന് ഊഹിച്ചു വർണിച്ചിരിക്കുന്നു.

88. പ്രഭൂതരുജ – അധികതരമായ ദുഃഖം. ആകാരപ്രഭ – ശരീരതേജസ്സ്. ഹംസപക്ഷരുചി – അരയന്നത്തിന്റെ വെളുത്ത ചിറകുകളുടെ കാന്തി. തദാകാരമായ ചന്ദ്രികയെന്നു താൽപ്പര്യം. മേക്കട്ടി – വിതാനം. ഈ പദ്യത്തിൽ അടുത്ത രണ്ടു പദ്യങ്ങളിലായി പറവാൻ പോകുന്ന പ്രസിദ്ധന്മാരായ പ്രാചീനമലയാള കവികൾ സരസ്വതീവാഹനമായ ഹംസത്തിന്റെ ചിറകുകളുടെ അടിക്കുള്ള ദിക്കിൽ പ്രത്യക്ഷപ്പെടുന്നതായി സൂചിപ്പിക്കുന്നു.

89. ഗാഥ – കൃഷ്ണഗാഥ. ഒരു മഹാൻ – ചെറുശ്ശേരിനമ്പൂരി എന്നർഥം. മുക്കി മുഴുകിച്ചു. മറ്റൊരു മഹാധന്യൻ – മഹാത്മാവായ രാമാനുജൻ എഴുത്തച്ഛൻ എന്നർഥം. കിളിക്കൊഞ്ചലാൽ – *രാമായണം, ഭാരതം, ഭാഗവതം* മുതലായ കിളിപ്പാട്ടുകളാൽ. അന്യസരസൻ – മറ്റൊരു രസികൻ (കുഞ്ചൻനമ്പ്യാർ). തുള്ളിച്ചു – ചാടിക്കളിപ്പിച്ചു. തൻപാട്ടിനാൽ – തന്റെ തുള്ളൽപ്പാട്ടുകളാൽ. ഈ മൂന്നു കവികൾക്കു മുൻപ് കൈരളിയുടെ സ്ഥിതി കേവലം ദയനീയമായിരുന്നതിനാൽ അവർക്ക് അന്ന് കർമത്താൽ കൈരളി മാതാവായിരുന്നു എങ്കിലും കാര്യത്തിൽ അവൾ അവരുടെ ലാളനപോഷണങ്ങൾക്ക് അർഹയായ ശിശുവായിരുന്നു എന്ന വസ്തുതയെ ഈ പദ്യത്തിൽ വർണിച്ചിരിക്കുന്നു.

അക്കാണും പ്രഭപൂണ്ടടുത്തു വിലസും
സാരസ്വതന്മാരിലീ-
മുല്ക്കാര്യങ്ങൾ നിനച്ചു കേഴുവവരാ-
ണിച്ചൊന്ന മൂന്നാളുകൾ;
ഉൾക്കാമ്പാടിയവർക്കു പിമ്പിലെഴുമ-
മ്മറ്റുള്ളപേർ ദേവിതൻ
തൃക്കാൽ കൂപ്പുകയാം സമാധി വരുവാൻ
തോരാത്ത കണ്ണീരൊടും. 90

പ്രവ്യഗ്രാശയരായ് പകച്ചഴൽ വഹി-
ച്ചിമ്മട്ടു നിന്നീടുമ-
ദ്ദിവ്യസ്ത്രീപുരുഷർക്കശേഷമുടനേ
രോമാഞ്ചമേകുംപടി;
ഭവ്യപ്രദ്യുതിപൂണ്ടു ഭാരതിയെഴും
സ്ഥാനത്തിൽനിന്നപ്പൊഴീ-
സുവ്യക്താക്ഷരവാണി മറ്റൊലിയൊടും
കേൾക്കുന്നു ദിക്കാകവേ. 91

---

90. അടുത്തു വിലസും – സരസ്വതിയുടെ സമീപനത്തായി ശോഭിക്കുന്ന. സാരസ്വതന്മാരിൽ – സരസ്വതീസേവകരായ ദിവ്യന്മാരിൽ. ഈ മുൽക്കാര്യങ്ങൾ – മേൽപ്പറഞ്ഞ പഴയ ലാളനപോഷണാദി വസ്തുക്കൾ. ഇച്ചൊന്ന മൂന്നാളുകൾ – പര്യായോക്തരീത്യാ മേൽ വർണിച്ച ചെറുശ്ശേരി, തുഞ്ചൻ, കുഞ്ചൻ ഇവർ. മറ്റുള്ള പേർ – കഥകളി മുതലായ പ്രബന്ധങ്ങളുടെ കർത്താക്കന്മാരും മറ്റുമായ അർവാചീനപരേതകവികൾ. സമാധി – ചിത്താശ്വാസം. പൂർവ മലയാളകവികൾ എല്ലാം പ്രത്യക്ഷമായി ഈ ദുസ്സഹമായ ദുഃഖത്തിൽ തങ്ങൾക്കു സമാധാനം ഉണ്ടാക്കുന്നതിനായി സരസ്വതിയുടെ അനുഗ്രഹത്തെ പ്രാർഥിക്കുന്നതായി ഈ പദ്യം ഉല്ലേഖിക്കുന്നു.

91. പ്രവ്യഗ്രാശയർ – പരിഭ്രാന്തചിത്തവൃത്തികൾ. ഭവ്യപ്രദ്യുതി – പരിശുദ്ധമായ തേജോവിലാസം. സുവ്യക്താക്ഷരവാണി – സ്ഫുടമായ വാക്ക്.

"വത്സേ! കൈരളി,യാശ്വസിക്ക, വിധിസ-
ങ്കൽപ്പത്തെ മാനിക്ക, നിൻ-
ഹൃത്സേതുക്കൾ തകർത്ത മോഹനദിവി-
ട്ടേറീടുകെൻ പൈതലേ,
സത്സേവ്യേ!സഖി! കേരളാവനി! കുഴ-
ഞ്ഞീടായ്ക ദുഃഖങ്ങളിൽ;
ചിത്സേകച്യുതമോഹനായ ഭഗവൽ-
പാദന്റെ മാതാവു നീ. 92

ലോകം നിത്യചലം, വൃഥാ മൃതിഭയം
തോന്നുന്നു മാറ്റങ്ങളിൽ
പാകത്തിൽ പൊരുളൊന്നുതന്നെ; പലതാ-
മദ്ദേശകാലങ്ങളാൽ;
ഏകവ്യാകുലവിശ്വചക്രപടലം
ധർമ്മാക്ഷദണ്ഡത്തിൽനി-
ന്നാകൽപ്പം ചുഴലുന്നു, തദ്ഗതി തടു-
പ്പാനില്ല കൈയാർക്കുമേ!" 93

---

92. ഹൃൽസേതുക്കൾ – മനസിലെ ധൈര്യബന്ധനങ്ങൾ. മോഹനദി – അഗാധ മൂർച്ഛ. സാൽസേവ്യേ! – സത്തുക്കളാൽ സേവിക്കപ്പെടുന്നവളേ! ചിത്സേക ച്യുതമോഹൻ – ജ്ഞാനക്ഷാളനത്താൽ ഉന്മൂലിതമായ അജ്ഞാനത്തോടു കൂടിയവൻ. ഭഗവൽപാദൻ – ഭഗവൽപാദാചാര്യർ എന്നു പ്രസിദ്ധമായ ശങ്ക രാചാര്യർ. സരസ്വതീ സന്നിധാനത്തിൽനിന്നും പുറപ്പെട്ട ഈ സാന്ത്വനവാ ക്കിൽ പൂർവ്വാർധം കൊണ്ട് നീ എന്റെ പുത്രിയാകയാലും ഈ ദുഃഖം വിധി വിഹതമാകയാലും സഹിക്കണമെന്ന് കൈരളിയോടും ഉത്തരാർധംകൊണ്ട് ഈവിധം മോഹജന്യമായ ദുഃഖാവസ്ഥകളിൽ ധൈര്യം അവലംബിക്കേണ്ടതു മഹാജ്ഞാനിയും അദ്വൈതശാസ്ത്രപ്രവർത്തകനുമായ ശ്രീമച്ഛങ്കരാചാര്യരുടെ ജന്മഭൂമിയായ തന്റെ മുറയാണെന്ന് കേരളഭൂമിയോടും ഉപദേശിക്കുന്നു.

93. നിത്യചലം – എപ്പോഴും മാറിക്കൊണ്ടിരിക്കുന്നത്. മാറ്റങ്ങൾ – രൂപാന്തരപ്രാ പ്തികൾ. പാകത്തിൽ – പരിണാമഹേതുകമായ അവസ്ഥാവിശേഷത്തിൽ. ഏകവ്യാകുല... പടലം – ഏകമായും (എന്നാൽ വ്യാകുലമായും) നാനാപ്ര കാരേണ ഭിന്നമായും ഇരിക്കുന്ന ബ്രഹ്മാണ്ഡചക്രങ്ങളുടെ സമൂഹം. ധർമ്മാ ക്ഷദണ്ഡത്തിൽ – ധർമമാകുന്ന അച്ചുതടിയിൽ (ധർമ്മം – പുണ്യപാവ ങ്ങൾക്കും സുഖദുഃഖങ്ങൾക്കും കാര്യകാരണഭാവം കൽപ്പിച്ചു പ്രവർത്തി ക്കുന്ന അനാദ്യന്തമായ മഹാനിയമം). ആകൽപ്പം – പ്രളയം വരെ. ചുഴ ലുന്നു – ചുറ്റിത്തിരിയുന്നു തൽഗതി ആ ചുറ്റിത്തിരിയൽ മരണത്തെക്കു റിച്ചു വാസ്തവത്തിൽ ഭയപ്പെടുത്തേണ്ടതില്ലെന്നും കർമഗതി ആരാലും തടു ക്കത്തക്കതല്ലെന്നും കഥാപുരുഷന്റെ ദേഹവിയോഗത്തെപ്പറ്റി അനുശോചി ച്ചുകൊണ്ട് അവിടെ സന്നിഹിതരായ എല്ലാ അമർത്ത്യരെയും (ദേവന്മാരെ യും) സ്ഫുടതരമായി ഈ പദ്യത്തിൽ സാന്ത്വനപ്പെടുത്തുന്നു.

വീഴുന്നൂ സുരബാഷ്പവൃഷ്ടിയുടനേ-
യുൽക്രാന്തനാത്മാഭയാൽ
ചൂഴും തേരിലുയർന്നിടുന്നു വഴിമേൽ
ഹംസാരവത്തോടുമേ,
കേഴും വ്യക്തികൾ വാണിമാതൊടുമിതാ
മായുന്നിതങ്ങങ്ങു താൻ,
താഴുന്നു ദശമീഹിമാംശു കടലിൽ
പൊങ്ങും തരംഗത്തിലും 94

ഹാ! കൺമൂടിയിരുണ്ടു ദിക്കഖിലവും
വ്യാപിച്ചുമേന്മേൽ മഹാ-
കാകശ്രേണികൾപോലെ വന്നുരുതമസ്
കാണ്ഡങ്ങൾ തിങ്ങുന്നിതേ
ലോകവ്യക്തചരിത്രകൃത്തു വിധിയീ-
നാളായ താളിൽ സ്വയം
ശോകവ്യഞ്ജകമായടച്ചു മഷിതേ-
ച്ചീടുന്നു കില്ലില്ലതിൽ 95

---

94. ഉൽക്രാന്തൻ - പരേതനായ കഥാപുരുഷന്റെ ആത്മാവ്. ആത്മാഭയാൽ - തന്റെ തന്നെ തൈജസമായ കാന്തിയാൽ. ഹംസാരവം - ഹംസങ്ങളുടെ (അരയന്നങ്ങളുടെ) കൂജനം. കേഴുംവ്യക്തികൾ - അനുശോചിച്ചുകൊണ്ടു നിൽക്കുന്ന ദിവ്യസ്ത്രീപുരുഷന്മാർ. ദശമീഹിമാംശു - ദശമിനാളിലെ ചന്ദ്രൻ. സാന്ത്വനവാക്യം പുറപ്പെട്ട ഉടൻ ഉണ്ടായതായി കൽപ്പിക്കുന്ന ചെറിയ മഴയെ ആ ഉപദേശങ്ങളാൽ ഹർഷശോകങ്ങൾ ഇടകലർന്നു ദേവന്മാർ പൊഴിച്ച ബാഷ്പവൃഷ്ടിയായി ഇതിൽ ഉൽപ്രേക്ഷിക്കുന്നു. സരസ്വതിയുടെ ഉപാസകനായ കഥാപുരുഷന്റെ ആത്മാവ്, ഹംസങ്ങൾ വലിച്ചുകൊണ്ടുപോകുന്ന തേരിൽ ആകാശത്തേക്ക് ഉയർന്നുപോകുന്നതായി സങ്കൽപ്പിച്ചിരിക്കുന്നു. അനുശോചിച്ചുകൊണ്ടുനിന്നിരുന്ന ദേവതകളെല്ലാവരും സരസ്വതീദേവിതന്നെയും ചന്ദ്രന്റെ അസ്തമയത്തോടുകൂടി അതാതുസ്ഥാനങ്ങളിൽ തിരോധാനം ചെയ്യുന്നതായും ഇതിൽ ഉല്ലേഖിച്ചിരിക്കുന്നു.

95. കാകശ്രേണികൾ - കാക്കക്കൂട്ടങ്ങൾ. തമസ്കാണ്ഡങ്ങൾ - ഇരുട്ടിന്റെ പടലങ്ങൾ. ലോകവ്യക്തചരിത്രകൃത്ത് - ലോകത്തിന്റെ പ്രത്യക്ഷചരിത്രമെഴുതുന്നവൻ. ഇന്നാൾ - കഥാപുരുഷന്റെ മരണദിനം. താൾ - കടലാസ്. ശോകവ്യഞ്ജകമായി - ദുഃഖസൂചകമായി. അടച്ചു മഷിതേച്ചീടുന്നു - കറുപ്പടിക്കുന്നു. ഈ പദ്യംകൊണ്ടു തിരുമേനിയുടെ ദഹനം കഴിഞ്ഞശേഷമുള്ള രാത്രിയുടെ അവസ്ഥയെ വർണിച്ചിരിക്കുന്നു.

വാണീസംഗമവും സുരാഗമനവും
മറ്റും വൃഥാ വാസനാ-
ശ്രേണീനിർമ്മിതമാണു; കാണ്മതു ദിവാ-
സ്വപ്നങ്ങളാണൊക്കെ ഞാൻ
താണീലിന്നു വിയോഗവേദന,മറി-
ച്ചെന്നന്തരാത്മാ ഭൃശം
കേണീടുന്നിതുണർന്നഹോ! ജനനിയെ-
ത്തേടുംകിടാവെന്നപോൽ. 96

പോയീ കൈരളിതൻ പ്രശസ്തനയൻ!
പോയീ മഹാപണ്ഡിതൻ!
പോയീ ശിഷ്യസുഹൃൽപ്രിയൻ ഭസിതമാ-
യമ്മേനി! പേരായ് മഹാൻ;
മായീഭൂതമഹോ ജഗത്സ്ഥിതി!യിതാ-
മാദൃക്ഷരിൽ ശോകമി-
സ്ഥായീഭാവമിയന്നു;ബാഷ്പനിരയും
നിൽക്കാത്ത നീർച്ചാട്ടമായ്. 97

ആഹാ! നിഷ്ഠൂരരാത്രി?യമ്മഹിതനെ-
ത്തിന്നന്നു സിദ്ധിച്ചൊര-
ദ്ദേഹായാമമൊടൊന്നുരണ്ടു പുരുഷാ-
യുസ്സെന്തു നീളാഞ്ഞു നീ?
സ്നേഹാർത്തർക്കു സുഗം വളർത്തുമതു നീ-
ചെയ്തില്ല; വേണ്ട, സ്വയം
മോഹാന്ധത്വമിയന്നു ഞങ്ങൾ, പകലും
രാവാണു ഞങ്ങൾക്കിനി. 98

---

96. വാണീസംഗമം - സരസ്വതിയുടെ പുറപ്പാട്. സുരാഗമനവും - മറ്റു ദേവതകളുടെ ആവിർഭാവവും. മറ്റും - അവരുടെ സംഭാഷണങ്ങൾ, ചേഷ്ടകൾ മുതലായവ. വാസനാശ്രേണീനിർമ്മിതം - കവിയുടെ ആ വിഷയത്തിലുള്ള പഴയ വിശ്വാസങ്ങളെ അടിസ്ഥാനമാക്കിയുള്ള മനോഗതിയാൽ കൽപ്പിതം. ദിവാസ്വപ്നങ്ങൾ - പകലത്തെ കിനാവുകൾ (മനോരാജ്യരചനകൾ). വിയോഗവേദന - കഥാപുരുഷന്റെ വിയോഗത്തെപ്പറ്റിയുള്ള മനോദുഃഖം. അന്തരാത്മാ - അന്തഃകരണം. സരസ്വതീസാന്നിധ്യവും മറ്റും സത്യമായിരുന്നുവെങ്കിൽ ഹൃദയത്തിനു വളരെ ആശ്വാസമുണ്ടാകുമായിരുന്നു എന്നും അത് ഉണ്ടാകാതെ വിരഹവേദന വർധിച്ചു വരുന്നതിനാൽ അതെല്ലാം വെറും മിഥ്യാസങ്കൽപ്പമാണെന്നും ഈ പദ്യത്തിൽ ഉപപാദിക്കുന്നു.
97. മായീഭൂതം - ജാലമായിത്തീർന്നത്. ജഗൽസ്ഥിതി -ലോകത്തിന്റെ സത്ത്. മാദൃക്ഷരിൽ - എന്നെപ്പോലെ ഉള്ളവരിൽ. സ്ഥായീഭാവം - സ്ഥിരപ്രതിഷ്ഠ, (ശോകത്തിന്റെ പരിപുഷ്ടാവസ്ഥയെന്നും). നീർച്ചാട്ടം - അരുവി.
98. നിഷ്ഠൂരരാത്രി - തിരുമേനി തീപ്പെട്ട ക്രൂരരാത്രി. ദേഹായാമം - ശരീരവൃദ്ധി. സ്നേഹാർത്തർക്ക് - വിരഹപീഡിതർക്ക്. മോഹാന്ധത്വം - തീവ്രോൽക്കണ്ഠ (ബുദ്ധിക്കുണ്ടാകുന്ന വിവേകശൂന്യത എന്നർഥം)

പറ്റീ പേരിതു "കാലയുക്ത്യ" ഭിധമാ-
മാണ്ടേ! അനർത്ഥങ്ങളെ-
പ്പെറ്റീടാനിട ചേർന്നൊര "മ്മിഥുന" മേ!
യോഗം മഹാക്രമമായ്!
തെറ്റീട്ടില്ല നിനക്കു "പഞ്ചത"യുമ
ന്നാളേ! യഹോ! നിങ്ങളെ-
പ്പറ്റീട്ടഞ്ചണമിങ്ങു ഞങ്ങൾ മൃതിയെ-
പ്പക്ഷേ, ജയിച്ചാലുമേ. 99

ഐരോപ്യാഹവവഹ്നി ഭൂമിയെ ദഹി-
പ്പിക്കുന്നു കച്ഛോടമാം
പേരാളും ധനരക്തനാഡി നിലവായ്-
ത്തെറ്റീ ഗ്രഹാനുഗ്രഹം,
ഓരോ വ്യാധികളായിതാ യമനുമാർ-
ന്നെത്തുന്നു, ഞങ്ങൾക്കെഴും
ഘോരാന്തർജ്വരപീഡ കാൺകതുകളെ-
ത്തുച്ഛീകരിച്ചൂ വിധേ! 100

---

99. പറ്റി – ഉചിതമായി. കാലയുക്ത്യഭിധം – കാലയുക്തിയെന്നു പേരുള്ളത്. 1093-ാമാണ്ട് കാലയുക്തിനാമസംവത്സരമാണ്. പ്രകൃതത്തിൽ കാലന്റെ യുക്തി – യോഗം (മരണമെന്നർഥം). അനർത്ഥങ്ങൾ – അശുഭസന്തതികൾ. പെറ്റി ടാൻ – ജനിപ്പിക്കാൻ. ഇടചേർന്ന – സംയോഗിച്ച. മിഥുനമേ! – മിഥുനമാ സമേ! (ദമ്പതിമാരേ! എന്നും). യോഗം – സമ്മേളനം. പഞ്ചത – അഞ്ചാകുക എന്നുള്ളത് (മരണമെന്നും). അന്നാളേ – അഞ്ചാം തീയതി. 93-ാമാണ്ട് മിഥുനം 5-ാം തീയതിയാണ് തിരുമേനി തീപ്പെട്ടതെന്നും തിരുമേനിയോടുള്ള സ്നേഹ ത്താൽ സ്വന്തം മരണത്തെക്കുറിച്ച് ചിന്തിക്കുമ്പോൾ ഉണ്ടാകുന്നതിനേക്കാൾ ആ ഘോരദിവസത്തെപ്പറ്റി സ്മരിക്കുമ്പോൾ പേടി തോന്നുന്നു എന്നും താൽപ്പ ര്യം.

100. ഐരോപ്യാഹവവഹ്നി – യൂറോപ്പിൽ നടന്നുകൊണ്ടിരുന്ന മഹായുദ്ധമാകുന്ന കാട്ടുതീ. ധനരക്തനാഡി – ഭൂമിയുടെ (സാമുദായികജീവിതത്തെ നില നിർത്തുന്ന ധനം). പണം ആകുന്ന രക്തത്തിന്റെ സഞ്ചാരമാർഗം എന്നു താൽപ്പര്യം. നിലവായ് – അടഞ്ഞു. തെറ്റി – പിഴച്ചു. ഗ്രഹാനുഗ്രഹം – ഗ്രഹ ങ്ങളുടെ സ്വാഭാവികഗതിയാലുണ്ടാകുന്ന കാലവർഷം മുതലായ അനുഗ്രഹ ങ്ങൾ. വ്യാധികൾ – ഇൻഫ്ളുവൻസാ, മസൂരി മുതലായ സാംക്രമികരോഗ ങ്ങൾ. ഘോരാന്തർജ്വരപീഡ – ഭയങ്കരമായ ശോകമാകുന്ന ഹൃദയജ്വരത്തിന്റെ ബാധ.

ഇല്ലേറെപ്പരമാർത്ഥസൂരികൾ, കവി-
സ്ഥാനാർഹരില്ലത്രപേർ;
ചൊല്ലേറും ശുഭശീലനിഷ്ഠരവരിൽ-
പ്പിന്നെച്ചുരുക്കം ചിലർ;
ഉല്ലേഖിച്ച ഗുണങ്ങൾതന്നെ തികവോ-
രില്ലാരുമുണ്ടെങ്കില-
ങ്ങല്ലേ? ഹാ! തിരുമേനി, — ആരിവിടെയീ
നഷ്ടത്തെ വീട്ടാനിനി? 101

ചാരുത്വം തികയും സുമങ്ങളെയുടൻ
വീഴ്ത്തുന്നു പൂവല്ലികൾ;
ചോരും മാധുരിയാർന്നു പക്വനിരയെ-
ത്തള്ളുന്നു വൃക്ഷങ്ങളും;
പാരും കൈവെടിയുന്നു പുത്രരെയഹോ!
പാകാപ്തിയിൽ - ദോഷമായ്-
ത്തീരുന്നോ ഗുണമിങ്ങിവറ്റ കഠിന-
ത്യാഗം പഠിപ്പിക്കയോ! 102

കേണീടിൻ പ്രിയരേ!യുഴന്നു ഗതികെ-
ട്ടുള്ളോർ സമസ്തസ്വമായ്-
പേണീടും ചുടുകണ്ണുനീരിനു തുലോം
ധന്യത്വമേകീടുവിൻ!
പ്രാണീഭൂതമഹാനിനി പ്രതിനിവർ-
ത്തിക്കില്ല, ശോകാപഗാ-
വേണീവായ്പിൽ വിവേകവഞ്ചി ശകലം
പോകില്ല മുമ്പോട്ടുമേ. 103

---

101. സ്പഷ്ടം.

102. ചാരുത്വം തികയും - ഭംഗിയും സൗരഭ്യവുംകൊണ്ടുള്ള മനോഹരത്വം പൂർത്തിയാകുന്ന. പാരും - ഭൂമിയും. പുത്രരെ - മനുഷ്യരായ തന്റെ പുത്രന്മാരെ. പാകാപ്തിയിൽ - ഗുണങ്ങൾ പൂർത്തിയാകുമ്പോൾ എന്നു താൽപ്പര്യം. ഇവറ്റ - മേൽപ്പറഞ്ഞ പൂവല്ലി മുതലായവ. കഠിനത്യാഗം - ക്രൂരമായ സ്വാർത്ഥപരിത്യാഗശീലം.

103. സമസ്തസ്വം - സർവസ്വം. ധന്യത്വം - ചാരിതാർഥ്യം. പ്രാണീഭൂതമഹാൻ - പ്രാണതുല്യനായ തിരുമേനി. പ്രതിനിവൃത്തിക്കില്ല - മടങ്ങിവരില്ല. ശോകാപഗാവേണീ... വഞ്ചി - ദുഃഖനദിയുടെ ശക്തിയേറിയ ഒഴുക്കിൽ വിവേകമാകുന്ന വള്ളം. ഹൃദയത്തിൽ ദുഃഖാതിശയത്താൽ വിവേകജന്യമായ ആശ്വാസങ്ങൾക്ക് ഇപ്പോൾ തരമില്ലെന്നും കണ്ണുനീരൊഴുക്കയല്ലാതെ ഗത്യന്തരമില്ലെന്നും സാരം.

സ്യാനന്ദൂരപുരത്തവാന്തരവഴി-
ക്കോണൊന്നി,ലാഡംബര-
ന്യൂനശ്രീ തടവി,സ്സദാ പല കലാ-
നിഷ്ണാതർ തേടുന്നതായ്
ആനന്ദാലയമായ് ലസിച്ച ഗുരുവിൻ-
വെണ്മാടുമേ! എന്തിന-
സ്ഥാനത്തിശ്ശവഗോപുരാകൃതിയിൽ നീ
നിൽക്കുന്നു? നോക്കാൻ പണി. 104

കൂറാളും തിരുമേനി കൃത്യപരനായ്!
പിൻ പൂമുഖം പൂകവേ
മാറാതമ്മലർവായു വീശുവൊരു നൻ-
മല്ലീനികുഞ്ജങ്ങളേ!
വേറാശയ്ക്കിടമില്ല, നിങ്ങൾ ചൊരിയും
വെൺപൂക്കളെത്തദ്ബലി-
ച്ചോറായോർത്തു ചുഴന്നു കാക്കകളിനി-
ക്കൊത്തീടുമോർത്തീടുവിൻ! 105

ജാലംപോലെ ഭവാന്റെ ലീലകൾ വിഭോ!
പോയീ പ്രിയാനന്ദന-
സ്യാലന്മാർക്കു നിജാലയം, 'ബലിപുരം'
താനായിനിസ്സർവ്വഥാ,
ആലംബിച്ചവയെക്കുമാരരവിടെ
ത്തച്ചിത്രവൈദഗ്ദ്ധിതൻ-
കാലധ്വംസനജാഡകൊണ്ടുവെറുതെ-

---

104. സ്യാനന്ദൂരപുരത്ത് - തിരുവനന്തപുരത്ത്. ആഡംബരന്യൂനശ്രീ - ബാഹ്യമോടികൾ ഇല്ലാത്തതുകൊണ്ടുള്ള ഒരു ഭംഗി. കലാനിഷ്ണാതർ - കലാവിദ്യകളിൽ കുശലന്മാർ. ശവഗോപുരം - ശവകുടീരം. തിരുമേനിയുടെ തിരുവനന്തപുരത്തുള്ള മന്ദിരത്തിന്റെ തൽക്കാലശൂന്യാവസ്ഥയെ ഈ പദ്യത്തിൽ വർണിച്ചിരിക്കുന്നു.

105. മന്ദിരത്തിന്റെ പടിഞ്ഞാറെ പൂമുഖത്തിലാണ് തിരുമേനി കാര്യാലയമായി ഉപയോഗിച്ചിരുന്ന സ്ഥലം. അതിനടുത്തായി രണ്ടു മുല്ലക്കുടിലുകൾ നിൽപ്പുണ്ട്.

106. ജാലം - ഇന്ദ്രജാലദർശനം. ലീലകൾ - ഓരോ മനോഹരവ്യാപരങ്ങൾ. പോയി - അസ്തമിച്ചു. നിജാലയം - തങ്ങളുടെ വാസസ്ഥലം. ബലിപുരം - മാവേലിക്കര. പാതാളം - നരകലോകം. സർവഥാ - മേൽപ്പറഞ്ഞ ലീലകളെ. കുമാരർ - രാജകുമാരന്മാർ, കുട്ടികളെന്നും. തച്ചിത്രവൈദഗ്ദ്ധി - അവരുടെ ചിത്രമെഴുത്തിലുള്ള പാണ്ഡിത്യം. കാലധ്വംസനജാഡ - കഴിഞ്ഞുപോയതിനെ വർത്തമാനഭാവികാലങ്ങളിൽ ചിത്രങ്ങളിൽ എഴുതിക്കാണിക്കുന്ന (മോടി) വിദ്യ എന്നു താൽപ്പര്യം. ഉൽക്കണ്ഠ - വ്യാമോഹം. കൂട്ടാം - വർദ്ധിപ്പിക്കാം. കഥാപുരുഷന്റെ പത്നീഗൃഹമായ മാവേലിക്കരക്കൊട്ടാരം അദ്ദേഹത്തിന്റെ അസാന്നിധ്യത്താൽ അനുഭവിക്കുന്ന ശോച്യാവസ്ഥയെ ഇതിൽ സൂചിപ്പിക്കുന്നു. ചിത്രമെഴുത്തിൽ വിദഗ്ധന്മാരായ രാജകുമാരന്മാർ അവിടെ ഉള്ളതു പ്രസിദ്ധമാണ്.

യുൽക്കണ്ഠ കൂട്ടാം ചിലർ. 106
ഓമൽത്താർമണമാർന്നൊരായരമന-
പ്പൂവാപിയിൽ പ്രീതിയാൽ
ശ്രീമൻ! രോഹിതരൂപനങ്ങു നടുവിൽ
പോയ് നീന്തി നീരാടിപോൽ,
ഹാ! മത്തൻ യമധീവരൻ വലയെറി-
ഞ്ഞേൽപ്പിച്ചപോൽ; ഈശ്വരാ!
ഭീമത്വം കലരുന്ന വൈതരണിയീ-
വാർത്തയ്ക്കു ലാക്കാം കുളം! 107

ഹാ! രോഗം കഫദോഷമല്ലി, സുഖമാം
നാലഞ്ചുനാൾക്കുള്ളിലെ-
ന്നോരോന്നാശയോടോർത്തു ഞങ്ങൾ, വിധിയോ
ചിന്തിച്ചു വേറേവിധം;
ഘോരോദന്തമിതാ തറച്ചിതു ചെവി-
ക്കാഹന്ത! നേരായിതുൾ-
ത്താരോർക്കാ — ബത, രാഹുതന്നെ രവിയിൽ
കൽപ്പാന്തകാലാഹിയായ്! 108

മങ്ങാതിപ്പൊഴുമുള്ളിലമ്മുഖവുമ-
സ്സല്ലാപവും മൈത്രിയാൽ
വിങ്ങാറുള്ള വിലോകനങ്ങളുമഹോ!
നൽകുന്നിതമ്മാതിരി;
എങ്ങാവോ തിരുമേനിയിന്നു? വരുമോ
വീണ്ടും? കവീന്ദ്രോക്തിപോ-
ലിങ്ങാഗന്തുകവൈകൃതം സ്ഥിതിയഹോ!
ദേഹിക്കു നിത്യം മൃതി. 109

---

107. ആ അരമനപ്പൂവാപിയിൽ – ആ കൊട്ടാരത്തിലെ കുളത്തിൽ. രോഹിതരൂപൻ – ചുവന്ന ശരീരമുള്ള ആൾ; രോഹിതമത്സ്യരൂപനെന്നും. മത്തൻ – ലഹരിപിടിച്ചു ബുദ്ധിഭ്രമം നേരിട്ടവൻ. യമധീവരൻ – കാലനാകുന്ന മുക്കുവൻ. സ്വൽപ്പം ജലദോഷത്തോടുകൂടിയിരിക്കുമ്പോൾ അതിനെ വകവയ്ക്കാതെ കുളത്തിൽ വെള്ളം പൊങ്ങിയതു കണ്ട് ഉത്സാഹമായി തിരുമേനി നീന്തിക്കുളിക്കയും അങ്ങനെ ജ്വരം ഉണ്ടായി മരണത്തിൽ പര്യവസാനിക്കയുമാണ് ചെയ്തതെന്നു പറയുന്നു.

108. രാഹു – രാഹുഗ്രഹം. കൽപ്പാന്തകാലാഹി – പ്രളയമാകുന്ന സർപ്പം. നിസ്സാരമായ ഹേതു മഹാഭയങ്കരമായി കലാശിച്ചു എന്നു താൽപ്പര്യം.

109. കവീന്ദ്രോക്തി – കാളിദാസവചനം (മരണം പ്രകൃതിഃ ശരീരിണാമിത്യാദി). ആഗന്തുകവൈകൃതം – താൽക്കാലിക വികാരം. സ്ഥിതി – ജീവിതം.

കാലത്തൂണുകഴിഞ്ഞു കൗതുകമൊടും
ചെമ്മേ മുറുക്കി സ്വയം
ലോലശ്രീതിലകാഭ തൂവി, വിതറി-
പ്പൂങ്കർണ്ണഭൂഷാരുചി
പാലഞ്ചും സ്മിതമോടൊരംശുകമുടു-
ത്തെത്തുന്നൊരമ്പാർന്ന തൃ-
ക്കോലം പോയിതു ചിത്തമേ, യയവിറ-
ക്കിക്കൊൾകയക്കാഴ്ച നീ! 110

ചട്ടറ്റീടിന ശോഭചേർന്ന് പനിനീർ-
പ്പൂച്ചെണ്ടു പൊന്നൂലിനാൽ
കെട്ടപ്പെട്ടതുപോലിണങ്ങിയ തല-
പ്പാവാർന്ന കാമ്യാകൃതി
ചട്ടയ്ക്കാഭകലർത്തി മേൽവിലസുമ-
ച്ചിത്രാംഗവസ്ത്രാഢ്യനായ്
തിട്ടം ഹാ! രഥമേറിയും സ്മൃതിപഥ-
ത്തിൽത്താൻ ചരിക്കാമിനി. 111

ശ്രീതാവുന്നൊരു വഞ്ചിവല്ലഭമഹാ-
ഹൗണീകലാശാലയാം
മാതാവിൻ സ്തനമുണ്ടറിഞ്ഞിതു ഭവാൻ
പാശ്ചാത്യവിദ്യാരസം
നേതാവുംസ്വയമായിതങ്ങൊടുവില-
ന്നാ വീരസു ധന്യയാ-
യോതാമിന്നവൾ കൈരളിക്കു കിടയായ്
വാടുന്നു വിദ്വന്മണേ! 112

---

110. ഒരംശുകമുടുത്തു – ഒറ്റപ്പരിവട്ടം മാത്രം ധരിച്ചു.

111. ചിത്രാംഗവസ്ത്രാഢ്യനായ് – വിളുമ്പിൽ ചിത്രവേലകൾ ചെയ്തിട്ടുള്ള ഉത്തരീയവസ്ത്രമണിഞ്ഞവൻ. രഥം – മോട്ടോർകാർ (എന്നു താൽപ്പര്യം).

112. ശ്രീതാ.. കലാശാല – തിരുവനന്തപുരത്തെ വലിയ കോളേജ്. നേതാവ് – അധ്യക്ഷൻ (പ്രിൻസിപ്പാൾ). തിരുമേനി ഒടുവിൽ കുറേനാൾ ആക്ടിങ് പ്രിൻസിപ്പളായിരുന്നു. വീരസു – കേമനായ പുത്രന്റെ അമ്മ. അവിടുത്തെ വിയോഗത്തിൽ ആ കലാശാല മിക്കവാറും കൈരളിയെപ്പോലെതന്നെ ഖേദിക്കുന്നു.

ലീലാനിർജ്ജിതവിദ്യരായ് പുകഴ്പര-
ത്തീടുന്നൊരേതൽ കലാ-
ശാലാപണ്ഡിതലോകവും പ്രിയതയാൽ
വിദ്യാർത്ഥിസന്ദോഹവും
ആലാപങ്ങളിലിന്നു താവകഗുണം
വർണ്ണിച്ചു കണ്ണീർക്കണം
ലോലാഭം പുതുമുത്തുപോലരിയ കൈ-
ലേസാൽ തുടയ്ക്കുന്നിതേ! (വിശേഷകം) 113

ഗാഢസ്നേഹമൊടുങ്ങു കക്ഷ്യയിലണ-
ഞ്ഞാ ശിഷ്യതാരാവലി-
ക്കൂഢശ്രീ ഹിമരശ്മിയായ് സുധ ചൊരി-
ഞ്ഞാരാൽ വിളങ്ങുന്നതും,
പീഠംവിട്ടു നിവർന്നെണീറ്റു നൊടിയിൽ
ച്ചാഞ്ഞാഞ്ഞുദാരാഭയിൽ
പാഠവ്യാഖ്യ കുറിക്കുമപ്പലക ലാ-
ക്കാക്കി ത്വരിക്കുന്നതും 114

ഒറ്റക്കാൽ, പിറകൂന്നിയൂർമ്മികകളാൽ
മിന്നും വലങ്കൈയതിൽ
ചെറ്റമ്മൃത്തികയേന്തി വാക്യമെഴുതി-
ക്കാണിച്ചു നിൽക്കുന്നതും,
അറ്റം തെല്ലും ചുറുട്ടിയായിടതുകൈ
പിൻചേർത്തു വിശ്രാന്തനായ്
കറ്റക്കാർശിഖ പിൻപൊതുക്കി മറുകൈ-
ത്താർ വീശി ലാത്തുന്നതും. 115

കോപസ്ഫൂർത്തിയറിഞ്ഞിടാതരുണമാ-
മോമൽ കടക്കണ്ണുതൻ-
ക്ഷേപത്താൽ തിരുമേനി ശിഷ്യരെയിടയ്-
ക്കോരോന്നു വീക്ഷിപ്പതും
സ്വാപഭ്രാന്തികണക്കു മാഞ്ഞിതഖിലം!
ഹാ! രംഗമേ ശൂന്യമായ്
ദീപം പോയ വെറും വിളക്കു തടയാ-
യെപ്പോഴുമിപ്പീഠവും! 116

113. ഏതൽകലാശാലാപണ്ഡിതലോകം – ഈ കോളേജിലെ പ്രൊഫസർമാർ.
114. സ്പഷ്ടം.
115. മൃത്തിക – ചോക്ക് (ശീമച്ചുണ്ണാമ്പ്).
116. സ്വാപഭ്രാന്തി – കിനാവ്. രംഗം – മേൽക്കാണിച്ച സ്വപ്നനാടകം നടന്ന അരങ്ങ്. പീഠം – തിരുമേനിയിരുന്ന കസാല.

ഈ വിദ്യാലയവേഴ്ചയാണധികവും
ത്വദ്ഗ്രന്ഥരത്നങ്ങൾ ത-
ന്നാവിർഭാവനിമിത്തമെന്നതു നിന-
ച്ചമ്പാർന്നു കുമ്പിട്ടിടാൻ
ഹേ! വിദ്വാൻ! ഭവദീയഭക്തജനതയ്-
ക്കാരാദ്ധ്യമാമോർമ്മതൻ
കോവിൽഗർഭഗൃഹങ്ങളായി നെടുനാൾ
നില്ക്കട്ടെ തൻ കക്ഷ്യകൾ! 117

നീലപ്പുൽത്തറകൾക്കുമേൽ പല നിഴൽ-
ക്കൂടാരമുണ്ടാക്കിയും
കാലത്തിൽക്കനിയേകിയും കിളികൾതൻ-
ഗാനോത്സവം കൂട്ടിയും
ബാലാരാധകമായ് കലാലയമിതിൻ
മുമ്പേറെ വമ്പാർന്നെഴും
സ്ഥൂലാമ്രാധിപ! കേഴുകീ വിരഹമോർ-
ത്തെങ്ങും മഴക്കാറ്റിൽ നീ! 118

പ്രാദുർഭാവമിയന്നു തന്നിതു കവേ!
യങ്ങേയ്ക്കു ഗൈർവാണിയീ
വൈദുഷ്യപ്രഥ ഭാരതാവനിയിലും;
പാശ്ചാത്യലോകത്തിലും;
സ്വാദുറ്റോർത്തവിടുന്നു സംസ്കൃതകലാ-
ശാലോന്നതിവ്യഗ്രനായ്
ഹാ! ദുര്യോഗ, — മിതാ പ്രയത്നതരു പൂ-
ക്കാറായി; പോയീ ഭവാൻ! 119

---

117. തൽകക്ഷ്യകൾ – ആ കോളേജിന്റെ പ്രസ്തുത മുറികൾ.

118. ബാലാരാധകം – വിദ്യാർഥികളെ രസിപ്പിക്കുന്നത്. സ്ഥൂലാമ്രാധിപ! – വലിയ മാവേ!

119. പ്രാദുർഭാവം – സേവാഫലമായ പ്രത്യക്ഷീഭാവം. സ്വാദ് – സംസ്കൃതവിദ്യയുടെ അന്യാദൃശരസം. സംസ്കൃത.. വ്യഗ്രൻ – സംസ്കൃതകോളേജിനെ അഭിവൃദ്ധിപ്പെടുത്തുന്ന വിഷയത്തിൽ തൽപ്പരൻ.

ഹന്ത! ദ്യോവിലുയർന്നിതങ്ങൊരു മഹാ–
നിന്നീ 'യനന്താലയ'
ത്തന്തർദ്ധാനമിയന്നിത'ക്കവി' ബുധൻ
പോയ്, പോയി 'വാചസ്പതി'
സ്വന്തക്ഷീണിത രാജധാനി! പരിഗോ–
പിച്ചിന്നു പോറ്റാം നിന–
ക്കന്തെ,സ്സ്ീ'ഗ്രഹചാര'ദോഷമധികം
മാലോകരാലോചിയാ. 120

മദ്രാഭിഖ്യമഹാപുരത്തിലുയരും
മാർത്താണ്ഡരമ്യാഭയായ്
മുദ്രാതീതമഹത്വമാർന്നു വിലസും
ശ്രീ 'വിശ്വവിദ്യാസഭേ!'
ത്വദ്രാജദ്ബിരുദങ്ങൾ നേടിയയി! നിൻ–
സേനാഗ്രഭൂവാർന്നൊരാ
ഭദ്രാത്മാ നിജകൃത്യയാത്രയിലിതാ
മുങ്ങീ മഹാംഭോധിയിൽ. 121

ഭ്രാജിക്കും ഭവദീയരാജ്യപരിധി–
ക്കുള്ളിൽ സ്വതേജസ്സിനാൽ
രാജിക്കും പല ശബ്ദലോകമൊടു താൻ–
ഭാഷാപ്രകാണ്ഡത്തെയും
യോജിപ്പിച്ചഭിവൃദ്ധി ചേർക്കുവതിനായ്
വാഗസ്ത്രമേന്തി ശ്രമി–
ച്ചീ ജിഷ്ണുദ്യുതി കൈരളിക്കുമരുളീ
ക്ഷേമം നിനക്കും സഭേ! 122

---

120. അനന്താലയത്ത് – തിരുവനന്തപുരത്ത്. കവി – മഹാകവി, ശുക്രൻ എന്നും. ബുധൻ – മഹാപണ്ഡിതൻ, ബുധഗ്രഹമെന്നും. വാചസ്പതി – സർവതന്ത്ര സ്വതന്ത്രൻ, വ്യാഴം എന്നും. ഗ്രഹചാരദോഷം – ദുർദ്ദശ, ഗ്രഹങ്ങളുടെ ഗതി വൈഷമ്യം എന്നും. മാലോകർ – സാധാരണജനങ്ങൾ (വിദ്വാന്മാർ മാത്രമേ കഥാപുരുഷന്റെ അഭാവത്താൽ രാജധാനിക്കുണ്ടായിരിക്കുന്ന നഷ്ടത്തെ അറിയൂ എന്നു താൽപ്പര്യം).

121. മദ്രാ ... പുരത്തിൽ – മദ്രാസ് മഹാനഗരിയിൽ. മാർത്താണ്ഡരമ്യാഭ – സൂര്യനെപ്പോലെ അന്ധകാരം നീക്കി പ്രബോധമുണ്ടാക്കുന്നത്. വിശ്വവിദ്യാസഭ – സർവ്വകലാശാലാസംഘം. സേനാഗ്രപ്രഭു – പരീക്ഷകകോടിയിൽ മുഖ്യസ്ഥാനം. കൃത്യയാത്രയിൽ – അധികാരം വഹിച്ചുകൊണ്ടിരിക്കുമ്പോൾതന്നെ (എന്നു താൽപ്പര്യം). മഹാംഭോധിയിൽ – കാലമഹാസമുദ്രത്തിൽ എന്നു സാരം.

122. രാജ്യപരിധി – അധികാരാതിർത്തി. സ്വതേജ ... രാജിക്കും – സ്വതന്ത്രമായി ശോഭിക്കുന്ന. ശബ്ദലോകം – ഭാഷകൾ; തമിഴ്, തെലുങ്ക്, കർണാടകം ഇത്യാദികൾ. ഭാഷാപ്രകാണ്ഡം – ശ്രേഷ്ഠമായ ഭാഷ (മലയാള ഭാഷ). വാഗസ്ത്രം – തീക്ഷ്ണയുക്തിവാദം. ജിഷ്ണുദ്യുതി – ഇന്ദ്രതേജസ്വി.

ഈടേറുന്നൊരു നഷ്ടമിങ്ങനെ പിണ-
ഞ്ഞാഹന്ത! ശോകാന്ധമായ്
പാടേയൂർദ്ധ്വഗവാക്ഷദൃഷ്ടികൾ മിഴി-
ച്ചിന്നാ സഭാസൗധമേ!
കേടേശാതുരു ശാന്തവാക്കുകൾ കടൽ-
ക്കാറ്റോതി നിന്നീടിലും
ചൂടേലും നെടുവീർപ്പുകൊണ്ടു നഗരി-
ക്കേകുന്നു താപത്തെ നീ! 123

ഹാ! കഷ്ടം പ്രതിഭാപ്രകാശഭരമാർ-
ന്നർക്കോജ്ജ്വലൻ മർത്ത്യനും
ലോകത്തിമ്മൃതി തുല്യമിന്നുമൊളി ക-
ണ്ടീടാത്ത കീടത്തിനും;
ഈ കർമ്മക്ഷമവിദ്യയൊന്നുമിനിയും
നൽകീല സാഹയ്യമീ-
ശോകത്തിന്നു, — വൃഥാ കപാലഫലകം
കായിച്ചു നീണാൽ നരൻ! 124

എന്തായീ ശ്രമ? മെത്രനാളുഴറി നീ
ശാരീരവിജ്ഞാനമേ!
എന്താശിപ്പതു 'രാസ' 'ഭൗതിക' മഹാ-
തന്ത്രങ്ങളേ! നിങ്ങളും?
ചിന്താജർജ്ജരനായ നിങ്ങടെ പിതാ-
വാം മർത്ത്യനെത്തീടുമീ-
യന്താവസ്ഥയഹോ! ദയാർഹ, മിതഹോ!
നിങ്ങൾക്കു ലജ്ജാവഹം. 125

---

123. ഈടേ.. നഷ്ടം – മേൽപ്പറഞ്ഞകാരണങ്ങളാൽ ഇത്ര ഉപയുക്തനായ ഒരു പുരുഷന്റെ മരണം. ഊർദ്ധ്വഗവാക്ഷദൃഷ്ടികൾ – മുകളിലത്തെ കിളിവാതിലുകളാകുന്ന കണ്ണുകൾ. സഭാസൗധമേ! – സെനറ്റ് ഹൗസ് എന്നു പറയുന്ന സർവ്വകലാശാലാമന്ദിരമേ! നഗരിക്ക് – മദ്രാസ് പട്ടണത്തിന്. മിഥുനമാസത്തിൽ അവിടെ കഠിനവേനലാകയാൽ ഇപ്രകാരം വർണിച്ചിട്ടുള്ളതാണ്.

124. അർക്കോജ്ജ്വലൻ – സൂര്യനെപ്പോലെ (ബുദ്ധികിരണങ്ങൾ പരത്തി) പ്രകാശിക്കുന്നവൻ. കർമ്മക്ഷമവിദ്യ – പ്രായോഗികശാസ്ത്രം, സയൻസ്. ഈ ശോകത്തിന് – പ്രസ്തുത മരണദുഃഖത്തിന്. കപാലഫലകം – തലയോട്.

125. ശാരീരവിജ്ഞാനം – ശരീരശാസ്ത്രം. രാസഭൗതികമഹാതന്ത്രങ്ങൾ – രസതന്ത്രവും ഭൗതികവിജ്ഞാനവും. പിതാവ് – ആവിർഭാവകൻ

പാരിൽ സൃഷ്ടിദിനം തുടങ്ങി മരണം
പേടിച്ചു ചൂടേറുമുൾ-
ത്താരിൻ ജ്വാലകളല്ലി, നിങ്ങൾ പറവിൻ
തീവ്രാർക്കതാപങ്ങളേ?
പൂരിക്കും നെടുവീർപ്പുതൻ നിചയമ-
ല്ലേ നിങ്ങൾ വായുക്കളേ?
ഭൂരിപ്രാക്തനബാഷ്പമല്ലി, മുകിലിൻ-
വർഷങ്ങളേ! നിങ്ങളും? 126

ചത്താൽ ജീവിതവാർത്ത പോയി, പടു-
കാറ്റേറ്റോ ഘൃതം വറ്റിയോ
കത്താതായ വിളക്കിനൊത്തു കഴി-
ഞ്ഞെന്നാലിരുട്ടാണുപോൽ;
ഉത്താപത്തൊടു, ഭോഗവാസനകളാൽ,
നിർദ്ദേഹനാം ദേഹി, കൈ-
യെത്താതായ പഴം കൊതിച്ച ശിശു-
വായ് കേഴുന്നു പോലേറെനാൾ; 127

കർമ്മത്തിൻ വശരായുയർന്നു സുഖമായ്
സ്വാരാജ്യമേ ദുഃഖമായ്
നിർമ്മജ്ജിച്ചതിഘോരമാം നരകമോ
പൂകുന്നുപോൽ ദേഹികൾ;
ശർമ്മംപോലെയശർമ്മവും മറുതടം
കാണാത്ത നിത്യാബ്ധിപോൽ;
ധർമ്മവ്യായതചക്രചാരിപുരുഷൻ
വീണ്ടും വരുന്നുണ്ടുപോൽ; 128

---

126. തീവ്രാർക്കതാപങ്ങൾ – കഠിനവെയിൽ. പ്രാക്തന – പണ്ടേയുള്ള.
127. ഭോഗവാസനകൾ – അനുഭവിച്ചഭോഗങ്ങളുടെ ഓർമകൾ. പൂർവാർധത്തിൽ ആത്മാവില്ലെന്നുള്ള ലോകായത സിദ്ധാന്തത്തെയും ഉത്തരാർധത്തിൽ മരണാനന്തരം ശരീരശേഷങ്ങളിൽ തങ്ങി കുറേക്കാലംവരെ ജീവൻ ശേഷിച്ചിരിക്കുമെന്നുള്ള ചില വർഗക്കാരുടെ വിശ്വാസത്തെയും പ്രധാനമായി സൂചിപ്പിക്കുന്നു.
128. കർമ്മം – സുകൃതദുഷ്കൃതങ്ങൾ. സ്വാരാജ്യം – സ്വർഗ്ഗം. നിർമ്മജ്ജിച്ചു – താണു. ധർമ്മ.. ചാരി – ധർമ്മമാകുന്ന വലിയ ചക്രത്തിലേറി സഞ്ചരിക്കുന്നവൻ; കർമ്മനിയമം അനുസരിച്ചുപോകുന്നവൻ. പുരുഷൻ – ആത്മാവ്. വീണ്ടും വരുന്നുണ്ട് – കർമ്മപരിപാകത്തിൽ തിരിയെ ജനിക്കുന്നു. പൂർവാർധത്തിൽ മരണാനന്തരം പുണ്യപാപങ്ങൾ അനുസരിച്ചുള്ള ഗതിയിൽ വിശ്വസിക്കുന്ന എല്ലാ മതക്കാരുടേയും അഭിപ്രായത്തെ സാമാന്യമായി കുറിക്കുന്നു. ഉത്തരാർധത്തിൽ ആദ്യം നിത്യനരകനിത്യസ്വർഗവിശ്വാസികളായ ക്രിസ്തുമുഹമ്മദുമതക്കാരുടെ ഗതികളെയും ഒടുവിൽ പുനർജന്മവിശ്വാസികളായ ഹിന്ദുക്കളുടെ മതത്തെയും പ്രത്യേകം സൂചിപ്പിക്കുന്നു.

ഓരോന്നിങ്ങനെയൂഹമോ നിഗമമോ
ലാക്കാക്കിയോതാം ചിലർ-
ക്കാരോരുന്നിതു തത്ത്വ?മെങ്ങനെയൊരാൾ
ക്കാണുന്നിതങ്ങേപ്പുറം?
നേരോ പ്രേതകഥാപ്രസക്തി? പൊളിയോ?
മസ്തിഷ്കവൈകല്യമോ?
വേരോടിങ്ങു കരിഞ്ഞുപോയ തരുവിൻ
ഛായയ്ക്കു നിൽക്കാവതോ? 129

അല്ലെങ്കിൽ പ്രതിഭയ്ക്കു ദൂരഗതമാ-
മക്കാര്യമൂഹത്തിനാ-
ലില്ലെന്നെങ്ങനെ നിർണ്ണയിക്കു?മിരുളിൽ-
ത്തങ്ങുന്നുവല്ലോ പൊരുൾ!
കില്ലെന്തിന്നതുമല്ലനന്തനിയമം
വിശ്വം; വരാമേതുമേ,
തെല്ലെന്നാകിലുമർത്ഥമെന്നി നിലനിൽ-
ക്കില്ലോർക്കിൽ വിശ്വാസവും. 130

ചൊല്ലാം തീയുടെ തീക്ഷ്ണദന്തമണയാ-
തത്യന്തസൂക്ഷ്മാംഗമായ്
തെല്ലാശാസ്പദതത്ത്വമങ്ങു 'തടി'യിൽ
ശേഷിക്കുമെക്കാലവും;
അല്ലാഞ്ഞാൽ നരവാഴ്ചയല്ല; ഭുവനം-
താനും വൃഥാരംഭമാം;
ഇല്ലാതാം വില കണ്ണുനീരിനു;മതി-
ന്നാർക്കാനുമോർക്കാവതോ? 131

---

129. നിഗമം – മതഗ്രന്ഥം. പ്രേതകഥാപ്രസക്തി – പ്രേതങ്ങളുമായി അഭിമുഖസംഭാഷണം ചെയ്ക മുതലായ സംഗതികളെ സംബന്ധിച്ച് ചില നവീനന്മാരുടെ പ്രസംഗം.

130. അക്കാര്യം – പ്രേതവിശ്വാസസംഗതി. പൊരുൾ – വസ്തു. അനന്തനിയമം – ഭിന്നനാനാനിയമങ്ങളോടുകൂടിയത്. (കാര്യകാരണ നിയമങ്ങൾക്ക് ഐകരൂപ്യമില്ലാത്തത്). വരാം – സംഭവിക്കാം. വിശ്വാസം – മരിച്ചുപോയവരെപ്പറ്റിയുള്ള സാധാരണ ജനങ്ങളുടെ വിശ്വാസം.

131. അത്യന്തസൂക്ഷ്മാംഗം – പരമാണുപ്രായമായ ശരീരത്തോടുകൂടിയത്. ആശാസ്പദതത്ത്വം – ആശാസ്യമായ പരഗതിയെ അർഹിക്കുന്ന ജീവവസ്തു. തടിയിൽ – മരിച്ചുപോയ ശരീരത്തിൽ. നരവാഴ്ച – മനുഷ്യജീവിതം (മനുഷ്യൻ ഏറ്റവും വിലമതിക്കുന്നതും അത്യത്ഭുതകരവുമായ ഈ ജീവിതം.) ഭുവനം – അതിവിചിത്രകാര്യകാരണഘടനയോടുകൂടിയ ഈ പ്രപഞ്ചം. വൃഥാരംഭം – വെറുതേയുള്ള സൃഷ്ടി സന്നാഹം; നിഷ്പ്രയോജനം എന്നു സാരം. കണ്ണുനീരിനു – ദുഃഖഹേതുവായ അന്യോന്യസ്നേഹത്തിന് എന്നു താൽപ്പര്യം. മരണശേഷം ആത്മാവില്ലെങ്കിൽ അങ്ങനെയുള്ള ജീവിതത്തെയും ലോകത്തെയും പറ്റി ചിന്തിക്കാൻതന്നെ പ്രയാസം എന്നർഥം.

ആ പക്ഷം ശരിയെങ്കിലിന്നയി! "മൃതേ!"
ഹാ! നിന്റെ ഘോരങ്ങളാ-
മാ പല്ലിൻനിരകൾക്കു മൂർച്ഛയിനിയും
പോരെന്നു തോന്നാമുടൻ;
ആപത്തിൻ പരകാഷ്ഠയായ പുലിയാ-
യീ ഞങ്ങളഞ്ചുന്നൊരാ
നീ പച്ചത്തൃണരാശി തിന്നരിയ പാ-
ലേകുന്ന ഗോവെന്നുമാം. 132

നേരാമായതു ഹാ! ശുഭേ! ദയദമാം
വൻതോക്കുതൻ വായിലാ-
വീരാഖ്യയ്ക്കു കൊതിക്കുമെത്ര തരുണർ-
ക്കാശ്വാസമേകുന്നു നീ!
ആരായുന്നിതു രാഗപുഷ്പസൃതിമേൽ
മുള്ളേറ്റ നോവാറ്റുവാൻ
താരാർമേനികൾതന്നെ ശീതതരമാം
നിന്നംഗസംഗം മൃതേ! 133

ത്രാണിക്കൊത്തു പകൽ പരിശ്രമമിയ-
ന്നോർക്കമ്പിയന്നന്തിയിൽ
പേണിഢണ്ണു തലോടിയെന്നുമണവോ-
രാ ഭദ്രയാം നിദ്രപോൽ
പ്രാണിക്കിന്നെടുജീവിതപ്പെരുവഴി-
ക്ലേശം കഴിച്ചെത്രയും
ക്ഷീണിക്കും ഹൃദയത്തെ മൂടിയൊടുവിൽ-
ച്ചേർക്കുന്നു സൗഖ്യം മൃതി. 134

---

132. ആ പക്ഷം – മേൽപ്പറഞ്ഞ അനുമാനങ്ങളാൽ; മരണാനന്തരം സൂക്ഷ്മാംഗനായി ജീവൻ ശേഷിക്കുന്നു എന്നുള്ള അഭിപ്രായം. പരകാഷ്ഠ – പരമാവധി. അങ്ങനെ ജീവൻ ശേഷിക്കുന്നു എങ്കിൽ മരണം ആത്യന്തികധ്വംസമാകുന്നില്ല എന്നുമാത്രമല്ല ജീവന്റെ ഊർധ്വഗതിക്കനുകൂലിക്കയും ചെയ്യണം. അതുകൊണ്ട് അത് ഒരനുഗ്രഹം കൂടിയല്ലേ?

133. ആയതു – മൃതി അനുഗ്രഹമാണെന്നുള്ളത്. വീരാഖ്യ – വീരൻ എന്നുള്ള പ്രശസ്തി. രാഗപുഷ്പസൃതി – അനുരാഗമാകുന്ന പൂവിരിച്ച പെരുവഴി. താരാർമേനികൾ – പൂമേനികൾ; സുകുമാരാംഗികളായ സ്ത്രീകൾ. വീരഖ്യാതിയെ കൊതിക്കുന്ന തരുണന്മാർ പോർക്കളത്തിലും അനുരാഗഭംഗം നേരിട്ട തരുണികൾ ആത്മഹത്യവഴിയായി അന്തഃപുരത്തിലും നിർഭയമായി മൃതിയെ വരിക്കുന്നതുകൊണ്ടു തീർച്ചയായും അത് ഒരു അനുഗ്രഹമായിത്തന്നെ ഇരിക്കണം.

134. മൃതി സുഷുപ്തിപോലെ സുഖാവഹവും കാമ്യവുമായ ഒരവസ്ഥയാണെന്നു വർണിക്കുന്നു.

ജ്ഞാനംതാൻ ക്ഷണവൃത്തി; ബുദ്ധിയിമവെ-
ട്ടുമ്പോളിടയ്ക്കാത്തമഃ-
സ്ഥാനം കാണുവതില്ലലാതവലയ-
ത്തോടൊത്ത വേഗത്തിനാൽ
നൂനം ഹാ! ക്ഷണമൃത്യുവിങ്ങനുദിനം
നിദ്രാഖ്യമായ് ദീർഘമാ-
മൂനംവിട്ടതു നീണ്ടനന്തരമിതാം
വിശ്രാന്തി ജന്തുക്കളിൽ. 135

ഈവണ്ണം ശരി! സൃഷ്ടിയും പ്രളയവും
കൽപ്പിച്ചൊടുക്കം മഹാ-
കൈവല്യം വരുമെന്നു കാത്തിടുകയാ-
മോരാ പുരാവിത്തുകൾ;
ജീവന്നിങ്ങു ബഹുക്രിയാജടിലമാ-
മീ ദീർഘയാത്രാകഥയ്-
ക്കാവശ്യം മൃതിയാം 'വിരാമ'തിലകം
സ്വാർത്ഥപ്രതീതിക്കുമേ. 136

---

135. ജ്ഞാനം – ബോധരൂപമായ ജീവിതം. ക്ഷണവൃത്തി – ഒരു ക്ഷണത്തിൽ ഇരുന്നു മറുക്ഷണത്തിൽ നശിക്കുന്നത്. തമഃസ്ഥാനം – മധ്യേയുള്ള ശൂന്യാവസ്ഥ. അലാതവലയം – കൊള്ളി അതിവേഗത്തിൽ ചുഴറ്റുമ്പോൾ കാണുന്ന വൃത്താകാരമായ തേജസ്സ്. ക്ഷണമൃത്യു – ക്ഷണികമരണം. നിദ്രാഖ്യം – ഉറക്കം എന്നു പേരുള്ളതായി. അത് – അങ്ങനെയുള്ള നിദ്ര. ഇതാം – മരണമാകുന്ന അതിദീർഘവിശ്രമമാം. നമ്മുടെ ക്ഷണികമായ ബോധത്തെയാണു വാസ്തവത്തിൽ നാം ജീവിതമെന്നഭിമാനിക്കുന്നത്. അതു ക്ഷണംതോറും നശിച്ചും വീണ്ടും ഉണ്ടായും അങ്ങനെ നടന്നുകൊണ്ടിരിക്കുന്നു. മധ്യേമധ്യേയുള്ള വിശ്രമമാകുന്ന ക്ഷണികമരണം നമുക്കു പ്രത്യക്ഷമാകാത്തത് ക്ഷണികജീവിതധാരയുടെ അതിവേഗം നിമിത്തമാണ്. അതുകൊണ്ടു മരണത്തെ ഭയപ്പെടുന്നുവെങ്കിൽ നിദ്രയെയും ക്ഷണികബോധത്തിന്റെ മധ്യേമധ്യേ വരുന്ന വിശ്രാന്തിയെപ്പോലും ഭയപ്പെടണമെന്നു സാരം.

136. മഹാകൈവല്യം – പുനരാവൃത്തിരഹിതമായ മോക്ഷം. കാത്തിടുകയാം – മേൽകാണിച്ച യുക്തിപ്രകാരം പ്രതീക്ഷിക്കുന്നു എന്നാവാം. പുരാവിത്തുക്കൾ – പ്രാചീനതത്ത്വവിജ്ഞാനികൾ (ആഗമികന്മാർ). ബഹുക്രിയാജടിലം – അനവധി ക്രിയാപദങ്ങളാൽ വ്യാകുലം; അനവധി കർമ്മഫലപരിബദ്ധമെന്നും. ദീർഘയാത്രാകഥ – ദീർഘമായ ജീവചരിത്രവാക്യം. വിരാമതിലകം – വിരാമചിഹ്നം. സ്വാർത്ഥപ്രതീതി – ആ ദീർഘവാക്യത്തിന്റെ അർത്ഥജ്ഞാനം; തന്റെ ജീവിതപ്രയോജനം പരമവിശ്രാന്തിയാണെന്നുള്ള ബോധമെന്നും.

കില്ലില്ലിമ്മൃതി ജീവിതത്തിനുമഹോ!
സൗഭാഗ്യമേറ്റുന്നതാ-
ണല്ലില്ലെങ്കിലതീവ ഘോരതരമാ-
മോർക്കുമ്പൊഴാർക്കും പകൽ
അല്ലിത്താർമണമാർന്നഹസ്സു നടമാ-
ടീടട്ടെ, രമ്യാഭമായ്
മല്ലിശ്രീപെടുമാമ്പൽ നീണ്ട മുടിയിൽ
ചൂടിശ്ശയിക്കും നിശ. 137

പാരം പ്രാകൃതപക്ഷിവർഗ്ഗമഖിലം
വാഴ്ത്താം ദിനത്തിൻ ഗുണം,
സൈ്വരം, രാത്രി, ഭവൽപ്രശസ്തിമധുരം
പാടുന്നു രാപ്പാടികൾ;
ദൂരത്തുള്ള വികൽപമോർക്കുകിലടു-
ത്തോർക്കില്ല, രണ്ടും സ്വയം
സാരജ്ഞൻ പടു കോകിലോത്തമനുപ-
ശ്ലോകിപ്പു നിർഭേദമായ്. 138

---

137. സൗഭാഗ്യം - ഗുണം. അല്ല് - രാത്രി. അല്ലിത്താർ - താമരപ്പൂവ്. ഇവിടെ രാത്രിയെ മൃതിയായും. പകലിനെ ജീവിതമായും അദ്ധ്യവവസായിച്ചിരിക്കുന്നു. സാധർമ്മ്യം വിശ്രമവും ഉത്സാഹവുമാണെന്നു സ്പഷ്ടം. മരണത്തിനും ജീവിതത്തെപ്പോലെതന്നെ കാമ്യതയുണ്ട്. അതു ജീവിതത്തെ കാമ്യതരമാക്കുകയും ചെയ്യുന്നു.

138. പ്രാകൃതപക്ഷിവർഗ്ഗം - സാധാരണപക്ഷിജാതികൾ; സാധാരണ ജനങ്ങൾ എന്നർഥം. രാപ്പാടികൾ - രാത്രി പാടിത്തിരിയുന്ന വിശേഷതരം പക്ഷിവർഗം; Nightingale; തത്വജ്ഞാനികൾ എന്നു താൽപ്പര്യം. കോകിലോത്തമൻ - കുയിൽ. ജീവിതമരണങ്ങൾ രണ്ടും രണ്ടവസ്ഥാഭേദങ്ങളായി മാത്രം കാണുന്ന അതീതബുദ്ധി എന്നു സാരം. ഉപശ്ലോകിപ്പു - വർണിക്കുന്നു.

മങ്ങാതോർക്കിൽ മൃതേ! പ്രവൃത്തിപരമാ-
ണിജ്ജീവിതം, മാറ്റിനാൽ
പൊങ്ങാനും മതി വിശ്രമപ്രവണമാം
പൗരസ്ത്യചിത്തത്തിൽ നീ
തങ്ങാമെന്നായി! നിന്നിൽ മെച്ചമിനിയും
നിൻ കൂരിരുട്ടഞ്ചിയാ-
മിങ്ങാദ്ധ്യാത്മികദീപമാദിമുനിമാ-
രാവിഷ്കരിച്ചുള്ളതും. 139

പോരും ഹാ! ധിഷണേ മഹാപുരുഷനെ-
ത്തേടിബ്ഭൃശോന്മത്തയായ്-
ത്തീരുന്നെന്തിനു? "ശല്യ" വേദിനി, ശവം
ശോധിപ്പതെന്തിന്നു നീ?
തീരും നിൻ വ്യഥ കണ്ണുനീർ പൊഴിക,യി-
ങ്ങിശ്രാന്തപാന്ഥൻ സുഖം-
ചേരുമ്മട്ടിലുറങ്ങീടട്ടെ, സഭയം
കുമ്പിട്ടു മാറട്ടെ ഞാൻ. 140

---

139. പ്രവൃത്തിവരം - കർമപ്രധാനം. മാറ്റിനാൽ - ഗുണവിശേഷത്താൽ. വിശ്രമപ്രവണം - നിവൃത്തിയിൽ താൽപ്പര്യമുള്ളത്. പൗരസ്ത്യചിത്തം - ഭാരതീയ തത്ത്വജ്ഞന്മാരുടെ മനസ്സ്. മെച്ചം - ഉൽക്കർഷം. അദ്ധ്യാത്മികദീപം - ആത്മജ്ഞാനമാകുന്ന വിളക്ക്. ആവിഷ്കരിച്ചുള്ളത് - കണ്ടുപിടിച്ചത്. മരണം വിശ്രമരൂപമാകയാൽ നിവൃത്തിമാർഗ്ഗതൽപ്പരമായ പൗരസ്ത്യതത്ത്വജ്ഞാനികൾക്ക് പക്ഷേ, ജീവിതത്തേക്കാൾ പ്രിയതരമായ ഒരവസ്ഥയായും തോന്നിയേക്കാം. തമോരൂപമായ മരണത്തിൽ നിന്നുള്ള ഭയത്തെ ഉന്മൂലനം ചെയ്വാൻ ആത്മാവു നിത്യനാണെന്നുള്ള ജ്ഞാനം ഋഷിമാർ കണ്ടുപിടിച്ചു. ആ കണ്ടുപിടുത്തത്തിനു പ്രേരകമായി എന്നുള്ള ഒരു മെച്ചം മരണത്തിനു വിശേഷിച്ചുണ്ട്.
140. ധിഷണേ! - തത്ത്വചിന്തേ! മഹാപുരുഷൻ - മഹാത്മാവായ തിരുമേനി. ഭൃശോന്മത്ത - ഏറ്റവും ഉന്മാദാവസ്ഥയെ പ്രാപിച്ചത്. ശല്യവേദിനി - ശസ്ത്രചികിത്സാഭിജ്ഞ. ശവം ശോധിപ്പതു - പ്രേതം അറുത്തു പരിശോധിക്കുംപോലെ മരണത്തെപ്പറ്റി ഗാഢമായി ചിന്തിക്കുന്നത്. ശ്രാന്തപാന്ഥൻ - ജീവിതയാത്രാക്ഷീണം അനുഭവിച്ച ആത്മാവ്. സഭയം - ഭയത്തോട് (ഭയസമ്മിശ്രമായ വിനയത്തോടുകൂടി)

ഒന്നോതാം തിരുമേനിയിങ്ങു മൃതിയെ-
ത്താൻതന്നെ കർണ്ണാന്തികം
വന്നോതാതറികില്ലൊരാൾ അകലെനി-
ന്നുച്ചത്തിലോതില്ലവൾ,
ഇന്നോ ഞങ്ങളെ നോക്കിയമ്പിൽ വിവരം
ചൊല്ലുമുറക്കെബ്ഭവാ-
നെന്നോർത്തിങ്ങതിരുട്ടിൽ മൂകകഥയായ്
പോമെന്നു വെമ്പുന്നു ഞാൻ. 141

എല്ലാം പോകുക, കീഴടങ്ങുക വിധി-
ക്കിന്നിച്ചിതയ്ക്കപ്പുറ-
ത്തില്ലാതാകുക ജീവിതം; — മതി വിഭോ!
ത്വന്നാമപുണ്യാക്ഷരം;
ചൊല്ലാമായതു ഞങ്ങൾ നട്ടു മിഴിനീർ
തൂവിപ്പുലർത്തും, പടർ-
ന്നെല്ലാവർക്കുമതേകിടും മലർമണം
കാലാഗ്നി ചെല്ലില്ലതിൽ. 142

ഹാ! കഷ്ടം ഗതിമുട്ടിനിന്നിവിടെയെ-
ന്തെല്ലാം പുലമ്പുന്നു ഞാൻ,
ശോകവ്യാകുലമായ ബുദ്ധി പതറി-
ച്ചെല്ലാമമാർഗ്ഗങ്ങളിൽ;
നീ കണ്ണഞ്ചിടുമാറു സൂര്യ! വിലസു-
ന്നുണ്ടാകുമെങ്ങാനുമീ-
ലോകത്തിന്നിരുളാണു ദേവ, വിരയാം
മിന്നാമിനുങ്ങിങ്ങതിൽ. 143

---

141. താൻ തന്നെ - അവൾ തന്നെ. മരണത്തിന്റെ സ്വഭാവം മറ്റൊരാൾ എത്ര തന്നെ പറഞ്ഞാലും ചിന്തിച്ചുനോക്കിയാലും മനസിലാകുന്നതല്ലെന്നു താൽപ്പര്യം. വിവരം - മരണസ്വഭാവവിവരണം. ഭവാൻ - ഞങ്ങളുടെ ആപ്തനും ഇംഗിതജ്ഞനുമായ അവിടുന്ന്. അത് - അവിടുത്തെ ആ കഥനം. ഇരുട്ടിൽ മൂകകഥ - ഇരുട്ടത്തുനിന്ന് മൂകൻ ആംഗ്യങ്ങൾ കാട്ടുന്നതുപോലുള്ളത്. ലോകാന്തരത്തിലെ ഭാഷയിൽ അവിടുന്ന് പൂർവസ്നേഹവാസനാവശനായി ഞങ്ങളെ നോക്കി സംസാരിക്കുമെങ്കിലും അതു ഞങ്ങളുടെ കർണേന്ദ്രിയത്തിലെത്താതായി അവിടുത്തേക്കു കുണ്ഠിതമുണ്ടാക്കുമല്ലോ എന്നു സാരം. വെമ്പുന്നു - പരിഭ്രമിക്കുന്നു.

142. ത്വന്നാമപുണ്യാക്ഷരം - അവിടുത്തെ നാമത്തിൽ അടങ്ങിയ ദിവ്യശക്തിയുള്ള അക്ഷരശ്രേണി. അവിടുത്തെ ശരീരം നശിച്ചുപോയപോലെ ജീവൻകൂടി നശിച്ചു എന്നു വന്നാൽതന്നെയും കീർത്തിമയമായ സൗഭാഗ്യമേറിയ നിത്യജീവിതം അവിടുത്തേക്കുണ്ട്. അതിനു കാലത്താൽ നാശം വരാതിരിക്കത്തക്കവണ്ണം വേണ്ടത് സ്നേഹരൂപമായി അസ്മാദൃശന്മാർ അനുഷ്ഠിക്കുകയും ചെയ്യും എന്നു സാരം.

143. അമാർഗ്ഗങ്ങൾ - അബദ്ധവഴികൾ. സൂര്യ! - ജ്ഞാനസ്വരൂപമേ! അതിൽ - ഇരുട്ടിൽ.

നക്ഷത്രങ്ങളെ നോക്കിയിപ്പുഴു പറ-
ന്നീടുന്നു മേൽപോട്ടതിൻ-
പക്ഷം ദുർബലമാണതോർത്തു ഭയവും
തോന്നുന്നു മേന്മേൽ വിഭോ!
രക്ഷയ്ക്കായതിനിന്നു നിൻകരുണയ-
ല്ലാതില്ല രാപ്പക്ഷിതൻ-
ഭിക്ഷയ്ക്കാക്കൊല, നിൻപ്രകാശകണികയ്-
ക്കാപത്തു ചേർത്തീടൊലാ. 144

വാനത്തിൽ തടവില്ല, ധർമ്മരഥമി-
ങ്ങോടിച്ചുദാരാഭനായ്
നൂനം ഭാസ്കരനെത്തുമന്ധതമസം
നിൽക്കില്ലയെക്കാലവും
ഊനംവിട്ട ഭയങ്ങൾതന്റെ നിഴലും
പോം ഹന്ത! മിന്നാമിനു-
ങ്ങാനന്ദാലയമാം മഹസ്സിൽ മറയും
നക്ഷത്രജാലത്തൊടും. 145

ദേഹാംശങ്ങളിലീയിരുട്ടിമൊളിയും
നാനാപ്രഭേദത്തൊടാർ-
ന്നാഹാ!ശാശ്വതധർമ്മശക്തി!ഭുവന-
പ്പന്താട്ടമാടുന്നു നീ
സ്നേഹാരാധകനെത്തലോടിയമൃതം
നൽകുന്നു നീ, പിന്നെ നിർ-
മ്മോഹാസംഗമഖണ്ഡവിശ്രമസുഖം
തേടുന്നു താനേയവൻ. 146

---

144. ഇപ്പുഴു - അൽപ്പജ്ഞനായ ഈ കവി; മിന്നാമിനുങ്ങ് എന്നു സാരം.

145. ധർമ്മരഥം - നിയതിചക്രം. ഭാസ്കരൻ - ജ്ഞാനസ്വരൂപനായ ധർമ്മപുരുഷൻ. മഹസ്സിൽ - തേജസ്സിൽ

146. ഇരുട്ടുമൊളിയും - അന്ധകാരം പ്രകാശം, മരണം ജനനം, ദുഃഖം സുഖം, പുണ്യം പാപം ഇത്യാദി ദ്വന്ദ്വങ്ങൾ. ധർമ്മശക്തി - ധർമ്മരൂപിണിയായ അഖണ്ഡമഹാശക്തി. സ്നേഹാരാധകനെ - അഹിംസാനിഷ്ഠനായി സ്നേഹത്തിന്റെ പരമകാഷ്ഠയിൽ കൈവല്യത്തെ ദർശിക്കുന്ന പരമധാർമികനെ. അമൃതം - ക്ഷീരരൂപമായ മോക്ഷാനന്ദം. നിർമ്മോഹാസംഗം - അഹന്ത, മമത, ഭേദജനകമായ മൂലജ്ഞാനത്തിന്റെ കലർപ്പില്ലാത്തത്. അഖണ്ഡവിശ്രമസുഖം - അവിച്ഛിന്നപരമാനന്ദാനുഭൂതി. അവൻ - സ്നേഹാരാധകൻ.

ആകാശങ്ങളെയണ്ഡരാശികളോടും
ഭക്ഷിക്കുമാകാശമാ-
യീ കാണുന്ന സഹസ്രരശ്മിയെയിരു-
ട്ടാക്കും പ്രഭാസാരമായ്,
ശോകാശങ്കയെഴാത്ത ശുദ്ധസുഖവും
ദുഃഖീകരിക്കുന്നതാ-
മേകാന്താദ്വയശാന്തിഭൂവിനു നമസ്-
കാരം, നമസ്കാരമേ! 147

147. ഏകാന്താദ്വയശാന്തിഭൂവിനു – കേവലമായി ജ്ഞാതൃജ്ഞേയഭേദരഹിതമായിരിക്കുന്ന ശാന്തിസ്ഥാനത്തിന്. സർവദുഃഖനിവൃത്തിരൂപവും വേദാന്തികൾ 'സാ കാഷ്ഠാ സാ പരാ ഗതിഃ' എന്നുവർണ്ണിക്കുന്നതുമായ ആത്യന്തികശാന്തിയായ ലക്ഷ്യത്തെ വർണിച്ച് അതിനെ സർവാത്മനാ നമസ്കരിച്ചുകൊണ്ട് ഉപസംഹരിക്കുന്നു.

സൗന്ദര്യലഹരി

1901

അവതരണിക

സൗന്ദര്യലഹരി ലോകഗുരുവായ ശങ്കരാചാര്യസ്വാമികളുടെ കൃതികളിൽവെച്ച് അശേഷം അപ്രധാനം അല്ലാത്ത ഒരു ഗ്രന്ഥവും കൗളസിദ്ധാന്തികൾക്കു വിശേഷിച്ചും ആരാധനീയമായ ഒരു പ്രമാണവും ആകുന്നു. മാന്ത്രികതാന്ത്രികങ്ങളായ വിഷയങ്ങളെ പ്രായേണ അന്തർവഹിച്ചിട്ടാണെങ്കിലും കർണാനന്ദകരങ്ങളായ സ്തോത്രങ്ങളായി ഗ്രഥിക്കപ്പെട്ടിരിക്കുന്നതുകൊണ്ട് ഈ പ്രബന്ധത്തോളം പ്രചാരത്തിൽ വ്യാപകത്വം ആചാര്യസ്വാമികളുടെ വേദാന്താദിവിഷയങ്ങളായ ഇതര ഗ്രന്ഥങ്ങൾക്കുപോലും ഇല്ലെന്നുള്ള വാസ്തവവും ഇതിനെ വിശേഷിപ്പിക്കുന്നുണ്ട്.

ആസേതുഹിമാചലം സംസ്കൃതഭാഷയിൽ ഈഷദ്ജ്ഞാനം ഉള്ള ഒരുവനും സൗന്ദര്യലഹരിയിൽ പരിശേഷാൽ ഒരു പദ്യമെങ്കിലും വശമായിരിക്കും. ഭാഷാജ്ഞാനം ലേശം ഇല്ലാത്തവർപോലും ചിലപ്പോൾ അതിന്റെ പദാനുപൂർവിയുടെ അതിമോഹനയായ പരിപാടിയാൽ ആകൃഷ്ടന്മാരോ എന്നു തോന്നുമാറ് അപഭ്രംശമായിട്ടെങ്കിലും അതിലെ പദ്യങ്ങളെ ഗാനം ചെയ്ത് ആനന്ദമഗ്നന്മാരായിരിക്കുന്നതും നാം കാണുന്നു. സംസ്കൃതത്തിൽ ബഹുക്കളായ സ്തോത്രപ്രബന്ധങ്ങളിൽനിന്നും ഇതിനുള്ള ഗുണവിശേഷത്തിന് ഇവ സ്ഥൂലനിർദർശനങ്ങളായിരുന്നു.

ആർഥികമായും ശാബ്ദികമായും ഉള്ള മാധുര്യങ്ങൾ അല്ലെങ്കിൽ സൗന്ദര്യങ്ങൾ സർവത്ര അഭിന്നമായി ഒഴുകിക്കൊണ്ടിരിക്കുന്ന ഈ പ്രബന്ധത്തിനു സ്വതസിദ്ധമായ മനോഹരത്വംകൊണ്ടുതന്നെയാണ് പൂജ്യപാദനായ ഗ്രന്ഥകർത്താവിനാൽ *സൗന്ദര്യലഹരി* എന്നു നാമകരണം ചെയ്യപ്പെട്ടു എങ്കിൽ അത് എത്ര സമുചിതമായിരിക്കുന്നു.

സ്വഭാഷയിൽ ഗ്രന്ഥനിർമാണത്തിനു സാമാന്യം വാസനയും

ശക്തിയും ഉള്ള ഒരുവന് ഇതരഭാഷകളിൽ അത്യന്തം സുഖപ്രദങ്ങളായ ഗ്രന്ഥങ്ങളെ കാണുമ്പോൾ അവയെ സ്വഭാഷയിൽ പരിണമിപ്പിക്കണം എന്നു പ്രായേണ ഒരു മോഹം ഉണ്ടാകുന്നതു സ്വാഭാവികമാണെങ്കിൽ എനിക്കും ഇതിന്റെ ഭാഷാന്തരാനയനത്തിൽ പ്രവർത്തിക്കുന്നതിനു കാരണാന്തരം ഉണ്ടായിരുന്നില്ല.

സൗന്ദര്യലഹരി സമ്പൂർണം ഭാഷാന്തരംചെയ്ത് അവസാനിച്ചിട്ട ഇപ്പോൾ സംവത്സരം നാലിൽ അധികമായിരിക്കും. എന്നാൽ 73-ാമാണ്ടിടയ്ക്ക് ഇത് *വിദ്യാവിലാസിനി*യിൽ അൽപ്പാൽപ്പമായി പ്രസിദ്ധപ്പെടുത്തി വന്നിരുന്നു. എങ്കിലും ആ മാസിക തൽക്കാലം നിന്നുപോകയാലും എന്റെ ദേശാന്തരനിവാസം നിമിത്തവും മുഴുവൻ അച്ചടിച്ചു പ്രസിദ്ധപ്പെടുത്താൻ ഇപ്പോഴാണു സാധിച്ചത്.

മൂലത്തിലെ ഗഹനങ്ങളും വിശാലങ്ങളും ആയ അർഥങ്ങളെ സമുചിതമായ സന്ദർഭഭംഗിയോടുകൂടെ ഭാഷയിൽ പ്രതിഫലിപ്പിപ്പാൻ ഞാൻ കഴിയുന്നതും ശ്രമിച്ചിട്ടുണ്ട്. എന്നാൽ ചില പദ്യങ്ങൾക്കു ശ്രവണമാത്രത്തിൽ അർഥബോധം ഉണ്ടാകുന്നില്ല എങ്കിൽ വിഷയവിശേഷോപാധികമായ ആ വിളംബം മൂലത്തിലും അപ്രകാരം ഉള്ളതാണ്. അപൂർവം ചില സാങ്കേതികപദങ്ങളെ യഥോക്തമായിത്തന്നെ പ്രയോഗിക്കേണ്ടിവന്നിട്ടുള്ളത് അന്യഥാകരിപ്പാൻ പാടില്ലാത്തവയും ആകുന്നു. ഇതു പണ്ഡിതന്മാരോടു പൂർവനിവേദനം ചെയ്യുന്നതു സാഹസമാണെങ്കിലും മധ്യമന്മാരെ സംബന്ധിച്ചിടത്തോളം ഇവിടെ പ്രസ്താവിച്ചത് അസന്ദർഭോചിതമായിരിക്കുമെന്നു തോന്നുന്നില്ല.

'ദക്ഷിണം' അല്ലെങ്കിൽ സമയിമതത്തെ അവലംബിക്കുന്ന കേരള കൗളന്മാർക്കും സാധാരണക്കാർക്കും സനാതനിയായ ചിച്ഛക്തിയെ സ്തോത്രം ചെയ്യുന്നതിൽ ഈ 'ഭാഷാസൗന്ദര്യലഹരി' അത്യൽപ്പമായിട്ടെങ്കിലും ഉപയുക്തയാകുന്നപക്ഷം ഏതദ്വിഷയകമായ എന്റെ ശ്രമം സഫലമായെന്നു വിചാരിക്കുകയും വക്തവ്യശേഷത്തിന് ഇതിന്റെ തർജ്ജമ സമാപിച്ച കാലത്തുതന്നെ ഞാൻ എഴുതീട്ടുണ്ടായിരുന്ന ഒരു സംസ്കൃതപദ്യത്തെ താഴെ ചേർത്തുംകൊണ്ട് ഈ അവതരണികയെ ഇവിടെ അവസാനിപ്പിച്ചുകൊള്ളുകയും ചെയ്യുന്നു.

വിശുദ്ധാ വാഗ്വേണീ വിഹിതസുകൃതാ ശങ്കരഗുരോ-
ഗ്ഗഭീരാ ഗൂഢാർത്ഥൈർഭുവി ഗഗനഗംഗേവ ജയതി
തദീയേയം ഭാഷാ മമ ഭവതു സൗന്ദര്യലഹരീ
യഥാ ദൈവീ മൂർത്തിഃ പരിണമതി മൃത്സ്നാപ്രതികൃതിഃ

അരുവിപ്പുറം
12.06.1901

എൻ കുമാരനാശാൻ

പൂർവഭാഗം

ചൊല്ലേറും ശക്തിയോടൊത്തിഹ ശിവനഖിലം
        ചെയ്യുവാൻ ശക്തനാകു-
ന്നല്ലെന്നാൽ ചെറ്റനങ്ങുന്നതിനുമറികിലാ-
        ദ്ദേവനാളല്ലയല്ലോ;
മല്ലാക്ഷൻ ശംഭുമുമ്പാം മഹിതവിബുധരാൽ
        മാന്യയാം നിന്നെ വാഴ്ത്തി-
ച്ചൊല്ലാനും കുമ്പിടാനും ജനനി പുനരിതാ-
        ക്കാവു പുണ്യം പെറഞ്ഞാൽ? 1

നിമ്പാദാംഭോരുഹത്തീന്നിളകിയ നിതരാം
        സൂക്ഷ്മമാം ധൂളിജാലം
സമ്പാദിച്ചിട്ടു ധാതാവഖിലഭുവനവും
        ദേവി! സൃഷ്ടിച്ചിടുന്നു;
അംഭോജാക്ഷൻ പണിപ്പെട്ടതിനെയഥ ശിര-
        സ്സായിരംകൊണ്ടുമാളു-
ന്നമ്പിൽ ധൂളീകരിച്ചിട്ടമലഭസിതമാ-
        യീശനും പൂശിടുന്നു. 2

ആദിത്യദ്വീപമല്ലോ ഭവതിയിരുളക-
        റ്റാനവിദ്യാവശന്നും
ചൈതന്യപ്പൂംകുലയ്ക്കുള്ളൊഴുകിയ ചെറുതേൻ-
        കേണിയല്ലോ ജഡന്നും
ഏതാനും സ്വത്തുമില്ലാത്തവനുമരിയ ചി-
        ന്താമണിശ്രേണിയല്ലോ

മാതാ ജന്മാബ്ധിയാഴുന്നവനുമിഹ മഹാ–
ദംഷ്ട്രിതൻ ദംഷ്ട്രയല്ലോ. 3

ആമോദം പൂണ്ടു കൈകൊണ്ടമരരഭയമോ–
ടൊത്തഭീഷ്ടം കൊടുക്കും;
നീമാത്രം ദേവീ! യെന്നാൽ നലമൊടവയെ ന–
ല്കുന്നതമ്മട്ടിലല്ലാ;
ഭീ മാറ്റിപ്പാലനംചെയ്‌വതിനുമുടനഭീ–
ഷ്ടാധികം നൽകുവാനും
സാമർത്ഥ്യം പൂണ്ടതോർക്കിൽ തവ കഴലിണയാ–
കുന്നു ലോകൈകനാഥേ! 4

പണ്ടംഭോജാക്ഷനാര്യേ! പ്രണതനു ബഹുസൗ–
ഭാഗ്യമേകുന്ന നിന്നെ–
ത്തെണ്ടിസ്ത്രീവേഷമാർന്നാ ത്രിപുരഹരനുമു–
ണ്ടാക്കി പാരം വികാരം;
തണ്ടാരമ്പൻ ഭജിച്ചും രതിയുടെ നയനം
നക്കുവാൻതക്ക മേനി–
ത്തണ്ടാർന്നുംകൊണ്ടു തത്തൻമുനികൾമനമിള–
ക്കാനുമൂക്കാർന്നിടുന്നു. 5

ഒക്കെപ്പൂവാണു വില്ലും, ശരമതു വെറുമ–
ഞ്ചാണു, വണ്ടാണു ഞാണും
തെക്കൻകാറ്റാണു തേരും, സുരഭിസമയമൊ–
ന്നാണു കാണും സുഹൃത്തും;
നിൽക്കട്ടേകാകിയാണെങ്കിലുമയി ഗിരിജേ
നിൻകടാക്ഷത്തിലേതോ
കൈക്കൊണ്ടുംകൊണ്ടനംഗൻ ഭുവനമഖിലവും
നിന്നു വെല്ലുന്നുവല്ലോ. 6

കാഞ്ചീനാദം പൊഴിഞ്ഞും കഠിനകുചഭരം
കൊണ്ടു മെല്ലെക്കുനിഞ്ഞും
ചഞ്ചന്മദ്ധ്യം മെലിഞ്ഞും ചതുരതരശര–
ച്ചന്ദ്രതുണ്ഡം കനിഞ്ഞും
പൂഞ്ചാപം പുഷ്പബാണം ഭുജമതിലഥ പാ–
ശാംകുശം പൂണ്ടുമമ്പാ–
ന്നെഞ്ചാരത്തായ് വരട്ടേ പുരരിപുഭഗവാൻ–
തന്റെ തന്റേടദംഭം. 7

ആ പീയൂഷാർണ്ണവത്തിൽ നടുവിലമരദാ–
രുക്കൾ ചൂഴുന്ന രത്ന–

ദ്വീപത്തിൽ പൂംകടമ്പിന്നിടയിലരിയ ചി-
ന്താശ്മവേശ്മോദരത്തിൽ
ശോഭിക്കും ശൈവമഞ്ചോപരി പരമശിവൻ
തന്റെ പര്യങ്കമേലും
ദീപാനന്ദോർമ്മിയാകും ഭവതിയെ നിയതം
കുമ്പിടും പുണ്യവാന്മാർ. 8

ഒന്നാമാധാരചക്രം നടുവിലവനി ര-
ണ്ടാമതുള്ളഗ്നിതത്ത്വം
മൂന്നാമത്തേതിലംഭസ്സതിനുപരി മരു-
ത്തപ്പുറത്തഭ്രമേവം
പിന്നെ ഭ്രൂമദ്ധ്യമേലും മനമൊടു കുളമാർഗ്ഗ-
ങ്ങളെല്ലാം കടന്നാ-
പ്പൊന്നംഭോജാകരത്തിൽ ഭവതി പതിയൊടും
ഗൂഢമായ് ക്രീഡയല്ലീ? 9

തൃപ്പാദത്തീന്നൊലിക്കുന്നമൃതലഹരികൊ-
ണ്ടാകെ മുക്കി പ്രപഞ്ചം
പിൽപാടും ചന്ദ്രബിംബം പരിചിനൊടു വെടി-
ഞ്ഞിട്ടു കീഴോട്ടിറങ്ങി
അപ്പൂർവ്വസ്ഥാനമെത്തീട്ടവിടെയഹികണ-
ക്കൊട്ടു ചുറ്റീട്ടു രന്ധ്രം
മേൽപൊങ്ങും മൂലകുണ്ഡോപരി ഭവതിയുറ-
ങ്ങുന്നു തങ്ങുന്ന മോദാൽ. 10

ശ്രീകണ്ഠീയങ്ങൾ നാലും ശിവയുടെ പരി-
ഭിന്നങ്ങൾ ചക്രങ്ങളഞ്ചും
സാകം ബ്രഹ്മാണ്ഡമൂലപ്രകൃതിപദമിയ-
ന്നമ്പിടുന്നൊമ്പതോടും
ആകെച്ചേർന്നെട്ടൊടീരെട്ടിതളിതയൊടെഴും
വൃത്തരേഖാത്രയം ചേ-
ന്നാകും നാൽപത്തിനാലാണരിയ വസതിയോ-
ടൊത്ത നിൻ ചിത്രകോണം. 11

ത്വത്സൗന്ദര്യാതിരേകം തുഹിനഗിരിസുതേ!
തുല്യമായൊന്നിനോതി-
സ്സത്സാഹിത്യം ചമപ്പാൻ വിധിമുതൽ വിബുധ-
ന്മാരുമിന്നാരുമാകാ;
ഔൽസുക്യത്താലതല്ലേയമരികളതു കാ-
ണ്മാനലഭ്യത്വമോർക്കാ-
തുത്സാഹിക്കുന്നു കേറുന്നതിനിഹ ശിവസാ-
യുജ്യമാം പൂജ്യമാർഗ്ഗേ. 12

ചന്തം കാഴ്ചയ്ക്കു വേണ്ടാ, ചതുരത ചടുവാ-
ക്കോതുവാൻ വേണ്ട ചെറ്റും,
ചിന്തിച്ചാൽ നിൻ കടാക്ഷം തടവിയ ജരാൻ-
തന്നെയും തന്വി കണ്ടാൽ
കൂന്തൽക്കെട്ടൊട്ടഴിഞ്ഞും കുചകലശദുകൂ-
ലാഞ്ചലം വീണിഴഞ്ഞും
ബന്ധം കാഞ്ചിക്കിഴിഞ്ഞും വിഗതവസനയാ-
യോടിയെത്തീടുമാര്യേ! 13

അമ്പത്താറാകുമർച്ചിസ്സവനിയിലുദകം-
തന്നിലമ്പത്തിരണ്ടാ-
മംഭസ്സിൽ ശത്രുമിത്രങ്ങളിലൊരറുപതും
രണ്ടുമമ്പത്തിനാലും
തൻഭ്രൂമദ്ധ്യംബരത്തിൽ തരമൊടെഴുപതും
രണ്ടുമുണ്ടൂന്നിനിൽക്കു-
ന്നമ്പുന്നെട്ടെട്ടു ചേതസ്സിതിലുമതിനുമ-
ങ്ങപ്പുറം ത്വൽപദാബ്ജം. 14

തേനോലും വെണ്ണിലാവിൽ ധവളതനുവൊടും
തിങ്കൾ ചൂടും കിരീടം
ധ്യാനിച്ചും തൃക്കരങ്ങൾക്കഭയവരദവി-
ദ്യാക്ഷസൂത്രങ്ങളോർത്തും
നൂനം നിന്നെത്തൊഴാതെങ്ങനെ കവിനിപുണ-
ന്മാർക്കുദിക്കുന്നു വാക്യം
തേനും പാലും നറുമുന്തിരിയുടെ കനിയും
തോറ്റ ചട്ടറ്റമട്ടിൽ. 15

കത്തും കാന്ത്യാ വിളങ്ങും കവിവരഹൃദയാം-
ഭോജബാലാതപംപോൽ
ചിത്തത്തിൽ ചേർത്തിടുന്നു ചിലരുമരുണയാം
നിന്നെയദ്ധ്യന്യരെല്ലാം
മെത്തും വാഗ്ദേവിതന്നുജ്ജ്വലരസലഹരീ-
ചാരുഗംഭീരവാണീ-
നൃത്തത്തിൻ വൈഭവത്താൽ സഹൃദയഹൃദയാ-
ഹ്ലാദനം ചെയ്തിടുന്നു. 16

ചേതസ്സിൽ ചന്ദ്രകാന്തോപലദലവിശദ-
ശ്രീനിറഞ്ഞുള്ള ശബ്ദ-
വ്രാതത്തിൻ മാതൃഭാവം കലരുമൊരു വശി-
ന്യാദിയോടൊത്തു നിന്നെ
ബോധിച്ചീടുന്ന മർത്ത്യൻ ബഹുവിധരചനാ-
സ്വാദ്യമാം പദ്യജാലം

ചെയ്തീടും ചാരുവാണീവദനകമലസൗ-
രഭ്യസൗലഭ്യമോടും. 17

ദേവി! ത്വദ്ദേഹകാന്തിപ്രചുരിമ ദിനനാ-
ഥന്റെ ബാലാതപംപോൽ
ദ്യോവും ഭൂവും നിറഞ്ഞുള്ളരുണനിറമൊടും
ഭാവനം ചെയ്‌വവന്ന്
ആവിർഭീത്യാ വലഞ്ഞോടിയ വനവരിമാൻ
പോലെ വല്ലാത്ത നാണം
താവും കമ്രാക്ഷിമാരുർവശിമുതലിവരും
വശ്യരാം വേശ്യമാരും. 18

ബിന്ദുസ്ഥാനത്തിലാസ്യത്തെയുമഥ കുചയു-
ഗ്മത്തെയും നിന്നെയും നിൻ
കന്ദർപ്പൻതന്റെ ധാമത്തെയുമടിയിൽ മഹാ-
ദേവി! ഭാവിക്കുമെന്നാൽ
അന്നേരത്തുദ്ഭ്രമിക്കുന്നബലകളതു നി-
സ്സാരമാദിത്യചന്ദ്ര-
ദ്വന്ദ്വം വക്ഷോജമാകും ജഗതി മുഴുവനും
സാംപ്രതം സംഭ്രമിക്കും. 19

കായത്തിൻ കാന്തിസന്താനകരസമൊഴുകി-
ച്ചായുമച്ചന്ദ്രകാന്ത-
സ്ഥായിശ്രീ ചേർന്നമട്ടിൽ ഭവതിയുടെ വപു-
സ്സന്തരാ ചിന്തചെയ്താൽ
പായിക്കാം സർപ്പദർപ്പം പെരിയ ഖഗപതി-
ക്കൊത്തുടൻ നേത്രനാഡീ-
പീയൂഷസ്രാവശക്ത്യാ ജ്വരിതപരിഭവം
നോക്കിയും സൗഖ്യമാക്കാം. 20

വിദ്യുത്തോടൊത്ത സൂക്ഷ്മാകൃതിയിൽ മിഹിരച-
ന്ദ്രാഗ്നിരൂപത്തിലെന്നും
വിദ്യോതിക്കും ഷഡാധാരവുമധിഗതമായ്
നിന്റെ തേജോവിശേഷം
ഉദ്യൽപത്മാകരത്തിന്നിടയിലതിനെയു-
ദ്ധൂതമായാമലന്മാർ
വിദ്വാന്മാർ കണ്ടുകൈക്കൊണ്ടിടുമൊരു പരമാ-
നന്ദനിഷ്യന്ദപൂരം. 21

ദാസൻ ഞാൻ ഗൗരി! നീ മാംപ്രതി കരുണകല-
ന്നൊന്നു നോക്കെന്നുരയ്ക്കാ-

നാസംഗപ്പെട്ടൊരുമ്പെട്ടരമൊഴി മമ ഗൗ-
        രീതി വാഴ്ത്തും ക്ഷണത്തിൽ
നീ സായൂജ്യം കൊടുക്കുന്നവനു ഹരിവിരി-
        ഞ്ചാദി ചൂഢാഞ്ചലത്തിൽ
ഭാസിക്കും രത്നദീപാവലി പദകമലാ-
        രാധനം ചെയ്തിടുന്നു. 22

ചെന്താർബാണാരിമെയ്യിൽ പകുതിയപഹരി-
        ച്ചാദ്യമേയദ്യപോരാ-
ഞ്ഞന്തർമ്മോദേന മറ്റേപ്പകുതിയുമഗജേ!
        നീ ഹരിച്ചെന്നു തോന്നും
എന്തെന്നാൽ നിൻശരീരം മുഴുവനരുണമായ്
        കണ്ണു മൂന്നായി കൊങ്ക-
പ്പന്തിൻ ഭാരേണ കൂന്നും പനിമതിയൊടു ചൂ-
        ടുന്ന കോടീരമാർന്നും. 23

സ്രഷ്ടാ സൃഷ്ടിച്ചിടുന്നു ഹരിയതു പരിപാ-
        ലിച്ചിടുന്നിന്ദുചൂഡൻ
നഷ്ടം ചെയ്യുന്നു തന്നോടഖിലമഥ മറ-
        യ്ക്കുന്നു ലോകം മഹേശൻ
സൃഷ്ടിപ്പാനായ് സദാ പൂർവ്വകനുപരി ശിവൻ
        സ്വീകരിക്കുന്നതും നിൻ-
കഷ്ടാതീതം ഭ്രമിക്കും ഭ്രുകുടിഘടനതൻ
        സംജ്ഞയാമാജ്ഞയാലേ. 24

ചിന്തിച്ചാൽ മൂർത്തി മൂന്നായ് ത്രിഗുണമതിലെഴും-
        മൂന്നിനും നിന്റെ പാദ-
ച്ചെന്താരിൽ ചെയ്തുകൊള്ളും ചതുരതകലരും
        പൂജയേ പൂജയാകൂ
എന്തെന്നാൽ നിന്റെ പാദാവഹനവിഹിതര-
        ത്നാസനാസന്നദേശ-
ത്തന്തംകൂടാതെ ഹസ്താഞ്ജലി മുടിയിലണി-
        ഞ്ഞമ്പുമീയുമ്പർകോന്മാർ. 25

ബ്രഹ്മമാവും വേർപെടുന്നു വിധുവുമുപരമി-
        ക്കുന്നു വൈവസ്വതന്നും
തൻമൂർത്തിത്വം കെടുന്നു ധനദനുമുടനേ-
        തന്നെ നാശം വരുന്നു
മേന്മേൽ നിൽക്കും മഹേന്ദ്രാവലിയുമഥ മിഴി-
        ക്കുന്നു സംഹാരകാല-
ത്തമ്മട്ടും ക്രീഡയല്ലോ ഭഗവതി സതിയാം
        നിന്റെ ഭർത്താവിനോർത്താൽ. 26

സംസാരിക്കുന്നതെല്ലാം ജപമഖിലകര-
        ന്യാസവും മുദ്രയേവം
സഞ്ചാരം ദക്ഷിണാവർത്തനവുമശനപാ-
        നങ്ങൾ ഹോമങ്ങളും മേ
സംവേശംതന്നെ സാഷ്ടാംഗവുമഖില സുഖം
        താനുമാത്മാർപ്പണത്തിൻ
സംവിത്താൽ നിൻസപര്യാവിധിയിൽ വരിക ഞാൻ
        കാട്ടിടും ചേഷ്ടയെല്ലാം. 27

വാർദ്ധക്യം മൃത്യുവെന്നീ വലിയ ഭയമക-
        റ്റുന്ന പീയൂഷപാനം
മെത്തും മോദേന ചെയ്തും മൃതരിഹ വിധിമു-
        മ്പായിടും വിണ്ണവന്മാർ;
അത്യുഗ്രക്ഷ്വേളഭുക്കാം തവ പതിയറിയു-
        ന്നില്ലഹോ കാലഭേദം
കത്തും നിൻ കാതിലോലയ്ക്കുടയ മഹിമയാ-
        കുന്നതിൽമൂലമമ്മേ! 28

മാറ്റൂ മല്ലാസനൻതൻ മുടി മധുമഥനൻ-
        തന്റെ കോടീരകോടി-
ക്കേറ്റൂ ഹേ! താൻ തടഞ്ഞൂ സുരപതിമകുട-
        ത്തെപ്പുറത്തോട്ടു തള്ളൂ
മുറ്റും കുമ്പിട്ടിടുമ്പോളിവർ ഭവതിയെഴീ-
        ക്കുമ്പോളീശൻ വരുമ്പോൾ
തെറ്റെന്നേവം തുടങ്ങുന്നരികിൽ നിജഭടാ-
        ലാപകോലാഹലങ്ങൾ. 29

മെത്തും മെയ്യീന്നു പൊങ്ങുന്നണിമ മഹിമയി-
        ത്യാദിയൊത്താഭ ചൂഴും
നിത്യേ! നിന്നേ നിരൂപിച്ചഹമിതി നിതരാ-
        മേവർ ഭാവിച്ചിടുന്നൂ
തത്താദൃക്കാം ത്രിണേത്രന്നുടയ പടിമയും
        ധിക്കരിക്കുന്നവർക്കായ്
കത്തും കാലാഗ്നി നീരാജനമരുളുവതോ
        പാർക്കിലാശ്ചര്യമാര്യേ! 30

ഓരോരോ സിദ്ധിനൽകും പടിയൊരറുപതും
        നാലുമുണ്ടാക്കി തന്ത്രം
പാരെല്ലാവും ചതിച്ചപ്പശുപതി പരമാ-
        നന്ദമുൾക്കൊണ്ടിരിക്കെ
പാരം നിർബ്ബന്ധമോതിപ്പുനരിഹ പുരുഷാ-
        ർത്ഥങ്ങൾ നാലും കൊടുപ്പാൻ

പോരുന്നിത്ഥന്ത്രമേവം ക്ഷിതിയിലവതരി-
        പ്പിച്ചു നീ സ്വച്ഛമാര്യേ! 31

പാരിൽ ക്നിപ്തം ശിവൻ ശക്തിയുമലർശരനും

        ഭൂമിയും പിന്നെയർക്കൻ
താരാധീശൻ സ്മരൻ ഹംസവുമഥ ഹരിയും
        പിൻപരാ കാമനിന്ദ്രൻ
ഓരോ ഹ്രീങ്കാരമീ മൂന്നിനുമൊടുവിലുദി-
        ക്കുമ്പൊഴീ വർണ്ണജാലം
നേരേ നിൻനാമധേയത്തിനു ജനനി! പെടു-
        ന്നംഗമായ് ഭംഗമെന്യേ. 32

നിത്യേ! നിൻ മന്ത്രരത്നം മുടിയിലലർശരൻ-
        തന്നെയും നിന്നെയും ശ്രീ-
തത്ത്വത്തേയും നിനച്ചും സപദി ചില മഹാ-
        ഭോഗയോഗോൽസുകൻമാർ
ചിത്തം ചേർക്കുന്നു ചിന്താമണിജപപടമേ-
        ന്തിശ്ശിവാവഹ്നിതന്നെ-
കത്തിച്ചക്കാമധുക്കിൻ ഘൃതലഹരി ഹവി-
        സ്സാക്കി ഹോമിച്ചിടുന്നു. 33

സോമാർക്കദ്വന്ദ്വമാകും സ്തനയുഗളമെഴും
        നീ ശിവൻതൻ ശരീരം
ശ്രീമാനാകും നവാത്മാവതുമിഹ ഭവദാ-
        ത്മാവതാം ദേവിയോർത്താൽ
ഈമട്ടിൽ ശേഷശേഷിത്വവുമുരുപരമാ-
        നന്ദസംസൃഷ്ടസമ്പദ്-
ധാമത്വം പൂണ്ട നിങ്ങൾക്കിവിടെയുഭയസാ-
        മാന്യസംബന്ധമത്രേ. 34

നീയേ ചേതസ്സു നീയേ പവനപദവി നീ-
        യേ മരുത്തും മഹസ്സും
നീയാണംഭസ്സു നീയാണവനി വിവൃതയാം
        നിന്നെ വിട്ടന്യമില്ലാ
നീയേ നിന്നെജ്ജഗത്തായ് ജനനി പരിണമി-
        പ്പിക്കുവാൻ ചിൽസുഖാത്മാ-
വായും തീരുന്നുപാർക്കിൽ പരമശിവനൊടും
        പേരെഴും ദാരഭാവാൽ. 35

ഭ്രൂമദ്ധ്യത്തിങ്കലബ്ഭാസ്കരഹിമകരകോ-
        ടിപ്രഭാധാടിയോടും

ശ്രീമച്ചിച്ഛക്തി ചേരും തനുവുടയ ശിവൻ-
തൻപദം കുമ്പിടുന്നേൻ
സാമോദം ഹന്ത തത്സേവകനു സകല തേ-
ജസ്സിനും ഭാസ്സിനും മേൽ
സോമസ്തോമപ്രകാശം തവ ജനനി ലഭി-
ക്കുന്നു നിർല്ലോകലോകം. 36

നണ്ണീടുന്നേൻ നഭസ്സിന്നുദയനിലയമായ്
ശുദ്ധിയിൽ ശുദ്ധവെള്ള-
ക്കണ്ണാടിക്കാന്തികാളും ശിവനെയുമതുപോൽ
കേവലം ദേവിയേയും
എണ്ണുമ്പോഴിന്ദുരമ്യദ്യുതിയൊടെതിർപൊരും-
പോലവർക്കുള്ള കാന്ത്യാ
ചണ്ഡാന്തദ്ധ്വാന്തവും പോയ് ജഗതി സുഖമൊട-
മ്പുന്നു ചെമ്പോത്തുപോലെ. 37

ചാലേ പൊങ്ങും ചിദംഭോരുഹമധു നുകരാൻ
ചാരു ചാതുര്യഭാരം
കോലും സന്മാനസത്തിൽ കുടിയെഴുമരയ-
ന്നദ്വയം കുമ്പിടുന്നേൻ
ആലാപംകൊണ്ടതഷ്ടാദശകലകൾ പെറു-
ന്നാവഹിക്കുന്നശേഷം
പാലും പാനീയവും പ്രോൽപ്രകലിതഗുണഭാ-
വത്തെ ദോഷത്തിൽനിന്നും. 38

സ്വാധിഷ്ഠാനാഗ്നിതന്നിൽ സതതമഭിരമി-
ക്കുന്ന സംവർത്തസംജ്ഞൻ
ഭൂതേശൻതന്നെയും തത്സമയയവളെയും

മാതൃകേ! കൈതൊഴുന്നേൻ
ക്രോധത്തീ കത്തിയെത്തുന്നവനുടെ മിഴി ലോ-
കം ദഹിപ്പിച്ചിടുമ്പോൾ
ജാതപ്രേമാർദ്രദൃഷ്ട്യാ ജഗതിയവളു ചെ-
യ്യുന്നു ശീതോപചാരം. 39

ധാമം തേടുന്ന ശക്ത്യാ തിമിരഭരമക-
റ്റും തടില്ലേഖയോടും
ശ്രീമന്നാനാമണിശ്രേണികളണിതിരളു-
ന്നിന്ദ്രചാപാങ്കമോടും
ശ്യാമശ്യാമാഭയോടും ശിവരവിഹതമാം
വിഷ്ടപംതന്നിൽ വൃഷ്ടി-

സ്തോമം പെയ്യുന്ന ധാരാധരമതു മണിപൂ–
 രത്തിൽ ഞാൻ വാഴ്ത്തിടുന്നേൻ. 40

മൂലാധാരത്തിൽ മേവും ഭഗവതി സമയേ
 കിം നവാത്മാവതല്ലേ
നീ ലാസ്യം ചെയ്തിടുമ്പോൾ നവരസനടമാ–
 ടുന്ന ദേവൻ നടേശൻ
കാലേ കാരുണ്യമോടൊത്തവിടെയരുളിടും
 നിങ്ങൾ സൃഷ്ടിക്കയാലി–
ന്നീ ലോകങ്ങൾക്കശേഷം ജനകജനനിമാ–
 രുണ്ടഹോ രണ്ടുപേരും 41

കുന്നിൻമാതേ! ഭവൽകുന്തളമതിൽ മിഹിര–
 ശ്രേണിമാണിക്യമായ് സ്വ–
ച്ഛന്ദം ചേർത്തുള്ള ചാമീകരമകുടമെടു–
 ത്തെണ്ണി വർണ്ണിച്ചിടുമ്പോൾ
ചന്ദ്രച്ഛേദത്തെയമ്മണ്ഡലകിരണമടി–
 ച്ചാശു ചിത്രീഭവിച്ചി–
ട്ടിന്ദ്രൻതൻ ചാപമാണെന്നവനെഴുതുമഭി–
 പ്രായമന്യായമാമോ. 42

മുറ്റും തിങ്ങിത്തഴച്ചമ്മിനുമിനുസമതാം
 നിന്റെ നീലോൽപലപ്പൂ–
വുറ്റൊരാർകൂന്തലന്തസ്തിമിരഭരമക–
 റ്റട്ടെ ഞങ്ങൾക്കു ഭദ്രേ!
ചുറ്റും ചേരുന്നതിൽ പൂനിരകൾ സഹജമാം
 തൽസുഗന്ധത്തെ നിത്യം
പറ്റിപ്പോവാൻ വലദ്വേഷിയുടെ മലർവന–
 ത്തീന്നു വന്നെന്നപോലെ. 43

ക്ഷേമം നൽകട്ടെ ഞങ്ങൾക്കയി തവ മുഖസൗ–
 ന്ദര്യനിര്യത്നവേണി–
ക്കോമൽസ്രോതഃപ്രണാളിക്കുരുസമതപെറും
 നിന്റെ സീമന്തമാർഗ്ഗം
കാമം തത്രത്യമാം കുങ്കുമനിരയരിയാം
 കുന്തളക്കൂരിരുട്ടി–
ന്നാമത്തിൽ പെട്ടിരിക്കുന്നരുണകരകിശോ–
 രങ്ങളാണെന്നു തോന്നും. 44

കുട്ടിക്കാർവണ്ടിനൊക്കും കുടിലകുറുനിര–
 ക്കൂട്ടമാളും തവാസ്യം
ചട്ടറ്റീടുന്ന ചെന്താമരയെയുപഹസി–

ക്കുന്നു സുസ്മേരമാര്യേ
മൃഷ്ടം സൗരഭ്യമുണ്ടാ മൃദുഹസിതരുചി-
ത്തൊങ്ങലുണ്ടുന്മദത്താൽ
മട്ടൂറുന്നുണ്ടു മാരാരിയുടെ മിഴികളാ-
കും മിളിന്ദങ്ങൾ മൂന്നും. 45

കത്തും തേജോവിലാസത്തൊടു തവ നിറുക-
ക്കാന്തി കണ്ടാൽ കിരീടം
പ്രത്യാരോപിച്ച മറ്റേപ്പകുതി വിധുവതാ-
ണെന്നു തോന്നുന്നു ഗൗരീ
വ്യത്യസ്തത്വേന വയ്ക്കപ്പെടുമിതു സമമായ്
രണ്ടുമൊന്നിക്കുമെന്നാൽ
പുത്തൻ പൂവെണ്ണിലാവിൻ പുടിക പരിണമി-
ക്കുന്നു പൂർണ്ണേന്ദുവായും. 46

തെറ്റെന്നാ ത്രാസമെല്ലാം ത്രിഭുവനമതിലും
നീക്കുവാൻ വ്യഗ്രയാം നിൻ
ചെറ്റുൾക്കൂനാർന്ന ചില്ലിക്കൊടികൾ ചടുലവ-
ണ്ടൊത്ത കണ്ണാം ഗുണത്താൽ
കുറ്റംകൂടാതിടത്തേക്കരമതിൽ മണിബ-
ന്ധത്തിനാൽ മുഷ്ടിയാലും
മുറ്റും മദ്ധ്യം മറച്ചാ മലർവിശിഖനെടു-
ക്കുന്ന വില്ലെന്നു തോന്നും. 47

അല്ലിത്താർബന്ധുവല്ലോ തവ ജനനി! വലം-
കണ്ണുതിന്നാണഹസ്സും
ചൊല്ലേറും ചന്ദ്രനല്ലോ ചടുലമിഴി! യിടം-
കണ്ണുതിന്നാണു രാവും
ഫുല്ലത്വം പൂർണ്ണമാകാതൊരു ചെറുതുപുടം
വിട്ട പൊന്താമരപ്പൂ
വെല്ലും ശ്രീയാർന്ന മൂന്നാം തിരുമിഴിയതിലാ-
ണന്തരാ സന്ധ്യതാനും. 48

ചൊല്ലേറീടും വിശാലാ, ചപലകുവലയ-
ത്താലയോദ്ധ്യാ, നിനച്ചാൽ
കല്യാണീ കാൺകിലാ ഭോഗവതി, മധുര ക-
ല്ലോലകാരുണ്യധാരാ
കില്ലെന്യേ മാമവന്തീ, ബഹുപുരവിജയാ
കേവലം വൈഭവത്താ-
ലെല്ലാ നീവൃത്തുകൾക്കുള്ളഭിധയൊടുമിണ-
ങ്ങുന്നു നിൻ ദൃഷ്ടിയാര്യേ! 49

കൊണ്ടാടിക്കാവ്യമോതും കവികളുടെ വചോ-
        വല്ലരീസാരഭാരം
തെണ്ടീടും കാതിലെത്തിക്കടമിഴിയിണയാം
        രണ്ടു വണ്ടിൻകിടാങ്ങൾ
ഉണ്ടീടുന്നുന്മുഖപ്പെട്ടുരുനവരസമെ-
        ന്നുള്ളിലീർഷ്യാസുബന്ധം-
കൊണ്ടാണല്ലീ! ചുവന്നൂ ജനനി! കൊതിയൊടു
        ചെറ്റു നിൻനെറ്റിനേത്രം. 50

ഉത്തരഭാഗം

*കാതോളവും മിഴി കരുങ്കമലത്തിനുള്ള
ചേതോഹരപ്രഭ കാർന്നൊരു ചാരുമേനി
ശീതാംശുപൂണ്ട ചികുരാവലിയെന്നിതുള്ള
ഭൂതേശപത്നിയുടെ പാദയുഗം തൊഴുന്നേൻ. 1

ശൃംഗാരശ്രീവിലേപം ശിവനിതരജന-
        ങ്ങൾക്കു ബീഭത്സകുത്സം
ഗംഗാദേവിക്കു രൗദ്രം ഗിരിശനടുമിഴി-
        ക്കത്ഭുതൈകാന്തകാന്തം
അംഗാരാക്ഷാഹികൾക്കാബ്ഭയയുതമരവി-
        ന്ദത്തിനാവീരമാളീ-
സംഘത്തിന്നംബ! ഹാസം രസമടിയനു നിൻ
        കണ്ണു കാരുണ്യപൂർണ്ണം. 2

കർണ്ണാന്തത്തോളമെത്തുന്നഴകിയ കഴുകൻ-
        തൂവലൊത്തക്ഷിരോമം
തിണ്ണം ചേരുന്നു സാക്ഷാൽ ത്രിപുരരിപുമന-
        ക്കാമ്പിളക്കുന്നിതഗ്രാൽ
കണ്ണേവം നിന്റേതോർക്കിൽ കുലഗിരികുല ചൂ-
        ഡാമണേ! കാമദേവൻ
കർണ്ണത്തോളം വലിച്ചേറ്റിയ കണകളതിൻ
        കൗതുകം ചെയ്തിടുന്നു. 3

ലീലാനീലാഞ്ജനത്താൽ നലമൊടു നിറഭേദ-
        ങ്ങൾ മൂന്നും തെളിഞ്ഞി-

* ഇതു ഭാഷാന്തരകർത്താവിന്റെ സ്വന്തമാണെന്നു തോന്നുന്നു. മൂലത്തിൽ കാണുന്നില്ല.

ട്ടാലോലം നിന്റെ നേത്രത്രിതയമതഖിലലോ-
കൈകനാഥൈകനാഥേ!
കാലാഗ്നിപ്ളുഷ്ടരാകുന്നജഹരിഹരരേ-
പ്പിന്നെയും സൃഷ്ടിചെയ്‌വാൻ
നീ ലാളിക്കുന്ന സത്ത്വപ്രഭൃതി നിജഗുണം
മൂന്നുമായ് തോന്നുമാര്യേ! 4

ഇക്കണ്ടോർക്കാത്മശുദ്ധിക്കിടയിലിഹ ചുവ-
പ്പും വെളുപ്പും കറുപ്പും
കൈയ്ക്കൊണ്ടാക്കണ്ണുമൂന്നും കനിവൊടുമിയലും
നീ ശിവായത്തചിത്തേ!
ചൊൽക്കൊള്ളും ശോണമാകും നദമരിയമഹാ-
ഗംഗ കാളിന്ദിയെന്നാ-
യിക്കാണും മൂന്നു തീർത്ഥത്തിനുമരുളുകയോ
സംഗമം മംഗളാഢ്യം. 5

ഉന്മീലിപ്പും നിമീലിപ്പതുമുദയലയ-
ങ്ങൾക്കു ഹേതുക്കളെന്നായ്
ചെമ്മേ ശൈലേന്ദ്രകന്യേ ജഗതി സപദി സ-
ത്തുക്കൾ ചൊല്ലുന്നുവല്ലോ
ഉന്മേഷത്തീന്നുദിക്കും ഭുവനമഖിലവും
ഘോരസംഹാരതാപം
തന്മേൽനിന്നുദ്ധരിപ്പാൻ തവ മിഴിയിമവെ-
ട്ടാത്തതാണോർത്തിടുമ്പോൾ 6

കർണ്ണത്തിൽ പുക്കു നിന്നോടിഹ കുരള കഥി-
ക്കുന്നു കണ്ണെന്നു നീരിൽ
കണ്ണും പൂട്ടാതൊളിക്കുന്നിതു ശരി കരിമീൻ-
പേടമാൻ പേടിമൂലം
ചണ്ഡീ! നീലാബ്ജഗർഭച്ഛദമരരമട-
ച്ചാശു കാലത്തിറങ്ങി-
ത്തിണ്ണെന്നെത്തുന്നു രാവിൽ തിരിയെയതു തുറ-
ന്നുള്ളിലാക്കള്ളലക്ഷ്മി. 7

ഫുല്ലിച്ചീടുന്ന നീലാംബുജമുകുളനിറം
പൂണ്ടു നീണ്ടുള്ള കണ്ണാൽ
തെല്ലീ ദൂരസ്ഥനാം ദീനനിലുമലിവു നീ
തൂവണം ദേവദേവി
ഇല്ലല്ലോ ചേതമമ്മയ്ക്കിതിലടിയനുടൻ
ധന്യനായ്ത്തീരുമല്ലോ
തുല്യം തൂവുന്നു ചന്ദ്രൻ കരമടവിയിലും
മോടിയാം മേടമേലും. 8

ആവക്രം നിന്റെ പാണീയിണകളിവകളെ-
        ന്നദ്രിരാജന്യകന്യേ!
പൂവമ്പൻ പൂണ്ട വില്ലിൻ പുതുമയഭിനയി-
        ക്കാത്തതാർക്കാണുരയ്ക്കിൽ
ഏവം തൽക്കർണ്ണമാർഗ്ഗം വിരവിനൊടു കട-
        ന്നീ വിലങ്ങത്തിലേറി-
പ്പോവും പീലിക്കടക്കൺമുനകൾ കണതൊടു-
        ക്കുന്നപോൽ തോന്നിടുന്നു. 9

രണ്ടും ബിംബിച്ചു തങ്കക്കവിളിണ വിരവിൽ
        തക്കചക്രങ്ങൾ നാലായ്-
തണ്ടാരമ്പന്റെ തേരായ് തവ മുഖകമലം-
        തന്നെ ഞാനുന്നിടുന്നു
ചണ്ഡത്വത്തോടിതേറിജ്ഝടിതി വിരുതിൽ വെ-
        ല്ലുന്നു ചന്ദ്രാർക്കചക്രം
പൂണ്ടീടും ഭൂരഥം പൂട്ടിയ പുരഹരനെ-
        പ്പോരിൽ നേരിട്ടു മാരൻ. 10

പുത്തൻ പീയൂഷധാരയ്ക്കുടയ പടിമ ക-
        യ്ക്കൊണ്ടു വാഗ്ദേവിയോതും
ചിത്രശ്ലോകങ്ങൾ കാതാം കരപുടമതുകൊ-
        ണ്ടേറ്റു മുറ്റും നുകർന്നു
ചിത്താഹ്ലാദപ്രയോഗത്തിനു ഭവതി ശിരഃ-
        കമ്പനം ചെയ്തിടുന്നോർ
പ്രത്യാമോദിക്കയല്ലീ ഝണഝണഝണിതം
        ചണ്ഡി! നിൻ കുണ്ഡലങ്ങൾ. 11

ചൊൽപൊങ്ങുന്നെന്റെ ശൈലാധിപഭവനപതാ-
        കേ! നമുക്കൊക്കെയും നി-

ന്മൂക്കായീടും മുളക്കാമ്പിതു മുഹുരിഹ ന-
        ല്കട്ടെ വേണ്ടും വരങ്ങൾ
ഉൾക്കൊണ്ടീടുന്ന മുക്താമണികളധികമായ്
        ശീതനിശ്വാസമേറ്റു-
ന്മുക്തീഭൂതങ്ങളത്രേ വെളിയിലതു വഹി-
        ക്കുന്ന മുക്താഫലങ്ങൾ 12

ചോരച്ചെഞ്ചുണ്ടതിൽ തേ സുമുഖി സഹജമാ-
        യുള്ള ശോഭയ്ക്കു തുല്യം
പോരും സാദൃശ്യമോതാം പവിഴലതികമേൽ
        നല്ല പക്വം ജനിക്കിൽ
പോരാ ബിംബം സമാനം പറവതിനതു ബിം-
        ബിച്ചു സിദ്ധിച്ച കാന്ത്യാ

നേരിട്ടാൽ തെല്ലിനോടും ത്രപവരുമധികം
ത്രാസമാം ത്രാസിലേറാൻ. 13

മന്ദസ്മേരാഖ്യമാം നിൻമുഖവിധുവിനെഴും
വെണ്ണിലാവുണ്ടു ചുണ്ടും
മന്ദിച്ചേറ്റം ചെടിച്ചൂ മധുരമധികമാ-
യിച്ചകോരത്തിനെല്ലാം
പിന്നെപ്പാരം പുളിപ്പിൽ പ്രിയമൊടിവ ശശാ-
ങ്കന്റെ പീയൂഷവർഷം
തന്നെസ്സേവിച്ചിടുന്നൂ നിശി നിശി നിയതം
മോടിയായ് കാടിപോലെ. 14

പ്രാണപ്രേയാനെ നിത്യം പലവുരുവു പുക-
ഴ്ത്തുന്ന ജിഹ്വാഞ്ചലം തേ
ചേണൊക്കും ചെമ്പരുത്തിക്കുസുമമൊടു സമം
ദേവി! ശോഭിച്ചിടുന്നൂ
വാണിക്കുള്ളോരു ശുദ്ധസ്ഫടികസദൃശമാ-
യുള്ള വെള്ളശ്ശരീരം
മാണിക്യംപോലെയാകുന്നവിടെ മരുവിടും-
മൂലമക്കാലമെല്ലാം. 15

തോൽപ്പിച്ചാ ദൈത്യയൂഥം സപദി പടകഴി-
ഞ്ഞാത്തലപ്പാവു പൊക്കി-
ക്കുപ്പായത്തോടുമാരാൽ വരുമളവു കുമാ-
രേന്ദ്രനാരായണന്മാർ
ത്വദ്ഭർത്രൂച്ഛിഷ്ടമോർക്കിൽ പ്രമഥനിതി വെറു-
ത്തും മുറുക്കുന്നു വാങ്ങി-
ക്കർപ്പൂരച്ഛേദമോടും തവ കവിളിനക-
ത്തമ്പിടും തമ്പലങ്ങൾ. 16

ചെന്താർബാണാരിചിത്രസ്തുതികൾ പലതുമാ-
വാണി വായിച്ചിടുമ്പോൾ
ചിന്തും മോദേന നീയും ചെറുതു തല കുലു-
ക്കീട്ടു ചൊല്ലാൻ തുടർന്നാൽ
പൈന്തേനിൻവാണി! നിൻവാങ്മധുരിമയതിനാൽ
ശബ്ദമേറായ്കമൂലം
സ്വന്തം കൈവീണതന്നെക്കവിയണയിലെടു-
ത്തിട്ടു കെട്ടുന്നു വേഗം. 17

ഉണ്ണിക്കാലത്തു കൈകൊണ്ടഗപതിയനുമോ-
ദിച്ചതായും സദാ മു-
ക്കണ്ണൻ മോഹാന്ധനായ് വന്നധരമതു കുടി-
പ്പാനുയർത്തുന്നതായും

വർണ്ണിപ്പാൻ വസ്തു കിട്ടാത്തൊരു കരഗതമാം
വാമദേവന്റെ വക്ത്ര-
ക്കണ്ണാടിത്തണ്ടതാം നിൻ ചിബുകമടിയനി-
ന്നോർക്കിലെന്തൊന്നുരയ്ക്കും. 18

കണ്ടീടാം ദേവി! നിത്യം ഹരകരപരിരംഭത്തി-
ലുദ്ധൂതമാം നിൻ
കണ്ഠത്തിൽ കണ്ടകംപൂണ്ടൊരു മുഖകമല-
ത്തിന്റെ തണ്ടിന്റെ ലക്ഷ്മി
ഉണ്ടേവം കാരകിൽച്ചേറുരുവിയഥ കറു-
ത്തും സ്വഗത്യാ വെളുത്തും
തണ്ടിൻതാഴത്തു തണ്ടാർവലയവടിവിലും
ചാരുവാം ഹാരവല്ലി. 19

പണ്ടാ വേളിക്കു ബന്ധിച്ചൊരു ചരടുകൾതൻ
ലഗ്നകംപോൽ കഴുത്തിൽ-
ക്കണ്ടീടും രേഖ മൂന്നും ഗതിഗമകമഹാ
ഗീത ചാതുര്യവാസേ!
കൊണ്ടാടും ശോഭതേടുന്നമിതമധുരമാം
രാഗരത്നാകരത്വം
തെണ്ടും ഗ്രാമത്രയത്തിൽ സ്ഥിതിയെ നിലനിറു-
ത്തുന്ന കാഷ്ഠാത്രയംപോൽ. 20

ലോലത്വംപൂണ്ട തണ്ടാർവലയമൃദുലമാം
നിന്റെ കൈ നാലുമേലും
ലാലിത്യം വാഴ്ത്തിടുന്നു നളിനനിലയനൻ
നാലു വക്ത്രങ്ങൾകൊണ്ടും
കാലപ്രദ്ധ്വംസിതൻ കൈനഖനിരയിലലം-
പേടിയായ് ശിഷ്ടശീർഷം
നാലിന്നും ദേവിയൊന്നായഭയകരമുയ-
ർത്തീടുമെന്നൂഢബുദ്ധ്യാ. 21

പുത്തൻ ചെന്താമരപ്പൂനിറമരിയ നഖം-
കൊണ്ടു നിന്ദിച്ചിടും നിൻ
കൈത്താരിൻ കാന്തി ഞാനെങ്ങനെ പറയുമുമേ
ഹന്ത നീതന്നെ ചൊൽക
നൃത്തംചെയ്യും മഹാലക്ഷ്മിയുടെ കഴലിണ-
യ്ക്കേലുമാലക്തകം പൂ-
ണ്ടത്യർത്ഥം നിൽക്കിലപ്പങ്കജമൊരു ലവലേ-
ശത്തിനോടൊത്തിടട്ടേ. 22

അമ്പൊത്തൊന്നിച്ചു ലംബോദരനുമനുജനും
വന്നു പാലുണ്ടിടും നിൻ

തുമ്പെപ്പോഴും നനഞ്ഞുള്ളൊരു കുചയുഗളം
തീർക്കുമെൻ ദുഃഖമെല്ലാം
മുമ്പിൽ കണ്ടായതിന്നും ദ്വിപവദനനുമേ!
ഹാസ്യമാമ്മാറു മോഹാൽ
തുമ്പിക്കൈകൊണ്ടു തൂർണ്ണം ശിരസി തടവി നോ-
ക്കുന്നു തത്കുംഭയുഗ്മം. 23

മാണിക്യത്തോൽക്കുടംതാനമൃതഭരിതമാ-
കുന്നതാകുന്നു രണ്ടി-
ക്കാണും നിൻകൊങ്ക കുന്നിൻകൊടി!യടിയനിതി-
ന്നില്ല തെല്ലും വിവാദം
ചേണൊക്കുന്നായതുണ്ടിട്ടിഹ ഗണപതിയും
സ്കന്ദനും നാരിമാരെ
ഘ്രാണിച്ചീടാതെയിന്നും തവ മുലകുടി മാ-
റാത്ത കൈത്തോകകങ്ങൾ. 24

ചണ്ഡത്വംപൂണ്ട നാഗാസുരനുടെ തല കീ-
റീട്ടെടുത്തുള്ള മുത്തിൻ-
ഷണ്ഡത്തെക്കോർത്തു കൊങ്കത്തടമതിലണിയും
മുഗ്ദ്ധമുക്താസരം തേ
ചണ്ഡീ! ചെന്തൊണ്ടിതോൽക്കുന്നധരരുചികളാൽ
ചിത്രമായാ പ്രതാപോ-
ദ്ദണ്ഡശ്രീയിൽ കലർന്നീടിന പുരരിപുവിൻ
മൂർത്തയാം കീർത്തിപോലെ. 25

പാലെന്നുള്ളോരു കള്ളത്തൊടുമയി ജനനീ!
വൈഖരീശബ്ദജാല-
പ്പാലംഭോരാസിയല്ലോ തവ ഹൃദയമതീ-
ന്നൂർന്നു പായുന്നതോർത്താൽ
കോലും വാത്സല്യമോടും ദ്രവിഡശിശുവിനായ്
നീ കൊടുത്താസ്വദിച്ചാ
ബാലൻ സംവൃത്തനായാൻ പ്രഥിതകവികളിൽ
ദിവ്യനാം കാവ്യകർത്താ. 26

ദേവൻതൻ ക്രോധമാകും ദഹനശിഖകളിൽ-
ദ്ദേഹമാഹന്ത വെന്താ-
പ്പൂവമ്പൻ വന്നു വീണാൻ ഝടിതി ഭവതിതൻ
നാഭിയാം വാപിതന്നിൽ
ആവിശ്ശ്യാമാഭമപ്പോൾ ചെറിയ പുക പുറ-
പ്പെട്ടു മേല്പ്പോട്ടതിന്നും
ഭാവിച്ചീടുന്നു ലോകം ജനനി ഭവതിതൻ
രോമദാമാഭയെന്നും. 27

കണ്ടാൽ കാളിന്ദിനീരിൻ ചെറിയ ചെറിയ ക-
ല്ലോലകംപോലെയേതാ-
ണ്ടുണ്ടല്ലോ നിന്റെ നാളോദരമതിലഗജേ
ബുദ്ധിമാന്മാർക്കതോർക്കിൽ
കുണ്ഠിച്ചേറ്റം ഞെരുങ്ങും കുചഗിരികളിട-
യ്ക്കുള്ള സൂക്ഷ്മാന്തരീക്ഷം
തെണ്ടും ദിക്കറ്റു നാഭീഗുഹയിൽ വരികയാ-
ണെന്നു തോന്നീടുമാര്യേ. 28

മാറിപ്പോകാത്ത മന്ദാകിനിയുടെ ചുഴിയോ
മൊട്ടു രണ്ടിട്ടു രോമ-
ത്താരൊക്കും തൈലതയ്ക്കുള്ളരിയൊരു തടമോ
താർശരക്കർശനത്തീ
നീറീടും കുണ്ഡമോ നാഭികയിതു രതിതൻ
നിത്യമാം കൂത്തരങ്ങോ
ദ്വാരോ സിദ്ധിക്കു ഗൗരീ ഗിരിശമിഴികൾതൻ
വീക്ഷ്യമാം ലക്ഷ്യമെന്നോ. 29

പണ്ടേ പാരം ക്ഷയിച്ചും പെരിയ കുചഭരം
കൊണ്ടു പിന്നെ ശ്രമിച്ചും
കണ്ടാലാനയമ്രയാം നിൻ കടിലതികയൊടി-
ഞ്ഞീടുമിന്നെന്നു തോന്നും
കണ്ടിക്കാർവേണിമൗലേ! നദിയുടെ കരനി-
ൽക്കും മരത്തിന്റെ വേരിൻ
തണ്ടോളം സ്ഥൈര്യമേയുള്ളതിന്നു ധരസുതേ!
നന്മ മേന്മേൽ വരട്ടെ. 30

അപ്പോഴപ്പോൾ വിയർത്തും വിരവിനൊടു വിജൃം-
ഭിച്ചു കക്ഷം കവിഞ്ഞും
കുപ്പായത്തിൽ കുഴഞ്ഞുള്ളൊരു കവിളു മുറി-
ക്കുന്ന കൊങ്കക്കുടങ്ങൾ
കൽപ്പിച്ചിട്ടാശു കാമൻ ജനനി! യൊടിയുമെ-
ന്നോർത്തു നിൻമദ്ധ്യദേശം
കെൽപോടും മൂന്നുവട്ടം ലവലിതകളാൽ
കെട്ടിനാൻ തിട്ടമാര്യേ. 31

ഭാരം വിസ്താരമെന്നീവകയെ നിജ നിതം-
ബത്തിൽനിന്നദ്രിരാജൻ
വാരിത്തന്നായിരിക്കാം തവ ജനനി വധൂ-
ശുല്കമായുള്ളതെല്ലാം
നേരോർക്കുമ്പോഴതല്ലേയതിവിപുലഭരം
നിന്റെ നൈതംബബിംബം
പാരാകത്താൻ മറയ്ക്കുന്നതിനെ ലഘുവതായ്
ചെയ്കയും ചെയ്തിടുന്നു. 32

തത്തൽകുംഭീന്ദ്രർതേടും കരനിരകളതും
തങ്കവാഴത്തരത്തിൻ
പുത്തൻ കാണ്ഡങ്ങളും പോർതുടകളിവകളാൽ
നിന്നു നീ വെന്നു രണ്ടും
ഭർത്താവിൻ മുമ്പു കുമ്പിട്ടധികപരുഷമാം
വൃത്തജാനുദ്വയത്താൽ
കർത്തവ്യജ്ഞേ! ജയിക്കുന്നമരകരിവരൻ-
കുംഭവും ശംഭുജായേ. 33

യുദ്ധേ തോൽപ്പിച്ചിടേണം ശിവനെ നിയതമെ-
ന്നാശ്ശരശ്രേണിയിപ്പോൾ
പത്താക്കിപ്പഞ്ചബാണൻ ഭവതിയുടെ കണ-
ങ്കാലു തൂണീരമാക്കി
പ്രത്യക്ഷിക്കുന്നിതിൽ കീഴ്നഖരകപടമായ്
പത്തുമസ്ത്രാഗ്രമാര്യേ!
നിത്യം വാനോർകിരീടോപലനികഷമതിൽ
തേച്ചെഴും മൂർച്ചയോടും. 34

വേദങ്ങൾക്കുള്ള മൂർദ്ധാക്കളിൽ മുടികൾസമം
ചേരുമച്ചാരുവാം നിൻ
പാദദ്വന്ദ്വം കനിഞ്ഞെൻ ജനനി! മമ ശിരോ-
ദിക്കിലും വയ്ക്കണം നീ
യാതൊന്നിൻ പാദതീർത്ഥം ഹരനുടെ ജടയിൽ
തങ്ങിടും ഗംഗയല്ലോ
യാതൊന്നിൻ ലാക്ഷ സാക്ഷാൽ നൃഹരിമകുടമാ-
ണിക്യവിഖ്യാതയല്ലോ. 35

നാമിന്നോതാം നമസ്സിൻനിരകൾ നയനര-
മ്യാഭമായ് നല്ലരക്കിൽ
താവും കമ്രാഭിരാമദ്യുതിയധികമെഴും
നിന്നടിത്താരിനാര്യേ!
ഭാവിച്ചീടുന്നതിൻ താഡനരസമിവനെ-
ന്നെന്നുമന്തഃപുരപ്പൂം-
കാവിൽ കാണുന്ന കങ്കേളിയൊടു പശുപതി-
ക്കെപ്പെഴില്ലഭ്യസൂയ? 36

പേരൽപ്പം മാറിയോതിപ്പുനരടിപണിവാൻ
വന്നുടൻ കള്ളലജ്ജാ-
ഭാരം കാണിച്ചു വീഴും പതിയുടെ നിടിലം-
തന്നിൽ നിൻ ധന്യപാദം
പാരം തല്ലുന്നനേരം ദഹനപരിഭവം
വീണ്ടതെങ്ങും ജയത്താൽ

ചേരും പാദാംഗദത്തിന്നൊലി കിലികിലിതം
ചെയ്തതാം ചൂതബാണൻ. 37

മഞ്ഞിൽപെട്ടെങ്കിൽ മങ്ങും മുഴുവനിരവിലും
നിന്നുറങ്ങും വിശേഷാൽ
കഞ്ജത്താരേകലക്ഷ്മീനിലയമിതു കഴൽ-
ത്താമരത്താരു രണ്ടും
മഞ്ഞേലും കുന്നിലാടും പകലുമിരവിലും
ശോഭ തേടും ഭജിച്ചാൽ
മഞ്ജുശ്രീ വേണ്ടതേകും പുനരിതിനു ജയം
ചിത്രമോ? ഗോത്രകന്യേ! 38

ചൊല്ലിന്നാസ്ഥാനമാം നിൻ ചരണമഴലിന-
സ്ഥാനമാമായതിന്നും
തുല്യം വല്ലാത്തൊരാമപ്പിടയുടെ മുതുകെ-
ന്നോതിയാൽ സാധുവാമോ?
മെല്ലെന്നാ വേളിനാളിൽ പദമലരു കരം
രണ്ടുകൊണ്ടും പിടിച്ചാ-
ക്കല്ലിന്മേൽ വച്ച കാലാരിയുടെ കടുമന-
സ്സിന്നു കാരുണ്യമുണ്ടോ? 39

വാനിൽ തങ്ങുന്ന വാർകേശികൾ കരകമലം
കൂമ്പുമാറമ്പിളിക്കൊ-
ത്തൂനം വിട്ടീ നഖംപൂണ്ടടികളുപഹസി-
ക്കുന്നതാം നന്ദനശ്രീ
വാനോർമാത്രം വരിച്ചാൽ കരതളിരതിനാൽ
കൽപ്പകം ഭിക്ഷയേകും
ദീനന്മാർക്കേകിടും നിൻ പദതളിരനിശം
ഭവ്യമാം ദ്രവ്യമാര്യേ! 40

ഭാവം കണ്ടിട്ടു വേണ്ടും പദവി പരവശ-
ന്മാർക്കു ചേർക്കുന്നതായും
താവും സൗന്ദര്യസാരദ്യുതിയെ മധുവൊഴു-
ക്കായൊഴുക്കുന്നതായും
ദേവി! ത്വത്പാദമെന്നുള്ളമരലതികതൻ
പൂംകുലയ്ക്കുള്ളിലിന്നെൻ-
ജീവൻ ജീവിക്കുമാറിന്ദ്രിയമൊടുമറുകാൽ
പൂണ്ടു വണ്ടായ് വരട്ടെ. 41

തെറ്റിപ്പോയിട്ടുപോലും തവ നടയെ മുതി-
ന്നഭ്യസിക്കുന്നപോൽ നിൻ-
മുറ്റത്തുള്ളോരു ഹംസപ്പിടകൾ വെടിയുമാ-
റില്ലഹോ തുല്യയാനം

മറ്റെന്തോതുന്നതോർത്താൽ തവ കഴൽമണിമ-
ഞ്ജീരമഞ്ജുസ്വരത്തിൽ
കുറ്റം കൂടാതവയ്ക്കും ഗതിമുറയുമുപദേ-
ശിക്കയാം ശ്ലാഘ്യയാനേ! 42

സേവാസന്നദ്ധരാകും ദ്രുഹിണഹരിഹര-
ന്മാർ ഭവന്മഞ്ചമായാർ
മേൽവസ്ത്രം മൂടുകെന്നായതിനു ശിവനുമാ-
സ്വച്ഛകാന്തിച്ഛലത്താൽ
ദേവി! ത്വദ്ദേഹദിവ്യപ്രഭകളുടനതിൽ-
പ്പെട്ടു രക്താഭനായാ-
ദ്ദേവൻ ശൃംഗാരമൂർത്തിദ്യുതിസദൃശമഹോ
കണ്ണിനാനന്ദമായാൽ 43

മല്ലിക്കാർകൂന്തൽതന്നിൽ കുടിലത മൃദുഹാ-
സത്തിലത്യാർജ്ജവം വൻ-
കല്ലിൻദാർഢ്യം കുചത്തിൽ കുസുമസഹജ-
സൗഭാഗ്യമന്തർഗ്ഗതത്തിൽ
സ്ഥൗല്യം ശ്രോണീഭരത്തിൽ സ്ഫുടതരമരയിൽ
സൗക്ഷ്മ്യമേവം ജഗത്തി-
ന്നെല്ലാമാലംബമാകും ശിവകരുണ ജയി-
ക്കുന്നു ശോണാഭിരാമാ. 44

അങ്കം കസ്തൂരിയാണങ്ങതിധവളകലാ-
രാശി കർപ്പൂരമാണാ-
ത്തിങ്കൾബിംബം ജലാഢ്യം മരതകമരവി-
ത്തട്ടമാണിട്ടുവയ്പാൻ
ശങ്കിപ്പാനില്ലതിങ്കൽ ഭവതിയതുപയോ-
ഗിച്ചു പാത്രം വെടിഞ്ഞാൽ.
സങ്കേതിക്കുന്നു വീണ്ടും വിധിയതിലഖിലം
ദേവി! നിൻ സേവനാർത്ഥം. 45

അമ്പോടോർക്കുമ്പൊഴാര്യേ! ഭഗവതി പുരഭി-
ത്തിന്റെയന്തഃപുരം നീ
നിൻപൂജാവൃത്തി പിന്നീയനിയതകരണ-
ന്മാർക്കു സിദ്ധിക്കുമോവാൻ
ജംഭാരിപ്രഖ്യരാകും വലിയ വിബുധരും
തുല്യമില്ലാത്ത സിദ്ധ്യാ
സമ്പന്നന്മാരതായിട്ടണിമമുതലൊടും
ദ്വാരചാരത്തിലല്ലേ? 46

ധാതാവിൻ പത്നിതന്നെക്കവികളനുഭവി-
ക്കാത്തതാരാണുരയ്ക്കിൽ

ശ്രീദേവിക്കും നിനച്ചാലിഹ പതിയെവനാ-
        കില്ലരക്കാശിരിക്കിൽ
ഭൂതേശൻതന്നെ വിട്ടെൻഭഗവതി സതികൾ-
        ക്കുത്തമോത്തംസമേ നീ
ചൂതേലും കൊങ്കചേരാൻ കുരവകതരുവും
        ഗോത്രജേ പാത്രമല്ലാ. 47

പാലോലും വാണി പദ്മാസനനു രമണിയാ-
        പ്പദ്മനാഭന്നു പദ്മാ
ഫാലാക്ഷൻപത്നിയാൾ പാർവ്വതിയിതി പറയു-
        ന്നുണ്ടഹോ പണ്ഡിതന്മാർ
നാലാമത്തേതിതേതാണ്ടവിദിതമഹിമാ
        ഹാ മഹാമായ ഹാ നി-
ർവ്വേലാ വിശ്വം ഭ്രമിപ്പിപ്പവൾ ഭവതി പര-
        ബ്രഹ്മപട്ടാഭിഷിക്ത. 48

എപ്പോഴാണംബ ലാക്ഷാരസകലിതമതാം
        നിന്റെ പൊൻതാമരപ്പൂം-
തൃപ്പാദക്ഷാളതീർത്ഥോദകമരുൾക കുടി-
        ക്കുന്ന വിദ്യാർത്ഥിയായ് ഞാൻ
ഉൽപത്യാ മൂകനും നിന്നുരുകവിത പൊഴി-
        പ്പിക്കുമത്തീർത്ഥമേന്തു-
ന്നെപ്പോഴാണംബ വാണീവദനകമലതാം-
        ബൂലലീലാരസത്വം. 49

ബ്രഹ്മാണിക്കും രമയ്ക്കും വിധിഹരിസമനായ്
        തന്നെ വാണുല്ലസിക്കും
രമ്യം സൗഭാഗ്യമാർന്നാ രതിയുടയ സതീ-
        നിഷ്ടയും ഭ്രഷ്ടയാക്കും
ചെമ്മേ ജീവിച്ചിരിക്കും ചിരമിഹ പശുപാ-
        ശങ്ങളെല്ലാമറുക്കും
ബ്രഹ്മാനന്ദാഭിധാനം രസവുമനുഭവി-
        ക്കും ഭവദ്ഭക്തനാര്യേ! 50

ദീപത്തിൻ ജ്വാലതന്നാൽ ദിനകരനു സമാ-
        രാധനം ദേവി, യിന്ദു-
ഗ്രാവത്തിൻ ശീകരത്താൽ ഹിമകരനു വിധി-
        ക്കുന്ന പൂജാവിധാനം
ആപം തന്റേതെടുത്തംബുധിയതിനരുളും
        തർപ്പണംതന്നെ നിന്നെ-
ബ്ഭാവിച്ചീ നിന്റെ വാക്കാൽ ജനനി! ലിപിമയീ!
        തീർത്തൊരിസ്തോത്രജാലം. 51

ശ്രീ സൗന്ദര്യലഹരി ഭാഷ സമാപ്തം.

പ്രഭാതപ്രാർത്ഥന

സകലാശ്രയമായി രാത്രിയും
പകലും നിന്നെരിയും പ്രദീപമേ.
ജഗദീശ, ജയിക്ക! ശാശ്വതം
നിഗമം തേടിന നിൻപദാംബുജം.

അരുണോദയമായി, പൂക്കൾപോൽ
വിരിയുന്നൂ കരണോൽക്കരം വിഭോ,
തിരിയെത്തെളിയുന്നു ഹന്ത! നീ
തിര നീക്കുന്നൊരു ലോകരംഗവും.

ഒരു ഭീതിയെഴാതെ കാത്തു, ദുഷ്-
കരസാംസ്കാരികപോതയാത്രയിൽ
കര കാട്ടുക നിന്നു നീ കൃപാ-
കര,- ഞാൻ ദിക്കറിയാത്ത നാവികൻ.

ഗുണമെന്നിയൊരാൾക്കുമെന്നിൽ നി-
ന്നണയായ്‌വാൻ തരമാകണം വിഭോ,
അണുജീവിയിലും സഹോദര-
പ്രണയം ത്വൽകൃപയാലെ തോന്നണം.

ഉളവാകണമാത്മതുഷ്ടിയീ-
യെളിയോനിങ്ങനെ പോകണം ദിനം.
ഇളകാതെയുമിന്ദ്രിയാർത്തിയാൽ
കളിയായും കളവോതിടാതെയും.

അഖിലോപരിയെന്റെ ബുദ്ധിയിൽ
സുഖദുഃഖങ്ങളിൽ മാറ്റമെന്നിയേ
ജഗദീശ, തെളിഞ്ഞുനിൽക്കണം
നിഗമം തേടിന നിൻപദാംബുജം.

ഏപ്രിൽ 1931

പരിക്കേറ്റ കുട്ടി

(സുരപുരിയോട് എന്ന മട്ട്)

അരികത്തമ്പോടു വരുന്നുണ്ടമ്മ ഞാൻ
കരയായ്കോമനേ, കരൾ വാടി
പുരികവും ചുണ്ടും ചുളിച്ചു നീ വിങ്ങി-
ക്കരയായ്കോമനേ, വരുന്നു ഞാൻ.

പനിനീർച്ചെമ്പകച്ചെറുമുള്ളേറ്റു നിൻ
കുരുന്നുകൈവിരൽ മുറിഞ്ഞിതേ!
തനിയേ തൈമാവിൽക്കയറി വീണോമൽ-
ച്ചെറുകാൽമുട്ടുകൾ ചതഞ്ഞിതേ!

മറിച്ചിട്ടിപ്പടം മുകളിൽനിന്നയ്യോ!
മുറിച്ചിതേ പൊന്നിൻനിറുകയും
മുറിയിൽക്കട്ടിന്മേൽ കയറിച്ചാഞ്ചാടി-
ത്തറയിൽ വീണിപ്പൂങ്കവിളും നീ.

കരുതേണ്ട, തല്ലുമിതിനായ് ഞാനെന്നു,
കരയേണ്ട നോവുമകന്നുപോം
അറിയാപ്പൈതൽ നീ കളിയാടിയേറ്റ
മുറിവു ഭൂഷണം നിനക്കുണ്ണീ.

ഉരച്ചിവണ്ണമക്ഷതമോരോന്നുമേ
തിരിച്ചു ചുംബിച്ചാളുടനമ്മ,
സ്ഫുരിച്ച പുഷ്പത്തെയളിപോലെ, കുട്ടി
ചിരിച്ചാൻ കാർ നീങ്ങും ശശിപോലെ.

ഒക്ടോബർ 1919

തോട്ടത്തിലെ എട്ടുകാലി

തളിർത്തലഞ്ഞു നിന്നിടും തരുക്കൾതന്റെ ശാഖയിൽ
കൊളുത്തി നീണ്ട നൂലു രശ്മിപോലെ നാലു ഭാഗവും,
കുളത്തിനുള്ളു കാണുമർക്കബിംബമൊത്തു കാറ്റിലീ-
വെല്ലുത്ത കണ്ണിവച്ചെഴും വിചിത്രരൂപനാരിവൻ!

അടുത്തിടുന്നൊരീച്ച പാറ്റയാദിയായ ജീവിയെ-
പ്പിടിപ്പതിന്നു കണ്ണിവച്ചൊളിച്ചിരുന്നുകൊള്ളുവാൻ
പഠിച്ച കള്ളനാരു നീ പ്രഗൽഭനായ മുക്കുവ-
ക്കിടാത്തനോ? കടുത്തകാട്ടിലുള്ള കൊച്ചുവേടനോ?

മിനുത്തു നേർത്ത നൂലിതെങ്ങു നിന്നു? മോടികൂടുമീ-
യനർഘമാം നെയ്ത്തുതന്നെയഭ്യസിച്ചതെങ്ങു നീ?
നിനയ്ക്ക നിന്റെ തുന്നൽ കാഴ്ചവേലതന്നിലെത്തിയാൽ
നിനക്കു തങ്കമുദ്ര കിട്ടുമെട്ടുകാലി നിശ്ചയം!

നവംബർ 1910

മിന്നാമിനുങ്ങ്

ഇതെന്തൊരാനന്ദമിതെന്തു കൗതുകം!
സ്വതന്ത്രമായ് സുന്ദരമിപ്രഭാകരണം;
ഇതാ പറന്നെത്തിയടുത്തു ഹാ! പറ-
ന്നിതാ തൊടുമ്മുമ്പിതു വിണ്ണിലായിതേ!

ഉടൻ മടങ്ങുന്നിത, പൂത്തിരുട്ടിലായ്-
ക്കിടന്ന വേലിച്ചെടിതന്റെ തുമ്പിതിൽ;
ചുടുന്നതില്ലിച്ചെറു തീയതൊന്നുമേ!
കെടുന്നുമില്ലീ മഴയത്തു പോലുമേ!

ഇരിക്കൊലാ പൊങ്ങുക, വിണ്ണിലോമനേ,
ചരിക്ക നീ മിന്നിമിനുങ്ങിയങ്ങനെ,
വരിഷ്ഠമാം തങ്കമുരച്ച രേഖപോ-
ലിരുട്ടു കീറുന്നൊരു വജ്രസൂചിപോൽ.

സ്ഫുരിക്കുമീ നിന്നുടലിൻ പദാർത്ഥമെ-
ന്തുരയ്ക്ക, മിന്നൽപ്പിണരിൻ സ്ഫുലിംഗമോ?
വിരഞ്ഞുപോം താരഗണങ്ങൾ തമ്മിലാ-
ഞ്ഞുരഞ്ഞു പാറും പൊടിയോ, നിലാവതോ

പുളച്ചിടുന്നെന്മനതാരഹോ! വെറും
വെളിച്ചമേ, വാ കിളിവാതിലൂടെ നീ,
വിളിച്ചുകേളാത്തവിധം ഗമിക്കിലാ-
മൊളിച്ചിടാൻ കള്ള, നിനക്കു വയ്യെടോ!

പിലാവിലും തെങ്ങിലുമക്കവുങ്ങിലും

വിലോലമായ് മാവിലുമങ്ങുമിങ്ങുമേ
വിലങ്ങിടും നീ പ്രകൃതിക്കു ചാർത്തുവാൻ
നിലാവുപൂമ്പട്ടിനു പാവു നെയ്കയോ?

മിനുങ്ങി നീ ചെന്നിടു മാറണയ്ക്കുവാൻ
കനിഞ്ഞതാ കൈത്തളിരാർന്ന ഭൂരുഹം
അനങ്ങിടാതങ്ങനെ നിൽപിതാർക്കുമേ
മനം കൊതിക്കും മൃദുവെത്തൊടാനെടോ!

അതാ വിളങ്ങുന്നു ഭവദ്ഗണങ്ങളാൽ
സ്വതേ ചുഴന്നിപ്പനിനീർമലർച്ചെടി.
അതിന്നൊടൊക്കില്ലൊരു ചക്രവർത്തിത-
ന്നതിപ്രകാശം കലരും കിരീടവും.

പരന്ന വൻശാഖകൾമേലിവറ്റയാർ-
ന്നിരുട്ടിൽ മിന്നുന്ന മരങ്ങളാകവേ,
നിരന്നു നക്ഷത്രഗണങ്ങൾ കീഴുമാർ-
ന്നിരട്ടയായ്ത്തീർന്നൊരു വിണ്ണുപോലവേ.

വിളങ്ങിയും മങ്ങിയുമൊന്നിതാ വരു-
ന്നിളങ്കതിർത്തൂവൊളിയാർന്നു പൊങ്ങിയും
തളർന്നുവീണും — ചെറുതാരമൂഴിതാൻ
വളർപ്പതാമിങ്ങിതു — തള്ള വാനിലാം.

മുറിക്കകത്തായിതു! ഹാ! പ്രഫാശമേ,
കരത്തിൽ വാ, കേറുക പുസ്തകങ്ങളിൽ,
ഉറക്കറയ്ക്കുള്ള കെടാവിളക്കുപോ-
ലിരിക്ക വന്നീയണിമേശമേലുമേ.

കനക്കുമുത്സാഹമൊടങ്ങുമിങ്ങും
തനിക്കു തോന്നുംപടി തന്നെയെങ്ങും
മിനുങ്ങി മങ്ങും ചൊടിയാർന്ന മിന്നാ-
മിനുങ്ങുമുൾപ്പൂവുമുടപ്പിറപ്പോ?

സെപ്റ്റംബർ 1912

നിശാപ്രാർത്ഥന

വിളയാടിയ കുട്ടി തള്ളയെ-
ത്തളരുമ്പോൾ തിരയുന്നു ദൈവമേ,
പലവൃത്തികളാൽ വലഞ്ഞു നിൻ
നില നോക്കുന്നിതു രാവിൽ ഞാനുമേ.

ഉടലിൽ ക്രിയനിൽക്കുമെന്നെയി-
ങ്ങുടനേയിന്ദ്രിയമുള്ളവും വിഭോ
വെടിയും — പൊഴിയുന്ന പൂ നില-
ത്തടിയുംപോലണയും ഭവാനിൽ ഞാൻ.

ഘൃണയോടുമിരുട്ടിൽ നിൽക്കണേ
തുണയായങ്ങ,വിടത്തെ വേഴ്ചയാൽ
ഉണരാകണമേ നടേതിലും
ഗുണവാനായ് ജഗദീശ, നാളെ ഞാൻ.

ജഗതിക്കു സമൃദ്ധി കൂടണം
ഭഗവൻ, ത്വൽകൃപയെന്നിൽ വായ്ക്കണം
അഘമൊക്കെയകന്നുദിക്കണം
സുഖമിങ്ങെന്റെ വിരോധികൾക്കുമേ.

ഒരു ദീപവുമിന്ദുവും സ്ഫുരി-
പ്പൊരു നക്ഷത്രവുമൊന്നുമെന്നിയേ
ഇരുൾമേലിരുളാം സുഷുപ്തിയിൽ
ശരണം ചിന്മയ ദേവ ദേവ നീ!

ജൂൺ 1914

വണ്ടിന്റെ പാട്ട്

(കമലാകാന്തന്റെ എന്ന മട്ട്)

കൊടുമുടിയിൽ കഴുകൻ വസിക്കട്ടെ
കൊടുതാം സിംഹം ഗുഹയിലും വാഴട്ടേ,
വടിവേലും തങ്കക്കുന്നേ, നിൻ പൂത്തൊരീ-
നെടിയ കാടാർന്ന സാനുവിൽ മേവും ഞാൻ.

പതിച്ചിടാ നോട്ടം നാറും പിണങ്ങളിൽ.
കുതിച്ചു നിർദ്ദയം കൊന്നിടാ ജീവിയെ,
പതിവായിക്കാട്ടിൽക്കാലത്തുമന്തിക്കും
പുതിയ പൂ കണ്ടു നിൻപുകൾ വാഴ്ത്തും ഞാൻ.

അഴകേറും പൂവിൽ നീയലിഞ്ഞേകും തേ-
നഴലെന്യേ നുകർന്നാനന്ദമാർന്നുടൻ
ഒഴിയാതോലും മണമാർന്ന തെന്നലിൻ
വഴിയേ നിൻപുകൾ പാടിപ്പറക്കും ഞാൻ.

മുകളിൽ സൂര്യനും ചന്ദ്രനും വന്നിരു-
ളകലുമാറും പരത്തും കതിരൂടെ
പകലും രാവും പൊന്നോമനക്കുന്നേ, നിൻ
സകല ശോഭയും കണ്ടു രസിക്കും ഞാൻ.

നവംബർ 1915

കപോതപുഷ്പം

ഇതരസൗരഭവീചിയെ മേന്മയാൽ
വിധുരമാക്കിയിളംകുളിർവായുവിൽ
എതിരകന്നിവിടെ പ്രസരിപ്പൊരീ-
മധുരഗന്ധമഹോ! മതിമോഹനം.

ഭ്രമരനീലദലാവലികൾക്കു മേൽ
വിമലമായ് മലർ മഞ്ജരിയൊന്നിതാ
കമഠമുള്ളിലെഴുന്ന കുളത്തിൽ നീർ-
ക്കുമിളതൻ നിരപോൽ വിലസുന്നുതേ!

ധവളമാം സ്ഫടികച്ചിമിഴീവിധം
നവസുഗന്ധമൊടൊന്നു തുറന്നതോ?
അവികലം മണിയാർന്നതിനിർമ്മല-
ച്ഛവിയൊടും പുതുചിപ്പി വിടർന്നതോ?

അതിവിചിത്രമനോഹരശിൽപമീ-
പ്പുതിയ പൂ- കരകൗശലശാലയിൽ
ഇതിനൊടൊത്തൊരു ദന്തമയങ്ങളാം
കൃതികളില്ല വിധേ, വിഭുതന്നെ നീ!

അഹഹ! നിർമ്മലലോലമനോജ്ഞമീ
വിഹഗമെങ്ങനെ വന്നിതിനുള്ളിലായ്;
ഗഹനമേ വിധിചേഷ്ട – പിറാവിതിൽ
സഹജമോ, നിഴലോ, മിഴിമായയോ?

ഒരു വികാരവുമെന്നിയഹോ! ഖഗം
മരുവിടുന്നിതു മൗനസമാധിയിൽ;
പറവയിൽ ചിലതുണ്ടവതാരമായ്,
പറയുമങ്ങനെയാഗമവേദികൾ.

ഭുവനതത്ത്വവുമന്തവുമൊന്നുമേ
വിവരമില്ല, പഠിച്ചു വലഞ്ഞിതേ!
ഇവനതെൻ പരിശുദ്ധകപോതികേ,
ഭവതിയോരുകിലൻപിനോടോതണേ!

ഒക്ടോബർ 1916

നിഷ്കപടതയോട്

പൂവിനെതിർമെയ്യൊളിയൊതുങ്ങിയഴലാലി-
ന്നാവിതടവും മുകുരമൊത്തു കവിൾ മങ്ങി,
ആവിലമനസ്സൊടൊരു കൈയിൽ മുഖമർപ്പി-
ച്ചീവിധമിരുന്നഴുവതെന്തു വിമലേ, നീ?

ഉണ്മയുടെയൂർജ്ജിതവിഭുത്വമതു പോയി,-
ന്നെന്മഹിമയാരുമറിയാത്ത നിലയായി,
ഇമ്മഹിയിലെന്തിനിനി വാഴുവതു ഞാനെ-
ന്നുണ്മലർ കരിഞ്ഞയി, ശുഭേ, കരവതോ നീ?

പുഞ്ചിരിനിലാവൊളി പുറത്തിരുളകത്തായ്
നെഞ്ചിൽ വിഷമായ്, മൊഴിയിൽ നല്ല നറുതേനായ്
വഞ്ചന മുഴുത്തു ഭുവനത്തിലിനി നല്ലോ-
രഞ്ചണമതോർത്തു സരളേ, യഴുവതോ നീ?

സ്നേഹമുതിരേണ്ടവരിൽനിന്നു പകയായി,
ഗേഹമതിനാൽ ഭയദമാമടവിയായി
മോഹതിമിരം പെരുകി മൂഢതയുമാക്കി-
സ്സാഹസികർ നിന്നെ,യതിനാലഴുവതോ നീ?

മാഴ്കരുതു മഞ്ജുമുഖി സത്യമൊടസത്യം
വ്യാകലിതമായ പൊരുളാണു ഭുവനം കേൾ;
ഏകരസമായ് ഗുണമെഴില്ലറികയെങ്ങും,
ലോകമിതിൽ നന്മയൊടു തിന്മ പൊരുതുന്നു.

പണ്ടുമുതലിങ്ങനെ വെളിച്ചവുമിരുട്ടും
രണ്ടുമിടയുന്നിതു സുരാസുരർകണക്കെ;
ഇണ്ടലതിനാൽ വരുവതും വിരവിൽ നീങ്ങും
കണ്ടറികയുണ്മ സുകുമാരി, കരയാതെ!

ഇങ്ങനെ തിരിഞ്ഞു വിധിചക്രമുഴറുമ്പോ-
ളിങ്ങമലധർമ്മമതിലൂന്നി വിലസുന്നു,
മങ്ങിയുമിടയ്ക്കിടെ വിളങ്ങിയുമിരുട്ടിൽ-
ത്തങ്ങിയിരുപക്ഷമെഴുമിന്ദുകലപോലെ.

നിന്നെ വെടിയുന്നവനു നീ വെടിയുവോനും
പിന്നെ മനുജന്റെ വടിവെന്തിനു മനോജ്ഞേ?
നിന്നകമെരിഞ്ഞു മിഴിനീർ പൊഴിവതെങ്ങാ-
മന്നറിക, തീനരകമെന്നു മഹിതാഭേ.

ജീവിതരണത്തിലതിമാനമൊടു ഞാനെൻ
ദേവി തുണനിൽക്കിൽ വിജയിപ്പനതിനാലേ,
പൂവിൻ മണവും മണിവിളക്കിലൊളിയും പോൽ
നീ വിലസുകെന്റെ മനതാരിൽ മറയാതെ.

നിൽക്ക തുണയായഴലൊഴിക്കയെഴുനേൽക്കി-
ന്നിക്കലുഷഭാവമയി നിന്നാലഴകാമോ?
"നിഷ്കപടതേ", കരൾ നിറഞ്ഞൊരിരുൾ നീക്കും
ചിൽക്കതിരവന്റെ ചെറുരശ്മിയമലേ! നീ

ഡിസംബർ 1915

ആത്മാർപ്പണം - ഒരു പ്രാർത്ഥന

സചേതനാചേതനമിപ്രപഞ്ചം
സർവ്വം വിളക്കുന്ന കെടാവിളക്കേ,
സമസ്തഭവ്യങ്ങളുമുള്ളിലാഴ്ത്തും
സ്നേഹപ്പരപ്പിൻ കടലേ, തൊഴുന്നേൻ.

തെളിക്കയെൻകണ്ണുകൾ കൂരിരുട്ടും
തിളക്കുന്ന മഞ്ഞും ഭഗവൻ തുടയ്ക്ക
വിളക്കയൻപാർന്നവിടത്തെ മുമ്പിൽ
വിരഞ്ഞു തപ്പിത്തടയുന്നൊരെന്നെ.

അല്ലെങ്കിലിക്കാടുകൾ വെട്ടിനീക്കി-
യകത്തെഴുന്നെള്ളുകയെൻ കുടിഞ്ഞിൽ
അരക്ഷണം വിശ്രമമഞ്ചമാക്കി-
യങ്ങെന്റെ 'ആത്മാർപ്പണ'മേറ്റുകൊൾക.

മഹാവനം നിൻ മലർവാടിയാക,
മുള്ളൊക്കെയും നിൻ മുകുളങ്ങളാക,
മഹേശ, നിൻ സന്നിധികൊണ്ടു ദുഷ്ട-
മൃഗങ്ങളും ഗായകദേവരാക.

സർവ്വം മറന്നിന്നൊരു പാറ്റപോൽ നിൻ
സംസർഗ്ഗനിർവ്വാണരസത്തിൽ മുങ്ങാൻ
കാമിപ്പു ഞാനീശ്വര, കാൽക്ഷണം നീ
കാണിക്കയൻപാർന്ന മുഖാരവിന്ദം.

ജനുവരി 1923

സാവിത്രിയുടെ പ്രാർത്ഥന

വരദേ, വരനെണ്ണവറ്റിടും
തിരിപോൽ നിന്നു തിളങ്ങിടുന്നുതേ
തിരികില്ലതു ഭാഗ്യവാനവ-
ന്നെരിയുന്നെന്മനമീശവല്ലഭേ.

തരുണത്വമതിൽക്കിടന്നുമെൻ
പുരുസൗഹാർദ്ദരസം നുകർന്നുമേ
മരുവുന്ന മനോജ്ഞനോർക്കുമോ
മരണോദന്തമിതുണ്ണിപോലവൻ.

രഭസത്തൊടു ശുദ്ധസൗഹൃദ-
പ്രഭവം കൂട്ടിയിണക്കിയേകമായ്
ശുഭദായനിനി, ഞങ്ങൾ ദീപവും
പ്രഭയും പോലിനി വേർപെടാ ശിവേ.

വിരഹശ്രുതിയും സഹിക്കുമോ
സ്ഥിരരാഗപ്രതിപന്നയാം സതി?
തിരുമേനി പകുത്തു കാന്തനൊ-
ത്തരുളും നീയറിയുന്നതംബികേ.

അകലും ക്ഷണമേറ്റമേറ്റമെ-
ന്നകതാരിൽ ഭയമേകും, എൻപ്രിയൻ
സുകുമാരനുമേ മറഞ്ഞുപോം
മുകുളംപോലിനി മൂന്നുനാൾക്കകം

മനതാരിലെഴും പ്രിയത്തിനാൽ
നിനയാ മൽപതിതൻ വിപത്തു ഞാൻ,
ദിനമെങ്കിലുമെത്തി സത്യമാം
മുനിവാക്കെന്നു മഹാഭയം ശിവേ.

ഹൃദയം കവരുന്ന നോക്കുമാ-
മൃദുഗംഭീരമനോജ്ഞരൂപവും
വിദയം കവരാ,മവന്റെയാ
സുദൃഢസ്നേഹമഹോ! തൊടാ യമൻ.

ബഹുനർമ്മമുരച്ചു ബുദ്ധിമാൻ
മുഹുരിപ്പോൾ വരുമെന്റെ വല്ലഭവൻ
അഹഹ! വ്രതഹേതു കേൾക്കുവാൻ
സഹസാ ദുർഭഗയെന്തു ചൊൽവു ഞാൻ.

വരനോടിവളോതുകില്ല ഭീ-
കരമാ വസ്തുത ജീവിതാവധി
പരമെൻ പ്രിയനന്തമേലുകിൽ
പിരിയാ പോമവനൊത്തുതന്നെ ഞാൻ.

സ്ഥിതിയിങ്ങതി ദുഃഖമെങ്കിലും
ക്ഷിതിവാസപ്രിയരാം ശരീരികൾ;
പതിയെത്തി വിപത്തിലേകമാം
ഗതി നീതാൻ ഗരളാശനപ്രിയേ.

പരമേശ്വരി, സൃഷ്ടി രക്ഷ സം-
ഹരണം സർവമിതോർക്കിൽ നിന്റെയാം;
വരമേകണമംബ, മംഗളം
വരുവാനാശ്രിതവത്സവത്സലേ.

പ്രിയനേതുമനർത്ഥമെന്നി നിർ-
ഭയനാവാനയി സർവ്വശക്ത, നീ
ദയചെയ്യുക ആന്തരാത്മിക-
പ്രിയയാം ദേവി ദയാപരാജിതേ.

ഡിസംബർ 1910

പരിവർത്തനം

കരഞ്ഞുകൊണ്ടു കൂമനും കുറുക്കനും ഗമിക്കവേ
വിരഞ്ഞു കുക്കുടങ്ങൾ മോദകാഹളം വിളിക്കവേ
എരിഞ്ഞുയർന്നെഴും ദിനേശ, കൂസിടാതെയെങ്ങുമേ
തിരിഞ്ഞുനിന്നിടാതെ നിൻവഴിക്കു പോക പോക നീ.

അറയ്ക്കകത്തെഴുന്നൊരന്ധകാരവും വിഭോ ഭവാൻ.
പറത്തുകിന്നഭസ്സിൽനിന്നു മൂടൽമഞ്ഞുപോലുമേ
വിറച്ചണഞ്ഞു വെയ്ലു കൊണ്ടിടട്ടെ വൃദ്ധഭൂ തണു-
ത്തുറച്ച തൻ ഞരമ്പിലെങ്ങുമുഷ്ണരക്തമോടുവാൻ.

പൊഴിഞ്ഞു പത്രമറ്റുയർന്നു കൊമ്പു പല്ലവങ്ങൾപോ-
യൊഴിഞ്ഞിടട്ടെ പൂവണിഞ്ഞിടട്ടെ ശൂന്യശാഖകൾ
കൊഴിഞ്ഞിടട്ടെ പൂക്കൾ മിന്നിടട്ടെ കായ്മരങ്ങൾ തേൻ
വഴിഞ്ഞെഴും ഫലങ്ങളാൽ വിനമ്രമാം ശിരസ്സൊടും.

അകന്നു മിന്നുവോരുഡുക്കളന്തികത്തിലായ് ദ്രുതം
പകച്ചു മങ്ങിനിന്നിടട്ടെ ദേവ പാഞ്ഞുപോക നീ
പുകഞ്ഞെരിഞ്ഞുടൻ പൊടിഞ്ഞു താണിടട്ടെ പർവ്വതം
നികന്നിടട്ടെ വാരിരാശി നിന്റെ തേർത്തടങ്ങളിൽ.

തിമിർത്തൊരീർഷ്യയാൽ തടഞ്ഞിടട്ടെ വൻഗജങ്ങളോ
തിമിംഗലങ്ങളോ ഭവൽപഥത്തെ, അൽപദൃഷ്ടികൾ
അമർത്തലേറ്റു മസ്തകം ഞെരിഞ്ഞവറ്റ ചോരയാൽ
സമഗ്രമന്തിവർണ്ണമാക്കിടട്ടെ കുന്നുമാഴിയും.

സമത്വമേകലക്ഷ്യമേവരും സ്വതന്ത്രരെന്നുമേ

സമക്ഷമിത്തമസ്സകറ്റിയോതി ലോകമാകവേ
ക്രമപ്പെടുത്തിടും ഭവാന്റെ ഘോരമാം കൃപയ്ക്കു ഞാൻ
നമസ്കരിപ്പു, ദേവ, പോക പോക നിൻവഴിക്കു നീ.

ഡിസംബർ 1920

ഒരു ദൂഷിതമായ ന്യായാസനം

പാരിൽ സൂര്യ, പരത്തിടായ്ക കിരണം
നിഷ്പക്ഷപാതം ഭവാൻ
പോരും ചന്ദ്ര, പൊഴിഞ്ഞതാർക്കുമൊരുപോൽ
നീ പൂന്നിലാവെന്നുമേ
നേരായ് നിങ്ങൾ സമത്വധർമ്മമുപദേശ-
ശിച്ചാലുമിച്ഛാശഠൻ
പാരം പണ്ഡിതമാനിയാണു നരനീ
പാഠങ്ങൾ തേടില്ലവൻ.

കത്തും വഹ്നി ദൃഢം കിളർന്നു, കുഴി നോ-
ക്കിപ്പായുമെന്നും ജലം
നിത്യം ക്രൂരമൃദുക്കൾ കാക്കുമതുപോൽ
മര്യാദ തിര്യക്കുകൾ
മർത്ത്യൻതൻ വികടസ്വഭാവമറിയു-
ന്നാരിന്നഹോ! ധീരനായ്
സത്യത്തെത്തടയും — സ്വയംപ്രകൃതിയെ
വഞ്ചിക്കുമഞ്ചാതവൻ.

കായാതക്കരെനിന്നൊരാൾ തണലതിൽ
കാറ്റേറ്റു ശൂളംവിടു-
ന്നായാസം പരമാർന്നു കർഷക, വിയർ-
പ്പേന്തുന്നതെന്തിന്നു നീ?
സ്വായത്തം, സ്ഥിരമിന്നിതെന്റെ നിലമെ-
ന്നോർത്തീടൊലാ ധൂർത്തരാം
ന്യായാധീശ്വരരുണ്ടവർക്കു മനമെ-

ങ്ങോട്ടൊക്കെയങ്ങോട്ടു പോം.

ഭൂവിൽ ഭമിപതേ, ഭവാന്റെ ഭുജമാ-
കും ഭൂരുഹച്ഛായയെ-
സ്സേവിച്ചസ്തഭയം വഹിച്ചു ധനമാ-
നാദ്യങ്ങളും ജീവനും
ഹാ! വർദ്ധിപ്പവരെച്ചുഴന്നു വിള തി-
ന്നും വേലിയേവം വിഭോ
മേവുന്നെങ്ങിനി രക്ഷയെന്തു നയവി-
ശ്വാസം സമാശ്വാസവും?

സൈന്യത്തിന്റെ വലിപ്പമോ പരമതിൻ
സംഗ്രാമശൂരത്വമോ-
ടൗന്നത്യം കലരുന്ന കോട്ടയരിഭീ-
മം ശസ്ത്രസംഭാരമോ
ധന്യത്വംകലരാ സ്വയം നരപതേ,
ധർമ്മം സദാ രക്ഷ്യമൊ-
ന്നന്യാഡംബരമൊക്കെയിങ്ങിതിനെഴും
രക്ഷയ്ക്കു ദീക്ഷിക്കയാം.

ആഹാ! നിർമ്മലനീതിപീഠവരമേ,
നിന്മേൽ ദുരാത്മാവൊരാൾ
സാഹങ്കാരമിരിപ്പതെങ്ങനെ സഹി-
ച്ചീടേണ്ടു കണ്ടീ ജനം?
ഊഹിച്ചാലിനിയജ്ഞപീഠമതിലേ-
റാം ഹീനനാം ശൗനികൻ
മോഹിക്കാം പതിദേവതൻ വിമലമാം
പൂമെത്ത ധൂർത്തൻ വിടൻ.

വർദ്ധിക്കട്ടെ നിജപ്രയത്നമതിനാൽ
വർഗ്ഗത്തൊടൊത്തുൽസുകൻ
സ്പർദ്ധിക്കട്ടഥവാ പരോന്നതി പൊറു-
ത്തീടാതെ നേർത്തായവൻ
നിർദ്ദോഷങ്ങളതൊക്കെ ഹന്ത! ഭയമാം
നീത്യാസനസ്ഥായിയായ്
ദുർദ്ധന്യത്വമിയന്നിടുന്ന നരകീ-
ടത്തിൻ വിഷത്തിൽ തുലോം.

ഉദ്യോഗത്തിനു വേണ്ടതിന്നു ഗുണമ-
ല്ലഭ്യാസമാണാകയാൽ
വിദ്യേ, നിന്റെ വിശിഷ്ടമായ ബഹുമാ-
നം കഷ്ടമേ! നഷ്ടമായ്
അദ്യാശേഷകലാസഭേ, കപടവേ-

ഷത്തിന്റെ നേപഥ്യമെ-
ന്നുദ്യത്താം കറയാർന്നു കർണ്ണകടുവായ്
ത്തോന്നുന്നു നിൻ നാമവും.

കഷ്ടം! കാരുണികൻ പ്രജാപതി നിൻ
കൈയിൽ സമർപ്പിച്ചതാം
ചട്ടറ്റീടിന നീതി തന്റെ ഗളനാ-
ളത്തേയറുത്തജ്ഞസാ
ദുഷ്ടാത്മൻ, പരവർഗ്ഗവിപ്രിയതയെ-
പ്പാലിച്ച നീ, നിൻപിതാ
കെട്ടിത്തന്ന വരാംഗിയെ, ക്കുലടയെ-
ക്കാമിച്ചു കൊല്ലില്ലയോ?

പൊയ്യല്ലിങ്ങു ഭയപ്പെടില്ല നരകം
ലോകാന്തരസ്ഥം, കടും-
കൈയേലുന്ന ഖലൻ, സ്വയം നയപഥം
തെറ്റെന്നു തെറ്റീടവേ
മെയ്യപ്പോൾ തകരാനവന്റെ മരവി-
ച്ചീടും മനഃസാക്ഷിതൻ
കൈയിൽ ദേവ, കഠോരമാമശനിതാ-
നെന്തേകമേകാഞ്ഞു നീ?

കുറ്റം മേലധികാരിയാം കുടിലനാർന്നു
ഹന്ത! ദുഷ്ടാന്തമായ്
മറ്റുള്ളോരതെടുത്തു ഹാ! തലമറഞ്ഞു
ന്യായമന്യായമായ്
പറ്റുന്നു പരിഹാരമറ്റപകടം
പാർത്തീടിലീ സൃഷ്ടിതാൻ
തെറ്റീ ദേവ, തുടച്ചുചെയ്യുക പരം
നിർമ്മായനിർമ്മാപണം.

പക്ഷേ, സത്യമറിഞ്ഞിടാതെ പഴി ഞാ-
നോതാം മറിച്ചുള്ളതാം
പക്ഷാലംബനബുദ്ധിയറ്റ പല യോ-
ഗ്യന്മാരുമാരായുകിൽ
അക്ഷാന്തിക്കടിമപ്പെടായ്ക മനമേ,
പോട്ടീശനിൽ പ്രത്യയം
നിക്ഷേപിക്കയവന്റെ നീതിപദമീ
മാലിന്യമേലാ ദൃഢം.

ഫെബ്രുവരി 1909

ഒരു അനുതാപം

പോരും ധീരത ചിത്തമേ, പ്രിയമെഴു-
        ന്നെന്നമ്മ പോയാൾ വിര-
ഞ്ഞാരാൽ നോക്കുക ദൂത്യപത്രമിതിലി-
        ക്കാണുന്ന രൂക്ഷാക്ഷരം
നേരാമായതു നേരുതന്നെയറിവി-
        ക്കൂ സാധുവെന്മാതുലൻ
പാരിൽ പ്രാണിഗളസ്ഥയാം മൃതി മരി-
        ക്കാമമ്മ രോഗാതുര.

വല്ലാതിങ്ങനെ മൂഢഭാവമൊടവി-
        ശ്വാസം വഹിക്കുന്നുതേ
കല്ലാമെന്മനമമ്മ പോയി മനമേ,
        ഹാ പോയി, കേണീടു നീ
അല്ലെങ്കിൽ കനിവേതെനിക്കു വിരഹ-
        ക്ലേശാർത്തയാം തായെ ഞാൻ
തെല്ലും ഹാ! ഗണിയാതെയിന്നിരുപതാ-
        ണ്ടോളം കഴിച്ചൂ ജഡൻ.

ഓർക്കുമ്പോൾ ഫണിപോലെയെന്റെ കരൾ ദം-
        ശിക്കുന്നുതേയമ്മതൻ
നേർക്കേതും കനിവെന്നി ഹന്ത! നെടുനാൾ
        ഞാൻ ചെയ്ത ദുസ്സാഹസം
ആർക്കും ദേയമതായ ദർശനസുഖം-
        താനും തദാശാഭരം

തീർക്കുംമട്ടുതകീല ഞാൻ - ഇനി നിന-
ച്ചാലും ഫലിച്ചീടുമോ?

തീരട്ടേ വൃഥ തുള്ളിയശ്രു പൊഴിവിൻ
നേത്രങ്ങളെ, കണ്ണുനീർ
തോരാതെന്നെ നിനച്ചൊരമ്മ മൃതയായ്
ഹാ! ചിന്തതാനന്തരാ
പാരം ചൂടെഴുമാറു പെയ്തഴൽ കെടു
ത്തീടാത്ത ഘർമ്മാബ്ദമായ്
പൂരിക്കുന്നിതുമെന്റെ നീരസവിവേ-
കത്തിൻഫലം കേവലം.

രണ്ടാണ്ടുള്ളിലൊരിക്കലാം, ജനനി, മൂ-
ന്നാണ്ടുള്ളൊരന്നാളിലാം
കണ്ടീടുന്നതു നാം, അതും ചില നിമേ-
ഷംകൊണ്ടു വേർപാടിനാം
ഉണ്ടാമെന്റെ കിനാവുമുത്സവമതാ-
യമ്മയ്ക്കു ഞാനോ സമുൽ-
കണ്ഠാസംഭ്രമമേകി ഹന്ത! സുഖമേ-
കീട്ടില്ലയിന്നാൾവരെ.

എന്മേൽ പ്രീതിയൊടും ക്ഷമിക്കയപരാധം
"ഞാൻ ക്ഷമിച്ചുണ്ണി"യെ-
ന്നമ്മേ ചൊല്ലുക - കഷ്ടമമ്മ മൃതയായ്-
പ്പൊങ്ങില്ല നാവിങ്ങിനി!
ശർമ്മം ചേർപ്പതിനെന്റെ സാന്ത്വവചനം
ചെല്ലില്ല കർണ്ണങ്ങളിൽ
ധർമ്മാതിക്രമഭീരു ഞാൻ — അനുശയം
ശേഷിച്ചെനിക്കെന്നുമേ.

നൂനംദേഹികൾ ദുർന്നിവാരഗതിയാം
യന്ത്രത്തിലൊന്നിൽത്തിരി-
ഞ്ഞൂനച്ഛന്ദമുഴന്നിടുന്നു ബത! നാം
കാണുന്നതില്ലെങ്കിലും
ഞാനാർദ്രാശയ, നമ്മയാർത്തിമതി, ഞ-
ങ്ങൾക്കെന്തിനന്യാദൃശം
താനേവന്നു വിയോഗം ഓർക്കിലഴലേ-
റുന്നു ജയിച്ചൂ വിധി.

അച്ഛൻ നന്ദനവത്സലൻ സുചരിതൻ
ദ്യോവേറിയസ്സംഭവം
തച്ചീലീവിധമെന്നെയന്നിളയകാ-
ലത്തും പ്രവാസത്തിലും

അച്ഛിന്നം വളരും പ്രിയങ്ങൾ പരിബാ-
ധിക്കാം — അതല്ലമ്മയിൽ
സ്വച്ഛന്ദം തനയർക്കെഴും സഹജമാം
കൂറൊന്നു വേറൊന്നുമാം.

ഈഷൽ സൗഖ്യവുമെന്നിയേ വിധവയാ-
മെന്നമ്മ ഖേദിച്ചു, ഞാൻ
തോഷംപൂണ്ടു സുഹൃജ്ജനങ്ങളൊടുമായ്
വാണേൻ കൃതാർത്ഥൻ ചിരം
ദോഷാശങ്കി നുകർന്നതങ്ങൊടുവിലോർ-
ക്കാനിക്കുമാറിന്നതിൽ
ദോഷം തോന്നിയെനിക്കു ഭൂതസുഖവും
ദുഃഖീഭവിക്കുന്നുതേ.

പ്രത്യക്ഷക്ഷണമാത്മഭോഗസദൃശം
ഭാവിച്ചിടും ഭാവിയെ
സ്മൃത്യാരൂഢസുഖാസുഖങ്ങളിൽ നിറം
തേയ്ക്കും തനിക്കൊത്തപോൽ
മർത്ത്യൻ നീണ്ടൊരുകാലതന്തുനടുവേ
നിൽക്കുന്നു, ചൂടൊന്നുപോൽ
മദ്ധ്യം കത്തിയെഴും ശലാകയുടെ ര-
ണ്ടറ്റത്തുമെത്തുന്നുതാൻ.

കൈവിട്ടെൻ സമുദായകൃത്യഭരമെ-
ല്ലാം വേഗമമ്മയ്ക്കു ഞാൻ
കൈവല്യാവഹമായ വൃത്തിയൊടണ-
ഞ്ഞുൾത്തീ കെടുത്തീടുവാൻ
ഹാ! വാഞ്ഛരിച്ചു, ഹതാശനായി! — നിമിഷം —
നീട്ടായ്ക കൃത്യം ബുധൻ;
ദൈവത്തിൻഗതി നാഗയാനകുടിലം,
നീർപ്പോളയിജ്ജീവിതം.

ശോകത്താലിഹ 'യോഗ' സംഗതി സമാ-
ധാനം തരുന്നില്ലെനി-
ക്കേകുന്നീല ചിരാനുഭൂതരസമി-
ന്നദ്ധ്യാത്മബോധം സുഖം
ഹാ! കഷ്ടം സുഖമല്ലതാൻ സുഖവും ഇ-
ല്ലൈകാന്തികം സൗഖ്യം - ഈ
ലോകപ്രീതിദശാനിബന്ധനി, ഉപാ-
സിക്കുന്നു ദുഖത്തെ ഞാൻ.

ഏപ്രിൽ 1913

സി വി സ്മാരകം
അഥവാ നിന്നുപോയ നാദം
(കാകളി)

അത്ഭുതാനന്ദപീയൂഷം പൊഴിഞ്ഞുനി-
ന്നപ്രൗഢമാം ധ്വനി മൂകമായ് പോയിതേ!

ഇപ്പോൾ നാമാസ്വദിക്കുന്നതതോർത്തെഴും
കൈപ്പിന്റെ മാധുര്യമാകുന്നു മാന്യരെ.

ഹന്ത! നിസർഗ്ഗമധുരമാം വസ്തുക്ക-
ളെന്തൊരവസ്ഥയിലും മധുരങ്ങൾതാൻ.

വെന്തെരിഞ്ഞാലും മണക്കുന്നു ചന്ദനം
വെൺതിങ്കൾ കാറടിഞ്ഞാലും വിലസുന്നു

നിർണ്ണയമന്നാദവും മങ്ങി നമ്മുടെ
കർണ്ണപുടങ്ങളിൽതാൻ വിശ്രമിക്കിലും

ദണ്ഡമകന്നിപ്പൊഴുമതു മൂളുന്നു
വർണ്ണവിഹീനസൂക്ഷ്മോദാരരാഗങ്ങൾ.

മുഖ്യമായ് ജീവിതശൈലിയതുചൊല്ലി-
യിക്കരെ,കല്ലോലകോലാഹലങ്ങളാൽ,

അക്കാറ്റു ശാന്തമായ് — ആമുഷ്മികകഥ
ഉൾക്കടൽപോലിന്നു മൗനമായ് പാടുന്നു.

ആരാമപുഷ്പപരിമളധോരണി
പാരദേശങ്ങളിൽനിന്നു വന്നെത്തുന്നു.

സ്വൈരമവിടെച്ചരിക്കും ഖഗങ്ങൾതൻ
ചാരുഗാനാമൃതചാതുരി കേൾക്കുന്നു.

എന്നല്ലമരാശനമാകുമസ്സുധാ-
സ്യന്ദങ്ങൾ നമ്മൾ തൻ ചിന്താരസനയിൽ

വന്നുവീഴുന്നിതാ സൂക്ഷ്മനാദം വഴി-
യെന്നുവേണ്ട പിന്നെയക്കരെ നിൽക്കിലും

അന്തിദ്ദിവാകരൻതൻ പൊൽക്കതിരുപോ-
ലന്തരാ നീളും ധ്വനിനികരങ്ങളാൽ

പാലം പണിയുന്നുമുണ്ടതു ധന്യരേ,
ലോലമനോജ്ഞമായ് നമ്മൾക്കു പോകുവാൻ.

ചിന്തിക്കുവിൻ! ആ വിരഹഖേദം, സുഖ-
ബന്ധമാർന്നിപ്പോൾ സുഭഗമായ്ത്തീർന്നിതെ.

സഞ്ചിതകൗതുകമെന്നും വിരുന്നിനായ്
സഞ്ചരിച്ചീടുന്നു ഹന്ത! ലോകങ്ങളിൽ.

അഞ്ചിതമായ് കൈകൾ കോർത്തുപിടിച്ചു പൂം-
പുഞ്ചിരിയും ചുടുകണ്ണീരുമൊത്തുതാൻ

ഉൾക്കാമ്പിലാശകലർന്നുതാനാകയാൽ
സൽക്കരിപ്പൂ ഞങ്ങൾ നിന്നെ നിനാദമേ.

ഉത്ക്രാന്തരായ് സുഹൃത്തുക്കൾ പോയ്വാഴുമ-
സ്വർഗ്ഗമിബ്ഭൂമിക്കു ദൂരമല്ലേതുമേ.

'മാർത്താണ്ഡ' ദേവോദയം തുടങ്ങി 'പ്രേമ' -
മൂർത്തി 'മൂലാ'വധി തൻനൃപന്മാരെയും

ചീർത്തൊരമ്പാൽ തൻജനനിയാകും പുണ്യ-
കീർത്തിയീ വഞ്ചിവസുന്ധരതന്നെയും

ശ്രീമത്വമേറിയ തന്നന്ദനരെയും
തൂമയിൽ സേവിച്ചു വെണ്മയേറ്റിച്ചിരം

കൈരളിതൻ തൃക്കഴുത്തിലഭിനവ-
ഹാരാവലികളർപ്പിച്ചു വിജയിയായ്

ജീവലോകം കൈവെടിഞ്ഞു പോയ് നിത്യമാം
പാവനധാമമണഞ്ഞ പൂജാർഹനാം

വാഗ്ദേവതയുടെ വീരഭടൻ ഭവാൻ
ഭാഗ്യനിധേ, മടങ്ങീടുകിച്ഛായയിൽ.

ധീരമനോജ്ഞമാമാകാരധാടിയും
വീരകരുണാദിനാനാരസോൽകരം

പാരം തിരതല്ലിയാസ്യഭൂവിൽ രണ്ടു
വാരിധിപോലെ വിലസും മിഴികളും

സ്മേരമധുരമധുരവും മറ്റുമി-
ച്ചാരുപ്രതിമ വിഡംബിക്കുമെങ്കിലും

ഹന്ത! നിൻ ചൈതന്യമില്ലിതിനായതും
നിന്തിരുസാന്നിദ്ധ്യമൂലമുണ്ടാക്കുക.

സാഹിതിതന്നെയും രാജ്യത്തെയും ശുദ്ധ-
സൗഹൃദമാർന്നു സംസേവിച്ചു വാഴുവാൻ

ദിവ്യകലാരൂപ, നീയിങ്ങു ഞങ്ങളെ-
യവ്യാജരാഗമനുഗ്രഹിച്ചീടുക.

സുവ്യക്തമായ് ലിപിയിൽ പ്രണവംപോലെ
ഭവ്യനിനാദമേ, നീയിതിൽത്തങ്ങുക!

ജനുവരി 1923

ഒരു ഉദ്ബോധനം

സൂര്യൻ കിഴക്കുദിക്കാറായ്
സരഘാനിവഹങ്ങളേ,
സ്വാതന്ത്ര്യമധു തേടീടാൻ
സോത്സാഹമെഴുനേൽക്കുവിൻ.

പറന്നു പോവിൻ പുഷ്പങ്ങ-
ളെങ്ങെന്നാലങ്ങു ചെല്ലുവിൻ,
പുലർകാലത്തു തേനീച്ച-
യുറങ്ങാ സുദിനങ്ങളിൽ.

ഭിന്നവർണ്ണങ്ങൾ പൂക്കൾക്കു
ഭഗവാൻ ചിത്രഭാനുതാൻ
ഔദാര്യമാർന്നു നൽകുന്നു
നിങ്ങൾക്കുത്സാഹമേറ്റുവാൻ.

തുല്യമായ് സർവ്വസുമവും
തലോടി മണമാർന്നിതാ
പ്രഭാതവായു പോകുന്നു
പോവിൻ നിങ്ങളതേവഴി.

വീട്ടിലോ നാട്ടിലോ വല്ല
കാട്ടിലോ മേട്ടിലോ സ്വയം
പൂവു സൃഷ്ടിച്ച കൈയങ്ങു
വിളിക്കുന്നുണ്ടു നിങ്ങളെ.

ചെന്നമ്മലരിനെല്ലാവും
ദളം ദ്വിഗുണമാർന്നപോൽ
ചിറകർപ്പിച്ചു ലോകർക്കു
ചേർപ്പിൻ കണ്ണിനു കൗതുകം

സ്വയം മുകുളജാലത്തി-
നുള്ളത്തിലമൃതാക്ഷരം
ഉപദേശിച്ചു സദ്ബോധ-
മുണ്ടാക്കി മധുവുണ്ണുവിൻ

മന്ത്രിക്കുവിൻ കൂടി നാനാ-
മാർഗ്ഗത്തൂടെ ചരിക്കുവിൻ
വെവ്വേറായ് മോക്ഷമാർജ്ജിപ്പി-
നൊന്നായ് ചേർന്നതു കാക്കുവിൻ

തരുശാഖയിലോ താഴെ-
പ്പൊത്തിലോ കന്ദരത്തിലോ
ഗൃഹകോടിയിലോ സംഘം
കൂടി ക്ഷേമം നിനയ്ക്കുവിൻ.

ഉപദ്രവിക്കായുവിൻ പോ-
യൊരു ജന്തുവിനേയുമേ
അപായം തടയാൻ ഘോര-
ഹുംകാരംകൂട്ടി നിൽക്കുവിൻ.

തേനോളം സ്വാദ്യമായ് ലോക-
ത്തെങ്ങുമില്ലാർക്കുമൊന്നുമേ
അതിന്റെയപഹർത്താക്ക-
ളത്രേയസുരരോർക്കുവിൻ.

മുഖത്തുണ്ടിന്നു നിങ്ങൾക്കു
ദൈവദത്തമൊരായുധം
മൃദുവെന്നാകിലും തീക്ഷ്ണം
പേടിക്കുമതു വൈരികൾ.

വഞ്ചിശ്രീയെക്കവരുവാൻ
പണ്ടുവന്നൊരു മുഷ്കരൻ
മുകിലൻപടയോടൊത്തു
മുടിഞ്ഞു മക്ഷികാളിയാൽ.

അതോർക്കും ധൂർത്തരീയുഗ്ര-
സംഘം കണ്ടു ഭയപ്പെടും
ന്യായസ്ഥരുടെ ശൗര്യത്തെ
വിശേഷിച്ചഞ്ചുമാരുമേ.

മുറിവേൽപ്പിക്കിലും ധൂർത്തർ
പത്രം ചുട്ടുകരിക്കിലും
മുഷ്ക്കിന്നു കീഴടങ്ങാതെ
മരിപ്പോളം തടുക്കുവിൻ

മലക്കുണ്ടിൽ മറിഞ്ഞെത്ര
കീടം ചാകുന്നു നാൾക്കുനാൾ
മധു കാത്തുറ്റ തേൻകൂട്ടിൽ
മരിപ്പിൻ നിങ്ങൾ വേണ്ടുകിൽ.

സ്വാതന്ത്ര്യം തന്നെയമൃതം
സ്വാതന്ത്ര്യംതന്നെ ജീവിതം
പാരതന്ത്ര്യം മാനികൾക്കു
മൃതിയേക്കാൾ ഭയാനകം.

സ്വാതന്ത്ര്യമധു തേടീടാൻ
സരഘാനിവഹങ്ങളേ.
തുണയ്ക്കും നിങ്ങളെദ്ദീന-
ദയാലു ജഗദീശ്വരൻ!

ഫെബ്രുവരി 1919

സിംഹനാദം

ഉണരിനുണരിനുള്ളിലാത്മശക്തി-
പ്രണയമെഴും സഹജാതരേ, ത്വരിപ്പിൻ!
രണപടഹമടിച്ചു ജാതിരക്ഷ-
സ്സണവൊരിടങ്ങളിലൊക്കെയെത്തി നേർപ്പിൻ.

കരനഖനിരകൊണ്ടു കൂരിരുട്ടാം
കരിയുടെ കുംഭമുടച്ചു ചോര തൂവി
ത്വരയൊടുദയമാർന്നു നിങ്ങളോടീ
'ഹരി'യുരചെയ്‌വതു ഹന്ത കേട്ടുകൊൾവിൻ.

നെടിയൊരിരുൾ തുലഞ്ഞു രാത്രിയോടും
കൊടിയ പിശാചുകൾ കോടി പൊയ്മറഞ്ഞു
മുടിവിനു നിഴൽകണ്ടു മൂലതോറും
കുടികളിൽ നിൽപിതു ഘോരഭൂതമേകും

ഝടിതിയവനെയാഞ്ഞു വേട്ടയാടിൻ
നൊടിയളവിക്കലി നിൽക്കിലുണ്ടപായം
പടിമ പെരുതവന്നു പേപിടിപ്പി-
ച്ചടിമകളാക്കിടുമാരെയും ദുരാത്മാ.

സമത സമതയെന്ന മന്ത്രരത്നം
സതതമിയന്ന മുഖത്തൊടും സധൈര്യം
അമരിനയി വിവേകനിത്യയന്ത്രം
വ്രതമൊടണിഞ്ഞൊരു നെഞ്ചൊടും ത്വരിപ്പിൻ.

പറക പണിയിരുട്ടു പെറ്റതാകും
പറയനിവൻ സ്വയമെന്തു വിദ്യയാലോ
മറയവരുടെ മണ്ടയിൽ കരേറി-
ക്കുറകൾ പറഞ്ഞു മുടിച്ചു കേരളത്തെ.

നരനു നരനശുദ്ധവസ്തുപോലും
ധരയിൽ നടപ്പതു തീണ്ടലാണുപോലും
നരകമിവിടമാണു ഹന്ത കഷ്ടം!
ഹര! ഹര! ഇങ്ങനെ വല്ല നാടുമുണ്ടോ?

പരരിലലിവെഴാത്ത ദുർജ്ജനത്തിൻ-
കരബലകൽപ്പിതമാണു ജാതിഭേദം
ദുരയൊടവർ മിടഞ്ഞുവെച്ച മൗഢ്യ-
ത്തിരയിലൊളിക്കരുതാരുമാത്മദീപം.

എരികെരിക മദീയരുള്ളിലർച്ചി-
സ്ഫുരിതജടാഞ്ചിതനിത്യദീപമേ! നീ
പൊരിയൊരരിയെ നിങ്ങൾ പോയ് ജയിപ്പിൻ
പരിചൊടു സിംഹയുവാക്കളേ! സലീലം.

ഫെബ്രുവരി 1919

സന്ധിഗീതം

(കിളിപ്പാട്ട്)

പാടുന്നൂ ദേവതകൾ, അസുരമുഖാവലി
വാടി മങ്ങുന്നൂ പുലർകാലതാരങ്ങൾപോലെ

ഹന്ത! ഭൂമിയുമദ്രിനിരയുമടവിയു-
മന്തരീക്ഷവുമംബുരാശിയും കീഴ്മേലാക്കി,

അക്ഷദണ്ഡത്തിൽനിന്നൂ മേദിനീചക്രംതന്നെ
തൽക്ഷണം തെറ്റിത്തകർന്നീടുമാറത്യുഗ്രമായ്

അടിച്ച കൊടുങ്കാറ്റു ശമിച്ചു മന്ദാനിലൻ
സ്ഫുടമായ്പ്പൂവാടിയിൽ ശൂളമിട്ടെത്തീടുന്നു.

ദ്യോവിന്റെ ചെകിടടഞ്ഞീടുമത്യുച്ചഘോരാ-
രാവമാമിടികളാലട്ടഹാസങ്ങളിട്ടും,

ആ വിജ്വാലയാലർക്കനേത്രവുമഞ്ചീടുന്ന
തീ വിങ്ങും മിന്നൽക്കണ്ണു തുറിച്ചു നോക്കിക്കൊണ്ടും

ചണ്ഡനായണഞ്ഞ ദുഷ്കാലരാക്ഷസൻ പോയി;
ഗണ്ഡബിംബത്തിൽ ഭയകാളിമയെല്ലാം നീങ്ങി

പ്രകൃതിദേവി പാടലോഷ്ഠത്തിൽ വീണ്ടും മല്ലീ-
മുകുളധവളമാം പുഞ്ചിരി പൂണ്ടീടുന്നു.

രക്തരക്തമാം വസ്ത്രം വായുവിലൊട്ടു പാറി-
സ്സക്തമായൊട്ടു നിലത്തടിഞ്ഞു നീർക്കയത്തിൽ

മുക്തബന്ധനമായൊട്ടിഴയുമാറും ഭേസി
രക്തമേഘാളിപൂണ്ട ഘോരസന്ധ്യപോലെത്തി

പീരങ്കിയുടെ കഠോരാരവങ്ങളാം വാദ്യം
പൂരിച്ച പോർക്കളത്തിലഗ്നിഗോളങ്ങൾകൊണ്ടു

പന്താടിത്തുള്ളിയാർത്തുനിന്നൊരു രണകൃത്യ-
മന്ത്രശക്തിയാലെന്നമാതിരി ഭൂവിൽ വീണു;

നഷ്ടചേഷ്ടയുമായി ഹാ! ദേവകൃപാമൃത-
വൃഷ്ടിപാതത്താൽ കെട്ട കാട്ടുതീയെന്നപോലെ.

എന്നല്ലക്കൃത്യയുടെ ചരമരംഗമായി
നിന്നൊരാ നിശാചരപ്രിയയാം ഘോരരാത്രി

പാരം കാണാതെ കരകവിഞ്ഞ കൂരിരുട്ടിൻ-
പൂരങ്ങൾ വാർന്നൊഴിഞ്ഞു വിളറി വൃദ്ധയായി

അതുമല്ലേറ്റം ക്ഷതഗാത്രിയായി വിഷവായു-
വ്രതയായായിരുട്ടിൽ കിടന്നു വീർപ്പുമുട്ടി

നൈരാശ്യനിബിഡമാം വിപത്തുനിറഞ്ഞുള്ള
ദാരുണമഹാദീർഘദുഃസ്വപ്നം കണ്ടുകണ്ടു

കാഞ്ഞഭൂവിന്റെ നെറ്റിത്തടത്തിൽ ദേവിയുഷ-
സ്സാഞ്ഞെത്തി മുഖവായുവോതുന്നു തണുക്കുവാൻ.

ഭംഗിയിൽ സംസ്കരിച്ചു വെണ്മതേടുന്ന ശുദ്ധ-
മംഗലാംബരം ധരിച്ചതിമോഹനാംഗിയായ്

ഉടനെ വിടർന്നുള്ള പനിനീർപ്പൂമഞ്ജരി
മുടിയിലണിഞ്ഞെന്ദ്രി ദൂരത്തു വിലസുന്നു.

അളിയും തേനീച്ചയും ശ്രുതികൾ മുഴക്കുന്നു,
കിളികൾ കൂടുകളിൽ ഗാനങ്ങൾ തുടങ്ങുന്നു,

കളമാം കാൽച്ചിലമ്പിന്നൊലിയാർന്നെത്തീടുന്നു
നളിനീവനങ്ങളിൽ നർത്തനം ചെയ്‌വാൻ ലക്ഷ്മി,

കേൾക്കുന്നു സ്ഫുടമായും മധുരമായും രോമം
ചീർക്കുമാറിതാ വീണ്ടും സൗമ്യസൗമ്യയാം ശാന്തി

തൽകരപല്ലവാഗ്രം തടവി ലയമാർന്ന
തങ്കവീണക്കമ്പികൾ തൂവും കാകളിതാനും

(പാടുന്നു.....)

മൃദുവെന്നാകിലുമീ'ബ്ഭൂപാല' ശാന്തിരാഗ-
മുദിതപ്രസരമായ് മുഴങ്ങി മൂകമായ

പോർക്കളംതോറും പ്രതിധ്വനിച്ചും തിരതല്ലി-
യാർക്കുന്ന കടൽപ്പാട്ടിൽ കലർന്നും, നിർമ്മാംസമായ്

കാർക്കശ്യമാർന്നങ്ങങ്ങു കിടക്കുമസ്ഥികൾക്കും
ചേർക്കുന്നു പുനർജ്ജീവിതാശകളെന്നു തോന്നും.

പാവനമനോജ്ഞമാമന്നാദം കേട്ടു മെല്ലെ-
ജ്ജീവികളുള്ളിൽ സമാശ്വാസമാർന്നുണരുന്നു.

ഭൂവലാരികൾ വാഴും മേടകൾമേലും ശുദ്ധ-
പാവങ്ങൾ കിടക്കുന്ന പുൽക്കുടിൽക്കുണ്ടിൽപോലും

ദിനശ്രീയഭിനവകാന്തി തേടുന്നു, സന്ധി
പുനർജ്ജീവിപ്പിച്ച ഭൂ കോൾമയിർക്കൊണ്ടീടുന്നു.

ഘനഘോഷംപോൽ കേൾക്കുമുത്സവവെടികളീ-
ജനതയുടെയുൾക്കാമ്പിളക്കിമറിക്കുന്നു.

അന്തിമേഘങ്ങൾപോലെയംബരം നിറഞ്ഞെങ്ങും
പൊന്തുന്നു പലവർണ്ണമാർന്നെഴും പതാകകൾ.

ഹന്ത! നാകത്തോളവുമുയർന്നു ശോഭിക്കുന്നു
ബന്ധുശക്തികളുടെ നിശ്ചയജയസ്തംഭം.

ആസുരകിരീടങ്ങൾ തച്ചുടച്ചെടുത്തൊരു
ഭാസുരരത്നങ്ങളാമാധാരശിലകൾമേൽ

നിർമ്മലമാമമ്മഹാസ്തൂപിക പണിചെയ്ത
ധർമ്മജ്ഞരുടെ ശിൽപവൈഭവം ജയിക്കുന്നു.

എത്രയോ ലക്ഷം ബന്ധുഭടന്മാർ വികടമാം
മൃത്യുവിൻ തുറന്ന വക്ത്രത്തിൽ നിർഭയം ചാടി

ഇത്ര കേമമാം ദിവ്യഗോപുരം തീർപ്പാൻ സ്വന്ത-
മസ്ഥികളായ വെള്ളക്കല്ലുകൾ നൽകീടിനാർ.

നിജഗേഹത്തെ, നിജധനത്തെ, ബന്ധുക്കളെ,
നിജപ്രേമത്തെ, നിജപ്രാണനെത്തന്നെയുമെ

തൃണമായോർത്തു വലിച്ചെറിഞ്ഞു പോയ രാജ-
പ്രണയികളെ, നിങ്ങൾ ജയിച്ചു ധീരന്മാരെ!

(പാടുന്നു...)

ഹന്ത! രാത്രിയുമിന്നു വേഗത്തിൽ വന്നെത്തുന്നു
ചന്തമാർന്നിക്കൗതുകം കാണുവാനെന്നപോലെ

അഞ്ചിതരാഗം മേലും കവിളിൽ വഴിയുന്ന
പുഞ്ചിരിപ്പൊലിമയാം പൂനിലാവോടുമിതാ

അംബരസമുദ്രത്തിലമരരോടിച്ചെത്തും
ഡംബരമാർന്ന വെള്ളിത്തൂങ്കളിക്കപ്പലായ

വെണ്മതികലയെപ്പോയ് മനുഷ്യവിമാനങ്ങൾ
നന്മയിലെതിരേറ്റു കളിച്ചു രസിക്കുന്നു.

തിങ്ങുന്നു നിരനിരയായ് പലനിറമാർന്നി-
ന്നെങ്ങുമേ ദീപാവലിയസംഖ്യമായിതോർത്താൽ,

പൊങ്ങിയുത്സവം നോക്കി നിൽക്കയാം തേജസ്വിക-
ളങ്ങങ്ങു മൃതരായ മിത്രസൈനികാത്മാക്കൾ.

ജയിക്ക മാനികൾക്കു ജീവനാം സൽസ്വാതന്ത്ര്യം,
ജയിക്ക സമസ്താനുഗതമാം ഭ്രാതൃസ്നേഹം.

ജയിക്കയെക്ഷതയായ് ശുഭയാം രാജനീതി,
ജയിക്ക ശാശ്വതമാം ധർമ്മവുമെന്നല്ലഹോ

ജയിക്ക'ബൃത്താനിയേ', ജഗദീശന്റെ നിത്യ-
ദയയ്ക്കും പ്രസാദസമ്പത്തിനും പാത്രമായ് നീ.

ജയിഷ്ണുക്കളാം ബന്ധുശക്തികളോടുമാര്യ-
നയജ്ഞേ, ലോകക്ഷേമങ്കരി, നീ ജയിക്കുന്നു!

പാടുന്നു ദേവതകളസുരമുഖാവലി
വാടുന്നു-ഭവിക്കുക ശാന്തിയും ശ്രീയും നിത്യം!

ആഗസ്റ്റ് 1919

കാവ്യകല അഥവാ ഏഴാം ഇന്ദ്രിയം

ഏകാന്തം വിഷമമമൃതാക്കിയും വെറും പാ-
ഴാകാശങ്ങളിലലർവാടിയാരചിച്ചും
ലോകാനുഗ്രഹപരയായെഴും കലേ, നിൻ
ശ്രീകാൽത്താരിണയടിയങ്ങൾ കുമ്പിടുന്നു.

ആർക്കും നിൻ വടിവറിവില്ല, യർഘ്യമാല്യം
കോർക്കും നിൻ പ്രതിമകൾ നോക്കിയർച്ചകന്മാർ
ഓർക്കും നിൻ മഹിമകളാരവർക്കും രോമം
ചീർക്കുന്നുണ്ടതുമതിയംബ, വിശ്വസിപ്പാൻ.

തുംഗശ്രീഗിരിശിഖരങ്ങൾ, ശുഭ്രവീചീ-
ഭംഗവ്യാകുലജലമാർന്ന സാഗരങ്ങൾ,
എങ്ങും പുഷ്പിതവനഭൂക്കളെന്നിവറ്റിൽ
തങ്ങും നിൻ ചുവടുകൾ ദേവി, മാഞ്ഞുപോകാ.

താരാമണ്ഡലമുരുസൗരയൂഥമെന്ന-
ല്ലോരോ രേണുവുമതുപോലെ ചക്രമാക്കി
പാരാകെബ്ഭഗവതി, ഭിന്നവേഗമായ് നിൻ
തേരോടുന്നിതു ബുധരെങ്ങു നോക്കിയാലും.

ഓമൽപ്പൂവിശദനിലാവിലും തമാല-
ശ്രീ മങ്ങും കൊടിയൊരു കൂരിരുട്ടിലും നീ
തൂമന്ദസ്മിതരുചിയൊന്നുപോലെ തൂവും
സാമർത്ഥ്യം സുകൃതികൾ കാണ്മു തമ്പുരാട്ടി.

ചാരത്തജ്ജനനി മരിച്ചു ചിത്തതാപം
തീരാത്തുണ്ണികളുടെ കണ്ണുനീർക്കുളത്തിൽ
നീരാടും ചിലപൊഴുതംബ, നീ ചിലപ്പോൾ
പോരാളിപ്പരിഷ ചൊരിഞ്ഞ ചോരയാറ്റിൽ.

മാനഞ്ചും മിഴിയുടെ ചാഞ്ഞ ചില്ലിമേലും
ധ്യാനസ്ഥൻ മുനിയുടെ ഹസ്തമുദ്രമേലും
നൂനം ചെറ്റൊരു ഭിദയെന്നി ദേവി, ഭക്തൻ
പാനം ചെയ്‌വിതു ഭവദീയവാക്പ്രവാഹം.

നെഞ്ചാളും വിനയമൊടെന്നി പൗരുഷത്താൽ
നിഞ്ചാരുദ്യുതി കണികാണ്മതില്ലൊരാളും
കൊഞ്ചൽത്തേൻമൊഴിമണി, നിത്യകന്യകേ, നിൻ
മഞ്ചത്തിൻ മണമറികില്ല മൂർത്തിമാരും.

പാഴാകും മരുവിലലഞ്ഞു സർവഗേ, നീ
വാഴാറുള്ളരമനതേടി വാടി ഞങ്ങൾ
കേഴാതാ രസമയരാജ്യസീമ കാണ്മാൻ
'ഏഴാമിന്ദ്രിയ' മിനിയമ്പൊടേകുകമ്മേ!

ഫെബ്രുവരി 1922

ഗരിസപ്പാ അരുവി അല്ലെങ്കിൽ ഒരു വനയാത്ര

ആറായികൊല്ലമതുമല്ലഥ സംഭവങ്ങൾ
നൂറായതിന്നുപരിയെങ്കിലുമോർമ്മതന്നിൽ
മാറാതെ, മേൽ മണൽപ്പെടും നിഴൽപോലെ പൊങ്ങു-
മാറായി, കൗതുകമൊടാ വനയാത്രയിന്നും.

എന്നല്ലയന്നു സുഖജാഡ്യമിയന്ന ചിത്ത-
മിന്നാർന്നിതുൽകലികയക്കഥ പാടുവാനും
സ്പന്ദിച്ചിടാതരിയ പൂമധുവുണ്ടു തെല്ലു
മന്ദിച്ചിരുന്നു മുരളുന്നൊരു വണ്ടുപോലെ

കാണുന്നു ഞാനരുവി വീഴുവതിപ്പൊഴും, മൽ-
പ്രാണങ്ങൾ നിർവൃതികലർന്നതിൽ നിന്നിടുന്നു
വാണിക്കതിൽത്തുനിയുവാൻ വിരുതറ്റപോലെ
പോണായതാദ്യമതിദൂരവനത്തെ വാഴ്ത്താൻ.

തുംഗാതടംമുതൽ വടക്കു തുടർന്നു കാണും
ശൃംഗങ്ങൾമേൽ മിഴിയെയിന്നുമിഴിച്ചിടുന്നു
തുംഗാനുബന്ധികൾ നഭഃസ്ഥലി തന്നെ വേട്ട
ഭൃംഗാസിതച്ഛവികൾ പശ്ചിമപർവ്വതങ്ങൾ.

ചൊൽക്കൊണ്ടിടുന്ന 'ശിമഗാ' നഗരത്തിൽനിന്നു-
മക്കാളവണ്ടിവഴിയേ നെടുരഥ്യയൂടെ
ഉൾക്കൊണ്ട കൗതുകമുരപ്പതിനിഷ്ടരെന്യേ-
യുൽക്കണ്ഠപൂണ്ടു വനഭൂവണയുന്നിതാ ഞാൻ.

സാലങ്ങൾ വിട്ടുപരി പൂങ്കൊടി സഞ്ചരിക്കു-

ന്മോലംബരത്തിൽ മയിൽ വട്ടമിടും വനങ്ങൾ
ഹാ! ലക്ഷ്യമായി, നടകൊൾവൊരു ഗണ്ഡശൈല-
ജാലം കണക്കുലയുമാനയെഴും സ്ഥലങ്ങൾ.

തൽസീമതന്നില'യനൂരി' ലൊരേടമെത്തി
മൽസൗഹൃദകൈനിധി വാഴ്‌വതുനോക്കി നോക്കി
ഉത്സാഹമത്ഭുതമിവറ്റയൊടെന്റെയുള്ളി-
ലൗത്സുക്യവും ത്വരയുമായ് വഴി നീങ്ങിടുന്നു.

ആരണ്യപുഷ്പനിരയല്ലഥ ബംഗളൂരു-
ള്ളാരാമരമ്യകുസുമോൽകരമൊന്നുമല്ല
ദൂരത്തിലാ പ്രിയതയാർന്ന മുഖങ്ങ,ളൊട്ടു
താരങ്ങൾ താണവിടെ നിൽപ്പതുപോൽ സ്ഫുരിപ്പൂ

ചിന്തിക്കിലിന്നതഹോ! നവഹർഷബാഷ്പം
ചിന്തുന്നു കണ്ണി, ലതിരറ്റെഴുമേ പ്രമോദം
സ്വന്തം ഗൃഹങ്ങളിലുമിഷ്ടരണഞ്ഞിടുമ്പോ-
ളെ,ന്താകണം കഥ വിദേശവനാന്തരത്തിൽ!

സ്നേഹം ജഗത്തിനു ജീവിതമാം നിനയ്ക്കിൽ
മോഹാന്ധജീവിതമതിന്നുമഹോ വിളക്കാം
ആഹന്ത! കോശമിഹ ഞാനെഴുതീടിലേകും
സ്നേഹത്തിനാത്മസുഖമെന്നൊരു സംജ്ഞകൂടി.

ലോകാനുരാഗമിയലാത്തവരേ, നരന്റെ-
യാകാരമാർന്നിവിടെ നിങ്ങൾ ജനിച്ചിടായ്‌വിൻ
ഏകാന്തനിർമ്മമതരേ, വെറുതേ വനത്തി-
ന്നേകാന്തമാം ഗുഹ വെടിഞ്ഞു വെളിപ്പെടായ്‌വിൻ.

എത്തുന്നുതേ മിഴിയിലെന്നിലുദിക്കുമൻപാൽ
വിസ്താരിതേക്ഷണമെഴും സുമുഖൻ സഖാതാൻ
പ്രത്യക്ഷമായ് വിദുഷിയാം പ്രിയയോടുമെന്മേ-
ലത്യന്തമുൾപ്രിയമിയന്ന കിടാങ്ങളോടും.

ഓർക്കുന്നിതങ്ങവർ മുസാവരിതന്നിലെന്നെ-
പ്പാർക്കുന്നതും കുളികഴിഞ്ഞു കുതൂഹലത്താൽ
നോക്കിന്നുനോക്കു,മകമേ പ്രിയമേലുമോരോ
വാക്കിന്നുവാക്കുമരുളുന്നതുമുണ്മതും ഞാൻ,

ചിന്തിപ്പു, പോയൊടുവിലച്ചെറുകാനനത്തിൻ
ചന്തങ്ങൾ കണ്ടിടയിൽ നിൽപതിരിപ്പതും ഹാ!
സന്തുഷ്ടിപൂണ്ടുഴറി ഞങ്ങൾ നികേതനത്തി-
ലന്തിക്കുമുമ്പണവതും പതഗങ്ങൾപോലെ.

പാരം തെളിഞ്ഞ ഹൃദയങ്ങളിലങ്ങു കണ്ട-
തോരോന്നുമാശു നിഴലിച്ചു കിനാവു കണ്ടും
തീരാത്ത കൗതുകഭരത്തൊടടുത്ത നാൻ ഹാ!
നേരം വെളുപ്പതിന്നുമുമ്പുണരുന്നു ഞങ്ങൾ.

ആലോലമൂതുമൊരു കാറ്റിലഹോ ജനത്തി-
ന്നാലാപമേതുമിയലാത്ത വനാന്തഭൂവിൽ
കാലത്തുണർന്നു കളനാദമെഴുന്ന പക്ഷി-
ജാലങ്ങൾ പാടിടുവതാത്മസുഖം തരുന്നു.

പോകാതെയും ശിശിരമുദ്ഭടപുഷ്പകാല-
മാകാതെയും സ്വയമുഷസ്സിൽ ഹിമാർദ്രമായും
ഏകുന്നു കൗതുക, മിളം തളിരാർന്നു, കന്യാ-
പാകത്തിൽനിന്നു, പരിശുദ്ധവനാന്തഭംഗി,

കാണുന്നു ഞങ്ങളണപൊട്ടിയപോൽക്കിഴക്കു
ചേണാർന്നു ചിന്തുമരുണാരുണകാന്തിപൂരം
ക്ഷോണീതലം നിറവതും ഹിമശീകരങ്ങൾ
മാണിക്യശോഭ തടവുന്നതുമൊട്ടുനേരം.

അന്നന്തിയാവതിനകം 'ബനവല്ലി' യെത്താ-
നൊന്നിച്ചു കൗതുകമൊടൊത്തു തിരിച്ചു ഞങ്ങൾ
ചെന്നീടവേ ധരയുമംബരവും മറച്ചു
നിന്നീടുമായടവിയുള്ളമുലച്ചു പാരം.

മെല്ലെന്നു ശാഖകളിലൂതിയ കാറ്റിലൂർമ്മി-
തല്ലുന്നപോലിളകിനിന്ന മഹാവനത്തിൽ
ഉല്ലാസമാർന്നു നടുവേ മുഴുകുന്നു ഞങ്ങ-
ളെല്ലാവരും കടലിൽ മത്സ്യഗണംകണക്കെ.

സൂര്യൻ പുറത്തെഴുമിരുട്ടുമകത്തു കാറ്റിൻ-
കാര്യം വെടിഞ്ഞ നിലയും സുഖമാം തണുപ്പും
പര്യാകുലം കിളികൾ തൻ സ്വനവും മരത്തിൻ-
നിര്യാസഗന്ധവുമഹോ! കവരുന്നു ചിത്തം.

നോക്കുന്ന ദിക്കുകളിലൊക്കെ മഹാതരുക്കൾ,
പൂക്കും മഹാലതകൾ, ഭൂരി മുളന്തടങ്ങൾ,
നില്ക്കാതെ വെള്ളിലകൾ വീണവ മെത്തയായു-
ള്ളക്കാട്ടിലെത്തറകളാരിഹ വാഴ്ത്തുമെല്ലാം!

ഓടിപ്പു ബാഹ്യകരങ്ങളെ ഞങ്ങൾ, കാട്ടിൻ
മോടിപ്രഭാവമതിലങ്ങവ മങ്ങി നിൽപൂ
ക്രീഡിച്ചു വാടിയ കിടാങ്ങൾകണക്കെ വൃഷ്ടി
താഡിച്ച പിച്ചിമലരിൻ നികരം കണക്കെ.

കണ്ടാ മനോജ്ഞതകൾ കുട്ടികൾ വിസ്മയിച്ചു-
കൊണ്ടാശു ഞങ്ങടെ മുഖങ്ങളിൽ നോക്കിയും ഹാ!
കൊണ്ടാടി ഞങ്ങളിതരേതരവും മിഴിച്ചു
മിണ്ടാതിരിപ്പു ശിവനേ! മൊഴി തോന്നിടാതെ.

പെട്ടെന്നു ഞങ്ങളൊരലൗകികമാം സുഖത്തിൽ-
പ്പെട്ടെന്തിവണ്ണ? — മഥവാ സ്വയമാദിശക്തി
വെട്ടിത്തെളിച്ചു, വികൃതാകൃതിയാക്കിടാതെ
വിട്ടുള്ള ഭൂപ്രകൃതിഭംഗിയിൽ വാഴ്‌വു ദേഹി.

ഓടാതെ, കണ്ഠമണിനാദമെഴാതെ, ഭക്തി-
തേടുന്നവാറിവിടെ മന്ദമഹോ നടപ്പൂ
ഈടാർന്ന വണ്ടിയെയിഴച്ചിണയൊത്ത മൈസൂർ-
മാടും മലഞ്ചരിവിൽ വെണ്മുകിലിൻദ്വയംപോൽ.

ഒട്ടപ്പുറത്തുടനെ ഞങ്ങൾ ദിനേശരശ്മി
പെട്ടങ്ങുമിങ്ങുമിടവിട്ട മരങ്ങൾ കണ്ടൂ
പെട്ടെന്നു വീർപ്പുതടവൂ, മനവും കിനാവു-
വിട്ടങ്ങുഷസ്സിലുണരും ശിശുപോൽക്കളിപ്പൂ.

നൂനം മനോഹരവനങ്ങളിലിച്ഛപോലെ-
യാനന്ദമാർന്നു മരുവും ചരജീവിവൃന്ദം
ജ്ഞാനം വഹിക്കുകിലവറ്റയിലേകമാവാൻ
ഞാനെപ്പൊഴും മതിയിൽ മോഹമിയന്നിടുന്നു.

നിൽക്കാമടുത്തിവിടെയാന മുളന്തടത്തിൽ
ഇക്കണ്ട വള്ളിമറയിൽക്കടുവാ കിടക്കാം
അക്കാര്യമോർത്തടവിയിൽ പ്രണയം വിടുന്നി-
ല്ലുൾക്കാമ്പു പേടിയറിയാ സുഖമേറിടുമ്പോൾ.

വിണ്ണറ്റമാഞ്ഞു വളരും മുളതന്റെ മൈലിൻ-
കണ്ണറ്റ പീലിസമമാം തഴ കാറ്റിലാടി
തിണ്ണെന്നഴുക്കുകൾ തുടച്ചു നഭസ്സിൽ നീല-
വർണ്ണം പുതുക്കിടുകയല്ലി വസന്തമെത്താൻ?

കെട്ടിശ്ശിശുക്കളെയിഴച്ചു മരത്തിലൊന്നു
വിട്ടൊന്നിലൂക്കൊടു കുരങ്ങുകൾ ചാടിടുമ്പോൾ
പൊട്ടിച്ചിരിച്ചു വഴിമേലരുളുന്നു ഞങ്ങൾ-
ക്കൊട്ടേറെ മോദമതിവിസ്മിതരാം കിടാങ്ങൾ.

പോയാശു ഞങ്ങളഥ വണ്ടിയിൽനിന്നിറങ്ങി-
സ്സായാഹ്നശോഭയതു കണ്ടു നടന്നു മന്ദം
ആയാസമെന്നിയണയുന്നു ഖഗങ്ങൾ കൂവും
തോയാശയത്തിനരികിൽച്ചെറു ബങ്കിളാവിൽ.

നില്ലാതെ പോയ് ശിശിരമേറെ വിടർന്ന പൂക്ക-
ളില്ലായ്കിലും നെടിയ പൊയ്ക തരുന്നു മോദം
വല്ലാത്ത രോഗവിഷമസ്ഥിതി വിട്ടു മെല്ലെ-
യുല്ലാഘഭാവമെഴുമിഷ്ടജനം കണക്കെ.

ആർത്തും വിളിച്ചുമിടയിൽച്ചിറകാഞ്ഞടിച്ചു
നീർത്തുള്ളി പാറി നിരയായ് നിരയാന്പ്പറന്നും
പേർത്തും ജലോപരി പതിച്ചുമുഴന്നു പക്ഷി-
ച്ചാർത്തുൽപതിച്ചുമിത ചേക്കു തിരഞ്ഞിടുന്നു.

മേയുന്ന കാലികളുമൊത്തിടയക്കിടാങ്ങൾ
പോയുള്ള പുല്ലുകൾ നിറഞ്ഞ നിലത്തിലൂടെ
തേയാത്തൊരോർമ്മ തരുമപ്പകൽ പൊയ്കവക്കിൽ
മായുന്നതോർത്തവിടെ ഞങ്ങൾ നടന്നിടുന്നു.

ദൂരത്തു പശ്ചിമതടത്തിലെരിഞ്ഞടങ്ങും
സൂര്യന്റെ കാന്തിയുമിരുട്ടുമിടഞ്ഞിടുന്നു
ഊരിൽക്കൊളുത്തിയ വിളക്കുകൾ പൊങ്ങിടാത്ത
താരങ്ങൾപോലകലെ മങ്ങി വിളങ്ങിടുന്നു.

മേടാകുമസ്ഥലമതിൽച്ചെറുബങ്കിളാവിൽ-
ക്കൂടാരമപ്പരിജനങ്ങളൊരുക്കി മുമ്പേ
വീടാക്കിയൂണിനുമുറക്കിനുമേതുമല്ലൽ
കൂടാതെ രാത്രിയിലതിൽക്കഴിയുന്നു ഞങ്ങൾ.

മിണ്ടാതെ കുട്ടികൾ കിടക്കയണഞ്ഞു, കൂമ്പും
തണ്ടാരുപോലെ മിഴിപൂട്ടിയുറങ്ങിടുമ്പോൾ
കണ്ടാളെഴാത്ത മലനാട്ടിലെ രാവു ഞങ്ങൾ
രണ്ടാമതും വെളിയിലെത്തിയിരുന്നിടുന്നു.

അന്തിക്കു മൊട്ടുകൾ വിടർന്നൊരു കാട്ടുമുല്ല
ചിന്തും മണത്തൊടു തണുത്തു കൊഴുത്ത തെന്നൽ
പന്തിക്കു ചെറ്റു പനിനീരു പൊടിഞ്ഞു വീശി-
യെന്തുള്ളലിഞ്ഞു കളഭം കുടയുന്നതല്ലീ?

ചാരത്തു കായ്നിര പഴുത്തു മണം കലർന്ന
പേരാലിൽ വന്നു കടവാതിൽ നിറഞ്ഞുപോയി
നേരേ നിലാവതിൽ മുതിർന്നു പറന്നു മൂങ്ങ-
യോരോരു മൂലകളിൽ മൂളിയിരുപ്പുമായി.

എങ്ങും പരക്കുമൊരു മൂടലിയന്നുമങ്ങു-
മിങ്ങും ചടച്ചു വിളറും ചെറുകൊണ്ടലാർന്നും
മങ്ങും നിലാവിൽ മരവും നിഴലും നിലത്തി-

ലങ്ങങ്ങു രാവിരുളു കൂട്ടുവതോ നിരത്താൻ?

ഏറുന്നൊരിമ്പമതിനാൽ മൊഴിവിട്ടു ഞങ്ങൾ
കൂറാർന്നിടുന്നു തനിയേ വെറുതേയിരിപ്പിൽ
പാരിൽപ്പലേ സുഖമയൂഖഗണത്തിനൊറ്റ-
വേരായടിക്കു വിലസും രവി മൗനമത്രേ.

വിട്ടങ്ങിരിക്കയെയുടൻ മലർപോയൊഴിഞ്ഞ
ഞെട്ടാക്കിയുള്ളിലണയും തനതോമലാളെ
ഒട്ടോർത്തിരുന്നിനിയ തോഴർ തുടർന്നു പോയ
മട്ടും മറന്നവിടെ ഞാൻ തനിയേയിരിപ്പൂ.

വായ്ക്കുന്നതില്ല മതിയാർന്ന വെളിച്ചമെങ്ങും
നോക്കുന്ന താരകകൾ നിന്നു മയങ്ങിടുന്നു
കേൾക്കുന്നതുണ്ടു ചെറുകാറ്റിനിരമ്പൽ മെല്ലെ-
ക്കൂർക്കംവലിച്ചുലകുതന്നെയുറങ്ങുകല്ലീ?

(അപൂർണം)

അനുബന്ധം

രണ്ടായി കൊല്ലമതുമല്ലിതിനുള്ളിലേറെ-
യുണ്ടായി സംഭവമിതൊക്കെ മറയ്ക്കിലും താൻ
തിണ്ടാടിയോർമ്മയിലഹോ നിഴൽപോലെ പൊങ്ങു-
ന്നുണ്ടാ കുതൂഹലവുമാ വനയാത്രതാനും.

എന്നല്ലയന്നു സുഖമൂകതയാർന്ന ചിത്ത-
മിന്നേറ്റമുൽക്കലികയാർന്നിതു പാടുവാനും
സ്പന്ദിച്ചിടാതെ പുതുപൂമധുവുണ്ടു പാരം
മന്ദിച്ചിരുന്നു മുരളുന്നൊരു വണ്ടുപോലെ

കാണുന്നു മുമ്പരുവി ഞാൻ, അതിൽനിന്നിടുന്നെൻ-
പ്രാണങ്ങൾ നിർവൃതി കലർന്നുടനെങ്കിലും താൻ
വാണീ മദീയയതിൽ വൈഭവമറ്റപോലെ
പോണിന്നു പിൻവഴിയിലുള്ള വനാന്തരത്തിൽ.

തുംഗാതടംമുതൽ വടക്കു തുടർന്നുകാണും
ശൃംഗങ്ങൾമേൽ മിഴിയെയിന്നുമിഴച്ചിടുന്നു
തുംഗാനുബന്ധികൾ നഭഃസ്ഥലിതന്നെ വേട്ട
ഭൃംഗാസിതച്ഛവികൾ പശ്ചിമപർവ്വതങ്ങൾ.

ഹാ! ലക്ഷ്യമായി ലളിതജംഗമഗണ്ഡശൈല-
ജാലത്തോടൊത്ത ഗജയൂഥസമാകുലങ്ങൾ

സാലങ്ങൾവിട്ടിത ലതാവലയം പറക്കും-
പോലംബരത്തിൽ മയിൽവട്ടമിടും വനങ്ങൾ.

വായ്ക്കും സുഖം വിജനനഷ്ടവികാസമാകാ-
താക്കീയിനിക്കു വിധി, കണ്ടയി(?) സൗഹൃദത്താൽ
ആക്കാടു കാണ്മതിനണഞ്ഞയനൂരി'ലെന്നെ-
ക്കാക്കുന്നൊരാ പ്രിയമുഖങ്ങളെയിന്നിതാ ഞാൻ.

ആഹാ സുഹൃത്തമസമാഗമസൗഖ്യമെത്ര
മോഹാസ്പദം സ്വയമതും പുനരന്യനാട്ടിൽ
സ്നേഹാകുലത്വമൊടു പിന്നൊരു കാട്ടിൽ — ഏതു
സൗഹാർദ്ദഹാർദ്ദതയൊഴിഞ്ഞഥവാ സുഖംതാൻ.

ലോകാനുരാഗവിമുഖാത്മഗണങ്ങളേ മർ-
ത്ത്യാകാരമാർന്നിവിടെ നിങ്ങൾ ജനിച്ചിടായ്വിൻ
ഏകാന്തനിർമ്മമതരേ ബത! നിങ്ങൾ നാട്ടി-
ലേകാന്തമാം ഗുഹയിൽനിന്നു പുറപ്പെടായ്വിൻ.

നെഞ്ചൊത്തുകൂടിയുരുനിർവൃതിയാർന്നു നീളെ-
ച്ചഞ്ചൊത്തെഴുന്ന വനശോഭകളാസ്വദിപ്പാൻ
ചാഞ്ചാടുമിന്ദ്രിയപശുക്കളെ മേച്ചുപോന്നു
വാഞ്ഛാനുകൂലമിത ഗോപർകണക്കെ ഞങ്ങൾ.

പോകാതെയും ശിശിരമുദ്ഭടപുഷ്പകാല-
മാകാതെയും ദിനമുഖങ്ങളിലാർദ്രമായും
ഏകുന്നു കൗതുകമിളന്തളിരാർന്നു കന്യാ-
പാകത്തിൽ നിന്നു പരിശുദ്ധവനാന്തഭംഗി.

അഗ്രാഭകണ്ടണയുമാറ്റിയാതെയക്ഷ-
പ്രഗ്രാഹി ഞങ്ങളെയിതാ കബളീകരിച്ചു
അഗ്രാഹ്യസീമമതിദുർഗമമാളെഴാത്തൊ-
രുഗ്രാടവീതടമുദാരമനോഭിരാമം.

(അപൂർണം)

ഒരു തീയക്കുട്ടിയുടെ വിചാരം

മായാതസൂയകൾ വളർന്നു മനുഷ്യരീശ-
ദായാദരെന്ന കഥയൊക്കെയഹോ! മറന്നു
പോയുഴിയിൽ പഴയ ശുദ്ധഗതിസ്വഭാവം
മായങ്ങളായ് ജനത മത്സരമായി തമ്മിൽ.

ചിന്തിച്ചിടുന്നെളിമ കണ്ടു ചവിട്ടിയാഴ്ത്താൻ.
ചന്തത്തിനായ് സഭകളിൽ പറയുന്നു ഞായം;
എന്തോർക്കിലും കപടവൈഭവമാർന്ന ലോകം
പൊന്തുന്നു, സാധുനിര താണു വശംകെടുന്നു.

വിദ്വാനു പണ്ടിഹ ദരിദ്രതയിന്നു പാരിൽ
വിദ്യാവിഹീനനതുവന്നു വിരോധമില്ല,
വിദ്യയ്ക്കു പണ്ടു വില വാങ്ങുകയില്ലയിപ്പോ-
ളുദ്യുക്തനും ധനമൊഴിഞ്ഞതു കിട്ടുകില്ല.

എന്നല്ലയാംഗലകലാലയക്ലിപ്തവിദ്യ-
യൊന്നെന്നിയുന്നതി പരാനിഹ മാർഗ്ഗമില്ല;
എന്നാൽ പഠിക്കുവതിനോ ധനമേറെ വേണ-
മെന്നോർക്കിൽ നിസ്വരിഹ നമ്മുടെ കൂട്ടരെല്ലാം.

ചൊല്ലാനുറച്ച തറവാടുകളേറെയില്ല,-
യില്ലിന്നുയർന്ന പണിയുള്ളവരേറെ നമ്മിൽ
മെല്ലെന്നു താഴുമുയരായിനിയൊന്നുരണ്ടാൾ
വല്ലോരുമാക്കിൽ-വലുതാം സമുദായമല്ലെ?

കഷ്ടം! കുഴങ്ങിയിഹ നമ്മുടെ ഭാവി, കണ്ടു
തുഷ്ടിപ്പെടാം ചിലരിതോർക്കുകിൽ, നാമതോരാ,
ദിഷ്ടം നമുക്കു കുറവായ്, സമുദായകാര്യ-
മിഷ്ടപ്പെടുന്നവരുമില്ലിഹ ഭൂരി നമ്മിൽ.

വിദ്യാവിഹീനത വരട്ടെയിവർക്കു മേലി-
ലുദ്യോഗവും ബലവുമങ്ങനെ പോട്ടെയെന്നാം.
വിദ്യാലയം ചിലതഹോ! തടയുന്നു നാട്ടിൽ
വിദ്യാർത്ഥിമന്ദിരമതും ചില നിഷ്കൃപന്മാർ.

എന്തിനു ഭാരതധരേ! കരയുന്നു? പാര-
തന്ത്ര്യം നിനക്കു വിധികൽപ്പിതമാണു തായേ,
ചിന്തിക്ക, ജാതിമദിരാന്ധ,രടിച്ചു തമ്മി-
ലന്തപ്പെടും തനയ,രെന്തിനയേ 'സ്വരാജ്യം?'

ഈ നമ്മൾ നമ്മളുടെ നന്മ നിനയ്ക്ക നല്ലൂ
ശ്രീ നൂനമാർക്കുമുളവാമിഹ യത്നമാർന്നാൽ,
ഹാ! നമ്മിലീശകൃപയാലുയരുന്നു 'ഭാഗ്യം!
'ശ്രീ-നാ-ധ-പാ'ഖ്യകലരുന്ന മഹാർമ്മ യോഗം'.

സ്വാന്തത്തിൽ നാം സഹജരേ, സ്വയമൈകമത്യ-
മേന്തി ശ്രമിക്കിലതു സർവ്വദമാമുറപ്പിൻ
കാന്താംഗസങ്കലിതമേനി കൃപാലു ദേവൻ
താന്താൻ തുണപ്പവരെയാണു തുണപ്പതോർപ്പിൻ.

1908

പറന്നുപോയ ഹംസം

(അന്നനട)

പൊടുന്നനേ ഭൂമി വെടിഞ്ഞിവണ്ണം നീ
പറന്നു പോയല്ലോ പ്രിയമരാളമേ.

പെരുവഴിതന്നിലഹോ കരസ്ഥമാം
വിലയേറും ധനം കളഞ്ഞുപോകയാൽ

കുഴങ്ങിനിൽക്കുന്ന പഥികനെപ്പോലെ
മദീയമാനസമുഴന്നിടുന്നല്ലോ.

അതിസ്വാധീനമാം പ്രിയവസ്തുക്കൾ വി-
ട്ടകന്നു വിശ്വാസമിയന്നു ദൂരത്തിൽ

അതിചിരം കാര്യവശരായ് വാണിടാ-
മഴലില്ലായതിൽ അതുകൾതാൻ സ്വന്തം

പിടി വെടിഞ്ഞുപോവതു വിചാരിച്ചാൽ
പൊറുക്കാറില്ലൊരുനിമിഷം ദേഹികൾ.

അനർഘരത്നങ്ങൾ സ്വയമണിയാതെ
നിജമഞ്ജുഷയിലിരുന്നാലും മതി

അരിയ പൂക്കൾതാൻ പറിക്കാതെ തന്റെ
മലർക്കാവിൻകോണിൽ സ്ഫുരിച്ചാലും മതി

സുഖമന്യാദൃശമതിലുണ്ടോർക്കുകി-
ലഹോ മമതതൻ വിലാസമത്ഭുതം!

ഇവറ്റതാനപഹൃതമായ് പോകിലു-
ണ്ടനുഭവവേദ്യമതിലുണ്ടാം ദുഃഖം.

അരിയോരന്നമേ, യതിചിരമെന്റെ
ഹൃദയപങ്കജസഖനായ് വാണ നീ

പറന്നു പോകുന്നരളവപ്പൂവിന്റെ-
യടിനാളംകൂടി ഹരിച്ചുവെന്നതോ

അകമലർ കരിഞ്ഞെനിക്കു സംപ്രതി-
യഹഹ! ലോകങ്ങളിരുളാകുന്നല്ലോ.

അതിനിടയ്ക്കയ്യോ തമസ്സിൽ കൊണ്ടലിൻ
ചടുലമാം മിന്നൽക്കൊടി പായുംപോലെ

കഴിഞ്ഞകാലമാമിരുട്ടിലോർമ്മതൻ
സ്ഫുരിച്ച ദൃഷ്ടിയും ചുഴിഞ്ഞെത്തുന്നല്ലോ.

വിചാരവായുവാൽ പടർന്നുകേറിയീ
വിയോഗമിന്ദ്രിയഗണങ്ങളെയെല്ലാം

ചുടുന്നല്ലോ ധൈര്യശിലാതലം കാഞ്ഞു
ഞെരിഞ്ഞും പേശികൾ പുകഞ്ഞും കഷ്ടമി-

ന്നടവേ തീ വീണ ഗിരിപോൽ സത്വര-
മകമേയെന്നാത്മാവെരിഞ്ഞിടുന്നല്ലോ

(അപൂർണം)

ഫെബ്രുവരി 1919

ചരമശ്ലോകങ്ങൾ

“പോയി ഭാഗ്യമതസ്തമിച്ചു സമുദാ-
        യത്തിൻ യശസ്തംഭമേ!
നീയേ! വീണിനിയെന്തുതാൻ നിയതി ചെ-
        യ്യുന്നോ വരുന്നോരു നാൾ!”

ഹാ! ഏവം കരയുന്നു തീയർ ‘തിരുവാം-
        കൂറിൽ’ തദീയാദ്യനാം
ബി എ വിശ്രുതനാഞ്ഞു റാവുബഹദൂർ
        പി വേലു നാകാലയം.

കൂടുന്നു കുതുകംകലർന്നിവിടെ നാം
        ചിന്തിച്ചിടുന്നിച്ഛയാ
തേടുന്നു ബത! യത്നമാശു മറയു-
        ന്നോരാതെയോരോ ജനം
ക്രീഡിക്കും കൃപയറ്റൊരാ നിയതിതൻ
        കൈയിൽകളിപ്പാവ നാ-
മാടീടുന്നു യദൃച്ഛയാ സ്വയമഹോ!
        സംസാരനിസ്സാരത!

എന്നാലും സഹജാതരെ! വിരതി കൈ-
        യേന്താതെ വിദ്വജ്ജനം
നന്നായ് ജീവിതമാം രണത്തിലിയലു-
        ന്നുദ്യോഗമുദ്യുൽക്രമം

ഒന്നായാലുമുലഞ്ഞിടാതൊടുവിലെ-
പ്പോരാളി ശേഷിച്ചൊരാ-
ളെന്നാലാ വിധിയോർത്തു കൃത്യരതരായ്
നിൽപിൻ ശ്വസിപ്പോളവും.

1909

ജീവിതവും മരണവും

ഇന്നേവം മൃതനായി തന്റെ മതവി-
ശ്വാസത്തിനായിട്ടിവൻ
നന്നോർത്താലതു ഹന്ത നാമൊരുവരും
ചെയ്യാത്ത കൈയല്ലയോ
എന്നാലോതുകയിപ്പുമാനിതിനുവേ-
ണ്ടിത്തന്നെ ജീവിച്ചിരു-
ന്നെന്നാ വാക്യമൊടാശുചേർത്തു ബലമാ-
യാർക്കും കഥിക്കാവതോ.

അന്ത്യത്തിങ്കലിവൻ മരിച്ചു തെളിയിച്ചു
താൻ സ്വയം കൃത്യനിർ-
ബന്ധത്താൽ മതഭക്തി ശൂരഭടനാ-
ണെന്നുള്ളതിന്നഞ്ജസാ
എന്തോ നാമറിയുന്നതില്ല — യിതുപോൽ
തൻ ബാല്യകാലത്തിലേ
സ്വന്തം ജീവിതമീവിധം ചിരമിവൻ
ജീവിച്ചു ശീലിച്ചിതോ.

ചത്തീടുന്നതെളുപ്പമാളുകൾ മരി-
ച്ചിട്ടില്ലയോ വല്ലതും
ചിത്തേ മോഹനിമിത്തമോ ചില വെറും
മിഥ്യാഗ്രഹം മൂലമോ
ഉത്തുംഗത്വമുയർന്നകോപമഥവാ
ശൗര്യം വഹിച്ചെത്രയോ

മർത്ത്യന്മാർ മൃതരായി വന്നതുവരാൻ
പാടില്ലയോ തെല്ലുമേ.

ജീവിക്കുന്നതുതന്നെ കഷ്ടമിഹ തൽ-
കൃത്യങ്ങൾ ചെയ്തും സ്വയം
ഭാവിച്ചീടിന സത്യമായ വഴിയിൽ-
ത്തെറ്റൊന്നു പറ്റാതെയും
ഭൂവിൽ കേവലമിഷ്ടരും നിജ നട-
പ്പിൽ സംശയിക്കാതെയും
താവും നിന്ദകലർന്ന ലോകരഖിലം
നോക്കിപ്പഴിക്കാതെയും.

ഒന്നും തെറ്റണയാതെതന്നെയൊരുവൻ
തൻ ജീവയാത്രാന്തരേ
പിന്നോക്കം തിരിയാതെ പാഞ്ഞിഹ പണി-
പ്പെട്ടെങ്കിലും പോയിതെ
എന്നാൽ നാം പുകഴുന്നതാവിധമെഴു-
ന്നാ ജീവിതത്തെക്കുറി-
ച്ചെന്നല്ലാതൊരുവൻ മരിച്ചവിധമെ-
ന്താകട്ടെയെന്താണതിൽ.

ആഗസ്റ്റ് 1903

അച്ഛൻ

പള്ളിക്കൂടം വിട്ടു സായം പടിക്കൽ
തുള്ളിച്ചാടിച്ചെന്നു ഞാനെത്തിടുമ്പോൾ
തള്ളിക്കാര്യം സർവ്വമെന്നച്ഛനെന്നിൽ-
ക്കൊള്ളിക്കുന്നു നോട്ടമെന്നും കൃപാർദ്രൻ.

ജോടും മുണ്ടും പുസ്തകം പന്തുമെല്ലാം
മേടിച്ചേകുന്നെന്റെ പാഠം കഴിഞ്ഞാൽ
കൂടിക്കേളിക്കില്ലിനിക്കാരുമെങ്കിൽ
കൂടുന്നച്ഛൻ — ബാലനല്ലെങ്കിലും താൻ.

രണ്ടാളും ഹാ! ഞങ്ങൾ കണ്ണാടിതന്നിൽ-
ക്കണ്ടാൽ തോന്നും കൗതുകം സ്വല്പമല്ല
ഉണ്ടാച്ഛായയ്ക്കച്ഛനേറും വലിപ്പം-
കൊണ്ടോ ഭേദം തെല്ലുതാൻ ശ്മശ്രുകൊണ്ടോ?

ഖേദിച്ചുള്ളിൽച്ചിന്തപൂണ്ടാലുമച്ഛൻ
മോദിച്ചീടുന്നെൻമുഖം കാൺകിലപ്പോൾ
വാദിച്ചോതാമമ്മയോടും — സ്വയം ഞാൻ
ചോദിച്ചാലേകാത്തതില്ലത്യുദാരൻ.

ഗേഹത്തെക്കാൾ സ്വത്തിനെക്കാളുമച്ഛൻ
സ്നേഹിച്ചീടുന്നമ്മയെക്കാളുമെന്നെ
ആഹാ! വാച്ചേറുന്നു കൂറിന്നെനിക്കും
ദേഹം രണ്ടീ ഞങ്ങളൊന്നാണു നൂനം.

എന്നീവണ്ണം തോഴരോടായ്ക്കിനാവിൽ-
ച്ചൊന്നോരുണ്ണിക്കുള്ളുറങ്ങും ശിരസ്സിൽ
ചിന്നും ഹർഷത്തോടണഞ്ഞച്ഛനാമാ-
ദ്ധന്യൻ ചുംബിച്ചാനറിഞ്ഞീല ബാലൻ!

നവംബർ 1912

എന്റെ പ്രമാണം

നിത്യം ജ്വലിപ്പൊരു പരാർക്കനെ നേർത്തുനോക്കി-
ക്കത്തിപ്പൊടിഞ്ഞ മിഴിയിൽ പ്രഭതന്നെ കാണാ,
അന്ത്യന്തകോമളതയാർന്ന 'മത'പ്രസൂനം
കുത്തിച്ചതയ്ക്കിൽ മണമോ മധുവോ ലഭിക്കാ.

ഊഹത്തിനുണ്ടവധി ജീവിതകാലമൽപ്പം,
ദേഹിക്കു ശാന്തി സുഖമേകുക കേണിടാതെ
മോഹം കുറയ്ക്ക സുഖദങ്ങളിലേവരേയും
സ്നേഹിക്കയാമ്പൽനിരയെക്കുളിർതിങ്കൾപോലെ.

(അപൂർണം)

ലോകം

മതിതെളിയുമുഷസ്സോ മുഗ്ദ്ധമാമന്തിതാനോ
മതമധുരിമപൂവോ മഞ്ജുവാം പൂനിലാവോ
വിതതമിവയെയൊന്നും വിശ്വമേ, കണ്ടു നിന്നെ-
പ്പുതുമയൊടു പുകഴ്ത്താനല്ല പോകുന്നഹോ ഞാൻ.

വികസിതമലർവാടീവായുപോതങ്ങൾ പൊങ്ങി-
സ്സുകലിതസുമഗന്ധാരമ്യമാമംബരത്തിൽ
സുഖമൊടിഹപറന്നീടട്ടെ നിൻ കീർത്തി പാടി-
ക്ഖഗനിര-യറിവേലാതുള്ളവർക്കാകുമേതും.

മദവിവശനജസ്രം മദ്യഭേദത്തെ വാഴ്ത്തും,
മദനഹതവിവേകൻ മൂർഖയാം വേശ്യയേയും,
കിതവനിഹ പുകഴ്ത്തും കേവലം ചൂതിനേയും,
ഹൃദയരഹിതനാം നായാടി നായാട്ടിനേയും.

അതിസുഭഗമരണ്യം ദുഷ്ടസത്ത്വങ്ങൾ വാഴു-
ന്നതി,ലഴകെഴുമംഭോദത്തിലാഴുന്നിടിത്തീ
ഹ്രദമമലമനോജ്ഞം നക്രമുണ്ടുള്ളിലേവം
വിദിതഭുവനമേ നിൻവൃത്തി -- ഹാ! പേടിയാകും!

പുതിയ തളിരുദിക്കുന്നിന്നു നാളൊന്നുപോയാ-
ലതു ഹരിതപലാശം പാണ്ഡുപത്രം ക്രമത്താൽ
ഇതി ചപലമവസ്ഥാജാലമെന്നല്ല കാക്കു-
ന്നതിനെ ബഹുവിപത്തും ക്രുദ്ധമാം മൃത്യുതാനും.

മുരളുവതിൽ മയങ്ങീട്ടുള്ളുതന്നുള്ള പൂ നിൻ
പരസുമരതി കണ്ടാൽ വാടി വീഴുന്നു വണ്ടേ,
വിരവിലുഴറി നീയും നാളെ ഞാവൽപ്പഴം പോൽ
വിരസമിഹ ലയിക്കും വീണു ഹാ! മിഥ്യയെല്ലാം.

മധുമൃദുപവനന്മാർ വന്നു മന്നിൽ സുഖം ചേർ-
ത്തൃതുവിരതിയിൽ നിൽക്കാതെത്രയോ യാത്രയായി
അധികമുപതപിപ്പിക്കും കൊടുങ്കാറ്റുമാർന്നൂ
ഹതിയൊടുമിഹ കാസക്ലേശിപോലേങ്ങിയേങ്ങി

മൃദുലതൃണദലത്തെ ഹന്ത മാൻ തിന്നിടുന്നി-
ങ്ങദയമതിനെ ദുഷ്ടൻ കൊന്നിടുന്നു മൃഗേന്ദ്രൻ
അഥ ഹരിയെ നരേശൻ വേട്ടയാടുന്നവന്നും
മൃതിയടരിൽ വരുന്നു — മൃത്യുവിൻ നൃത്തമെങ്ങും.

ജയമതിനു പകയ്ക്കുന്നിങ്ങു ജന്യത്തെ ജന്യം
സ്വയമനിലജലാദ്യം കാരണം കാരണത്തെ
*ക്ഷയപദവിയുമോതുന്നാഗമത്തിങ്കലിത്ഥം
നിയതമഴിയുമെന്നെപ്പോലെ മാലാർന്നു നീയും.

രവിശശികൾ, വിളങ്ങും രമ്യതാരങ്ങളിക്ക-
ണ്ടവയുമിഹ വെടിക്കെട്ടെന്നപോൽ നിന്നുപോകാം
അവികലമിരുൾമൂടാം നാളെയയ്യോയുറങ്ങു-
ന്നിവിടെയയി കിനാവുംകണ്ടുകൊണ്ടാടി മർത്ത്യൻ.

പ്രഥിതമിഹ ചുഴന്നീടുന്നഹോ വിണ്ണിൽ നിന്നി-
പ്പൃഥിവിയുമിഹ രശ്മിഭ്രാന്തമാം രേണുപോലെ
സ്ഥിതി മനുജനിതിങ്കൽ ഹന്ത! നീർത്തുള്ളിയോർത്താ-
ലതിലെഴുമണുജീവിക്കത്ര വാരാശിയത്രെ.

അഹഹ! ദുരഭിമാനഗ്രസ്ഥബുദ്ധേ, നരാ, നിൻ
സഹജലഘുതയോർക്കുന്നില്ല നീ തെല്ലുപോലും.
ഗഹനഭുവനതത്ത്വം പാർക്കിലെങ്ങെങ്ങഹോ നി-
ന്നഹമഹമിക നിസ്സാരാഭ്യസൂയാഗ്രഹത്തിൽ!

(അപൂർണം)

* ക്ഷയപദവിയുമേവം ചൊല്ലിടുന്നാഗമം ഹാ (എന്നു പാഠാന്തരം).

ഉൾനാട്ടിലെ ഓണം

എന്തുല്ലാസഭരം നിനയ്ക്കിലുളവാ-
        കുന്നെന്തൊരാനന്ദമി-
ന്നെന്തോ കേരളമാകെയാകൃതി പകരുന്നൂ
        ദ്യോവിലും ഭൂവിലും
അന്തശ്ശോഭകലർന്ന രണ്ടു മഴതൻ-
        മദ്ധ്യസ്ഥമാം കാലവും
ചന്തം ചിന്തിയെഴുന്നു രണ്ടിലകളു-
        ള്ളമ്പും നറുമ്പൂവുപോൽ.

കുറ്റം വിട്ടിഹ കാലശക്തി പുതുതായ്
        കൊല്ലാബ്ദമാമുണ്ണിയെ-
പ്പെറ്റെന്നോർത്തു പിതാമഹീപ്രകൃതിയി-
        ന്നേറ്റം പ്രസാദിക്കയോ.
തെറ്റെന്നാശിശുതന്നെ സസ്മിതവിലാ-
        സത്താൽ സമസ്താശയം
മുറ്റും പോന്നു ഹരിക്കയോ! — രസദമല്ലോ
        ബാല്യമെല്ലാർക്കുമേ.

തിങ്ങും കാറുകൾ നീങ്ങി കാട്ടിലവുതൻ-
        കാർപ്പാസമെല്ലാം പറ-
ന്നെങ്ങോ പോകുവതോ സിതാഭ്രമെവിടന്നോ
        വന്നുചേരുന്നതോ!
എങ്ങാണ്ടെറ്റി വിരിച്ച വസ്ത്രനിരയാ-
        വണ്ണനെ വഞ്ചിച്ചഹോ-

യിങ്ങിക്കാറ്റു ഹരിച്ചുപോയ് ഗഗനമാർ–
ഗ്ഗത്തിൽ പരത്തുന്നതോ?

ആവാമായതുതന്നെയിന്നഖിലദേ–
വന്മാർക്കുമുത്സാഹമാ–
മീവണ്ണം 'നടമാറ്റ'വർക്കു പവനൻ
ലാക്കായ് വിരിക്കുന്നതാം
ഭൂവിൽ കൗതുകമീവിധം ഭുവനരമ്യം
കണ്ടു കൊണ്ടാടുവാ–
നേവം പോന്നഥവാ രചിച്ചീടുകയാം
കൂടാരമോരോന്നവർ.

*സ്ഥൂലച്ഛായ മരം വെടിഞ്ഞിഹ ഗമി–
ക്കുമ്പോലെ പോം പൂമുകിൽ–
ജ്ജാലത്തിൻനിഴലാൽ ജനങ്ങൾ വെയിലിൽ–
പ്പോകുന്നു ശോകം വിനാ
ലീലയ്ക്കായ് വെളിയിൽക്കടന്നിതു പിടി–
പ്പാനങ്ങുമിങ്ങും ദ്രുതം
ബാലന്മാർ ധൃതമത്സരം രസമിയ–
ന്നോടുന്നു വാടങ്ങളിൽ.

ദൂരത്താണിനിയും പ്രഭാതമെഴുനേ–
റ്റെന്നാലുമിന്നേറ്റവും
നേരത്തേ വിളികൂട്ടിടുന്നു ഖഗവൃന്ദം
ഹന്ത! സന്തുഷ്ടിയാൽ
നേരായ് കാക്ക കരഞ്ഞു 'താത! ജനനീ
കേൾക്കൂയെഴീക്കെ'ന്നെഴു–
ന്നോരാ കേളികളോർത്തുറക്കമിയലാതേ
വത്സരുത്സാഹികൾ.

സ്വാപം വിട്ടെഴുമംഗനാജനമകത്തുദ്–
ഗേയപുണ്യാർത്ഥമാം
ഭൂപാളം തുടരുന്നഹോ! മനമലി–
ഞ്ഞാർക്കും ലയിക്കുന്നതിൽ
ദീപത്തിന്നരികത്തു വൃദ്ധകളെയാ–
ശങ്കിച്ചുപൈതങ്ങൾ പോയ്
ശ്രീപൊങ്ങും ശുഭരാമനാമജപമാ–
യെങ്ങും മുഴങ്ങുന്നതും.

---

* വേറൊരു പാഠം: സാലച്ഛായ മഹാതരുക്കളെ വെടിഞ്ഞോടുന്നപോൽ പോം മുകിൽ

മന്ദം മർമ്മരഭാഷി പൂർവ്വപവനൻ മന്ത്രിച്ചണഞ്ഞു, ഗളം
നന്ദിച്ചാട്ടി വിടർന്ന പൂക്കൾ, ചിറകുൽക്ഷേപിച്ചു തേനീച്ചകൾ
വന്നെല്ലാം വഴിയോളമാശുപരിമാർജ്ജിച്ചുതളിച്ചു ഗൃഹം
നന്നാക്കീ യുവദാസിമാർ, നടനമായീ ലക്ഷ്മിയിക്ഷോണിയിൽ.

(അപൂർണം)

പ്രാണിദയ

കഠിനഹൃദയ നീ കടന്നിവണ്ണം
തുടരുവതെങ്ങനെ തൻ ഹിതത്തിനായി
വടിവെഴുമൊരു ജന്തുവെത്തുടിപ്പി-
ച്ചിടുവതിതെന്തിനതെന്തു ചെയ്തു നിന്നെ?

കരുണയുടെയൊരീശസൃഷ്ടിയാണീ-
യുരുവുകളൊക്കെയതോർത്തതില്ലയോ നീ
അറിയുമവനിതൊക്കെയോർക്ക മേൽനി-
ന്നറിയുക കേൾക്കുമിവറ്റ കേണിടുമ്പോൾ.

കരവതവനറിഞ്ഞു നോക്കുമേ നിൻ
കരമിതു ചോരയണിഞ്ഞ കത്തിയോടും
കരുതുകയതു സാധു ചേതനത്തിൽ-
പ്പരമലിവേകുക പോക കൊന്നിടായ്ക.

ഇതിനെയുമിഹ നിന്നെയും ചമച്ചാ-
വിധിയൊരുപോലവനോർക്ക വിശ്വകർത്താ
മതിയിലിയലുകൻപു നിൻ വിധാതാ-
വധികദയാപരനെന്നതോർത്തു നീയും.

1906

നമ്മുടെ മൂടുപടം

ഹാ! വന്ദിക്കുക നാം മഹേശനെ മനോ-
ജ്ഞാകാരമാം മൂടൽമ-
ഞ്ഞീവണ്ണം വിരചിച്ചു ദൃഷ്ടികൾ മറ-
ച്ചീടുന്നുവല്ലോ ശിവൻ
ഭൂവിൽ തൽകൃപയായ മൂടുപടമാ-
ണല്ലോ പരം ലോലമാ-
യേവം നമ്മുടെ ഭാവിമേലവിരതം
മൂടിക്കിടക്കുന്നത്.

ഓരോന്നായ് ദിവസങ്ങൾതോറുമുളവാ-
കും കൃത്യഭാരങ്ങളി-
ന്നോരാതൊത്തൊരു ദർശനത്തിലിഹ നാം
കാണുന്നുവെന്നാകിലോ
പാരം ബുദ്ധി മടുത്തു ഭാരമഖിലം
ചിന്തിച്ചു ചിത്താശയം
തീരെദ്ധീരതയും വെടിഞ്ഞിവിടെ നാ-
മെങ്ങും കുഴങ്ങില്ലയോ?

നേരേയാ വ്യസനം നിറഞ്ഞ ദിനവും
നക്ഷത്രമില്ലാത്തൊരാ
ഘോരാകാരതയാർന്ന രാവുമഥ ക-
ണ്ടംഗം ഞടുങ്ങില്ലയോ?
പാരം മാർഗ്ഗമതിൽത്തളർന്നു പരലോ-
കത്തിന്റെ പൊക്കത്തെയോർ-

ത്തോറും കാൽകരവും കുഴഞ്ഞുമിഹ നാം
        പേടിച്ചു പോവില്ലയോ?

എന്നാലിപ്പൊഴുതെത്ര ദുർഘടവഴി-
        ക്കാകട്ടെ പോകേണ്ടതി-
ങ്ങെന്നാലും പുതുയാത്രപോലെ വിരവിൽ-
        പ്പോകുന്നു നാം നാൾക്കുനാൾ
ഇന്നീ നമ്മുടെ മുമ്പെഴും പെരുവഴി-
        ക്കുള്ളോരു ദൂരത്തെയും
നന്നായ് കാണുകയില്ല നാം നലമൊടെ-
        ന്നും തെല്ലുതെല്ലെന്നിയേ.

ഏപ്രിൽ 1904

അഹിംസ

(പരിഭാഷ)

കഴൽ വിരവിലെടുക്കെടുക്കയി-
പ്പുഴ തുണയറ്റതു കൊന്നിടായ്ക നീ;
ചെറിയൊരുടലിതെന്നു നിന്ദ തോ-
ന്നരുതുമീശ്വരനാണു ചെയ്‌തവൻ.

അവനവികലജീവനാഥനീ-
യവനിയിൽ വന്നതവങ്കൽ നിന്നു നീ
അളവകലുമവന്റെയൻപിനീ-
യെളിയ പുഴുക്കളുമംശഭാജികൾ.

ദിവി രവിശശിതാരശോഭയു-
ണ്ടവനുടെ സൃഷ്ടിയിലാർക്കുമൊന്നുപോൽ
നവതൃണനിരകൊണ്ടു മൂടിടു-
ന്നവനി നിനക്കുമിവയ്ക്കുമായവൻ.

കളയുക പുനരൽപകാലമു-
ള്ളെളിയ സുഖത്തൊടിരുന്നിടട്ടിവ;
കളയുമൊരുയിരേകിടാവതോ?
കളിയിലുമിന്നയി കൊന്നിടായ്ക നീ.

നെയ്ത്തുകാരുടെ ഒരു പാട്ട്

ഓടം മൃദുപാവിൽ ജവമോടും ഗുണമേറാ-
നോടുംപടിയും, സമ്പ്രതി നീ ചെയ്‌വൊരു പൂവിൽ
തേടും മണമേലായുകിലും ശോഭ നിറഞ്ഞാൽ
കൂടുംപടിയും സോദര! നെയ്യൂ! തുണി നെയ്യൂ!

അന്തിക്കെഴുമർക്കന്നെഴുമോരോ കിരണംപോൽ
ചന്തം ചിതറുന്ന നിറമെല്ലാം വിലസട്ടെ
അന്തർഗ്ഗതമായ്നിന്നഴകോടുന്നിഴതോറും
ചിന്തട്ടെയതിൻശോഭകൾ നിന്നെച്ചുഴലട്ടെ.

നീക്കംകയറട്ടാടയിൽ നന്മേനി വരട്ടേ-
യാക്കെയെണയട്ടേ വിരവായും ശരിയായും
എക്കാലവുമേ നിൻ തുണിനൂലൊന്നൊഴിയാതെ
നിൽക്കട്ടിഹ നീണാളൊരു നേരെന്നെതുപോലെ.

കായേകനെടുക്കാമിഹ പൂവേകനിറുക്കാം
മായാതെ വിതയ്ക്കാമഥ വിത്തന്യനൊരുത്തൻ
ആയാസമതെന്നാൽ വിധി സങ്കൽപ്പിതമാർക്കും
നീയോർത്തതു ഹേ! സോദര! നെയ്യൂ ! തുണി നെയ്യൂ!

ധന്യത്വമെഴും മന്നവനും മണ്ണു കിളയ്ക്കും
ഖിന്നസ്ഥിതിയാം കർഷകനും കേവലമാരും
സന്നദ്ധമതായ്‌വന്നൃതുവെല്ലാം തരുമിമ്പം
തന്നർദ്ധവുമേതും ശ്രമമേലായുകിലോരാ.

മെയ് 1905

ഒരു എഴുത്ത്

കല്പിക്കുന്നു വെളിച്ചമായിരുളുമെ-
ങ്ങാ സൗഖ്യമായ് ദുഃഖവും
നിഷ്പക്ഷാന്തരമായ് നടപ്പെവിടെയി-
ന്നാരോഗ്യമായ് രോഗവും
അപ്പോൾപ്പെറ്റ ശിശുക്കരച്ചിലെവിടെ-
ജ്ജീവോദയം ചൊൽവതാ,-
യിപ്പാരിൽ സുമതേ! സുഖാനുഭവമു-
ണ്ടെന്നോ നിനയ്ക്കുന്നു നീ! 1

കാളും കാന്തിയിൽ നാകവും നരകവും
കൂടിക്കുഴമ്പായതാ-
ണീലോകം പുനരോർക്കിലീയതിരുവി-
ട്ടാർക്കും ഗമിക്കാവതോ?
കാലേ തങ്ങടെ കർമ്മമാം കയറിനാൽ
കണ്ഠം കുടുക്കീട്ടുതാൻ
മാലേന്തുന്നടിമപ്രവൃത്തിയൊഴിയും
നാമെങ്ങു ചെന്നാലിനി? 2

യോഗം ഭോഗവുമാലയസ്ഥിതിയുമാ-
സ്സത്തായ സന്ന്യാസവും,
ലോകേശൻപദഭക്തി, പൂജ, ധനമാർ-
ജ്ജിക്കുന്ന മാർഗ്ഗങ്ങളും

---

* സ്വാമി വിവേകാനന്ദൻ ഒരു സ്നേഹിതനയച്ച കത്തിന്റെ പരിഭാഷ.

ത്യാഗം, നേർച്ചക,ളെന്നുവേണ്ട
വലുതാം തീവ്രവ്രതാദ്യങ്ങളും
ഹാ! കണ്ടേനിവയൊക്കെയേറ്റമവത-
ന്നുള്ളൂടുമൂടാടി ഞാൻ. 3

കാണുന്നില്ലൊരു ചെറ്റു സൗഖ്യമിവിടെ-
ക്കാനൽജനത്തെക്കൊതി-
ച്ചേണംപോലുഴലുന്നതാണു രസമോ-
ഹം തേടുമിജ്ജീവിതം
ഊനം വിട്ട ഗുണങ്ങളെത്രയൊരുവ-
ന്നുൾത്താരിൽ വർദ്ധിക്കുമോ
നൂനം ജീവിതമത്ര ദുസ്സഹവുമായ്-
ത്തീരുന്നു പാരിൽ സഖേ! 4

സ്വാർത്ഥപ്രീതി വെടിഞ്ഞു വിസ്തൃതമന-
സ്സാം ഭക്തനല്ലോ ഭവാ-
നോർത്താലങ്ങനെയുള്ളവർക്കിവിടെ വാ-
ഴാവല്ല തെല്ലും സഖേ!
അത്യന്തോഗ്രമിരുമ്പുകൂടമെതിരി-
ട്ടേറ്റുന്നിതല്ലാകവേ
പുത്തൻചാരുപളുങ്കുപാവയുടെ മേ-
ലേൽക്കിൽ സഹിക്കാവതോ? 5

ഉള്ളത്തിൽ കനിവൊട്ടുമെന്നിയതി നീ-
ചത്വത്തൊടും നല്ല തേൻ-
തുള്ളിക്കൊത്തു മതൃത്തെഴും മൊഴിയൊടും
നഞ്ചൊത്ത നെഞ്ചത്തൊടു
കള്ളംതന്നെ നിറഞ്ഞു നേരകലെയായ്
തന്നെബ്ഭരിപ്പാൻ സ്വയം
തള്ളിക്കേറുമൊരുത്തനാകിലിവിടെ-
സ്സൗഖ്യം നിനക്കും സഖേ! 6

നന്നായാഞ്ഞഥ ജീവിതം പണയമായ്
വച്ചും പഠിച്ചീടുവാ-
നിന്നേവംവിധമായിതെന്റെ സമയം
ഹാ! പാതിയും പോയിതേ
എന്നല്ലുൾപ്രിയമൂലമായിഹ സഖേ!
യുന്മത്തനെപ്പോലെ ഞാൻ
ചെന്നോരോന്നു പിടിച്ചതൊക്കെ നിഴൽപോൽ
നിസ്സാരമായ് പോയിതോ. 7

കൂറുള്ളോരുടെ കൂട്ടുവിട്ടഹഹ! ഞാൻ
        കൂറയ്ക്കരക്കെട്ടതിൽ
കീറക്കച്ചയുടുത്തു കണ്ട പടിതോ-
        റും പോയിരന്നു സഖേ!
തീരെ ക്ലേശമിയന്ന തീവ്രതരമാ-
        യീടും വ്രതം നോറ്റുതാൻ
പാരം മേനിയലഞ്ഞു ഹാ! ഫലമെനി-
        ക്കുണ്ടായതെന്തായതിൽ? 8

നന്നായിട്ടയി! കേൾക്കയെന്റെ ഹൃദയം
        നിന്നോടുരയ്ക്കാം സഖേ!-
യിന്നെൻ സ്വാനുഭവത്തിൽനിന്നറിവതാ-
        മീ സത്യമത്യുത്തമം
ഒന്നായോളമെടുത്തടിച്ചു ചുഴലി-
        ക്കും ജീവിതൗഘത്തിലീ-
യൊന്നത്രേ കടവുള്ളൊരുത്തനു കട-
        ന്നങ്ങേക്കരപ്പോകുവാൻ. 9

ഊഹിക്കിൽ പരിചര്യതൻ വിധികളും
        പ്രാണൻ നിരോധിപ്പതും,
മോഹംതാൻ പരവിദ്യയും, പ്രകൃതിവി-
        ജ്ഞാനാദി ശാസ്ത്രങ്ങളും
ആഹാ! മാനസവിഭ്രമങ്ങളിഹ സർ-
        വ്വത്യാഗമത്യാഗവും,
'സ്നേഹം' 'സ്നേഹ'മിതൊന്നുതന്നെ സകലം
        പാർത്താൽ പദാർത്ഥം സഖേ! 10

ജീവൻ, ബ്രഹ്മാവു, മീ ജഗത്തിലഖിലേ-
        ശൻ മർത്ത്യനും പിന്നെയി-
ന്നേവം പ്രേതപിശാചവർഗ്ഗവു, മഹോ!
        വേതാളഭൂതങ്ങളും,
ദേവന്മാർ, പശുപക്ഷിജാതി, കൃമികീ-
        ടം തൊട്ട സൃഷ്ടങ്ങളും
താവുന്നുണ്ടു വെടിഞ്ഞിടാതെ ദൃഢമാ-
        യി സ്നേഹമുൾത്താരതിൽ 11

വേറാരോതുകയിന്നു ദേവനിരകൾ-
        ക്കും ദേവനാകുന്നതോ?
നേരായോർക്കുകിലാരു സർവ്വവുമിള-
        ക്കിക്കൊണ്ടു നിൽക്കുന്നതോ?
ഓരുമ്പോൾ, ശിശുവിന്നുവേണ്ടിയോരു മാ-
        താവോ മരിക്കുന്നതും

ചോരൻ കൊള്ളയിടുന്നതും സകലവും
സ്നേഹം നിമിത്തം സഖേ! 12

വാക്കിന്നും ഹൃദയത്തിനും വിഷയമാ-
കാതപ്പുറത്തായ് സദാ
പാർക്കുന്നായതു ഹന്ത! ഭൂരിസുഖമാ-
യോ ദുഃഖമായോ സഖേ!
ഓർക്കുമ്പോളതുതാൻ ഭയങ്കരി ജഗ-
ത്സംഹർത്രിയാം ദുർഗ്ഗയും
വായ്ക്കും മോഹനരൂപമാർന്നു വരുമാ
ലോകൈകമാതാവതും. 13

രോഗം, ബന്ധുജനം മരിച്ച വിരഹം,
ദാരിദ്ര്യഭാരം, ഗുണോ-
ദ്രേകം ദോഷവുമിന്നു കർമ്മഫലമാ-
കും നല്ലതും തീയതും
ആകെക്കാൺകിലിതൊക്കവേയതിനെഴു-
ന്നാരാധനംതാൻ സഖേ!
ലോകത്തിൽ പുനരിന്നു ജീവകൃതിയാ-
യെന്തുള്ളു ചിന്തിക്കുകിൽ. 14

മായാമോഹമതാണു കേണു സുഖമ-
ന്വേഷിച്ചു പോകുന്നതും
പേയാണോർക്കുകിലിന്നു കേവലമതാം
ദുഃഖം കൊതിക്കുന്നതും
ആയാസാൽ മൃതിയാഗ്രഹിക്കിൽ വലുതാ-
മുന്മാദമാണായതും
മായാതുള്ളൊരു നിത്യജീവിതമനോ-
മിഥ്യാഭിലാഷം സഖേ! 15

പാരം വേഗമെഴും മനോരഥമതിൽ
പാരാതെയേറിബ്ഭവാൻ
ദൂരംദൂരമതായ് നടന്നിഹ കട-
ന്നെങ്ങെങ്ങു പോയീടിലും
ചാരത്തുള്ളതുപോലെതന്നയി സഖേ!-
യീലോകമാകും മഹാ
പാരാവാരവുമീ സുഖാസുഖമതായ്
തല്ലുന്ന കല്ലോലവും! 16

കേട്ടോ ഹേ! ചിറകറ്റു വീണ ഖഗമേ!
ചൊല്ലുന്നു ഞാൻ സംഭ്രമം
കാട്ടീടായ്കയിതൊക്കെയോർക്കിലിഹ ര-

ക്ഷയ്ക്കുള്ളപോക്കല്ലെടോ.
പേട്ടെന്നേവമടിക്കടിക്കടിപെടു-
ന്നയ്യോ! പരുങ്ങുന്നുതേ!
കഷ്ടം! പിന്നെയുമെന്തിനിങ്ങനെയസാ-
ദ്ധ്യത്തിൽ ശ്രമിക്കുന്നു നീ? 17

പാട്ടിൽ ജ്ഞാനവു, മർച്ചനാസ്തുതികളും
ഹാ! ശക്തിയും സർവ്വവും
പോട്ടെ, തന്നെ മറന്നുനിന്നു വിലസു-
ന്നാ സ്നേഹമൊന്നില്ലയോ
വാട്ടംവിട്ടതുതന്നെയേകശരണം-
നമ്മേൾക്കു പാഠത്തിനായ്
കാട്ടുന്നുണ്ടതിതാ പ്രദീപശിഖയെ-
പ്പുൽകും പതംഗം സഖേ! 18

നീചപ്രാണിയിതിന്നതിന്നഴകു ക-
ണ്ടാശിച്ചഹോ കണ്ണതിൽ
കാചംപറ്റി, യകം കവിഞ്ഞു വഴിയും
സ്നേഹത്തിലുന്മത്തമായ്
ഹാ! ചാരായമെടുത്തപോലതുഴറീ-
ഹേ ഭക്തരേ, നിങ്ങൾ സ-
ങ്കോചിക്കേണ്ടയഹന്തയാം ഹൃദയപ-
ങ്കം ചുട്ടു പൊട്ടിക്കുവിൻ! 19

ചൊല്ലൂ സൗഖ്യമൊരിക്കലെങ്കിലുമിര-
പ്പാളിക്കുദിക്കുന്നുവോ-
യില്ലല്ലോ പുനരെന്തിനന്യരോടു നാം
യാചിച്ചിടുന്നൂ വൃഥാ
എല്ലാം നൽകുക,യെന്നുമല്ല, ഫലമി-
ച്ഛിക്കാതതിന്നും സഖേ! 20

ചൊല്ലേറും ധനമെങ്കിലൊന്നു ഹൃദയേ
വേണ്ടോളമുണ്ടായ് വരും.
അല്ലേ! നൂന, മഖണ്ഡനായ വിഭുവിൻ
ദായാദനല്ലേ ഭവാ-
നില്ലേസ്നേഹമതായ വൻകുടലുമി-
ന്നുൾക്കാമ്പിലുൽക്കൂലമായ്
എല്ലാം 'നൽകുക! നൽകുകാ'രു ഫലമി-
ച്ഛിക്കുന്നവന്നുള്ളിലാ
നല്ലൊരാഴി നശിച്ചു തുള്ളി ജലമായ്
ശേഷിച്ചു പോകും സഖേ! 21

ബ്രഹ്മം തൊട്ടണുജീവിയല്ല പരമാ-
ണുക്കൾക്കുമുൽക്കാമ്പതിൽ
ചെമ്മേ നിൽപ്പതഖണ്ഡമായ് വിലസിടു-
ന്നാ സ്നേഹമല്ലോ സഖേ!
അമ്മാഹാത്മ്യമതോർത്തു നീയതുകൾതൻ
പാദാരവിന്ദങ്ങളിൽ
സമ്മോദേന സമർച്ചചെയ്ക മനതാ-
രും ദേഹിയും ദേഹവും. 22

പാരിൽ കാണ്മതശേഷമോർക്ക പരമേ-
ശൻതന്റെയാകാരമാ-
ണോരുമ്പോളവനെത്തിരിഞ്ഞെവിടെയ-
ന്വേഷിച്ചു പോകുന്നു നീ
ആരിക്കണ്ട ചരാചരത്തെയഖിലം
സ്നേഹിച്ചിടുന്നൂ സഖേ!
യാരായാലുമവൻ മഹേശനെയുപാ-
സിക്കുന്നു തർക്കം വിനാ. 23

1903

ഉദിക്കുന്ന നക്ഷത്രം

പൂമൊട്ടിൻപുപടഭേദമൊത്തു വിരവിൽ
        പൂർവ്വാന്തരീക്ഷത്തിലി-
ന്നോമൽത്തൂങ്കിരണങ്ങൾ നീട്ടിയുദയം
        ചെയ്യുന്ന നക്ഷത്രമേ,
ക്ഷേമം വായ്ക്ക നിനക്കിരുട്ടിലൂഴറി
        ക്ഷീണിച്ച ഞങ്ങൾക്കഹോ
ശ്രീമത്തായ വെളിച്ചമാണു വഴികാ-
        ട്ടീടുന്ന കൈയാണ് നീ.

ഭംഗംവിട്ടയി നീ നിയാമകമണേ,
        പൊങ്ങി ദ്രുതം വിണ്ണുതൻ
ശൃംഗം പുക്കവിടെച്ചിരം ദ്യുതി ചൊരി-
        ഞ്ഞീടുന്ന കോടീരമായ്
മംഗല്യാവലിയാർന്നു വാഴ്ക തലമേൽ
        നീ നിന്നു തൂവുന്നൊാര-
ത്തുംഗാഭിഖ്യകളാരചിക്ക കനകോ-
        ഷ്ണീഷങ്ങൾ ഞങ്ങൾക്കുമേ

ഫെബ്രുവരി 1923

എഡ്വർഡ് ചക്രവർത്തിയുടെ പ്രിയപ്പെട്ട പ്രാർത്ഥന

അൻപീടെന്നരികത്തിലന്തി ജവമായ്
വന്നെത്തിടുന്നു വിഭോ!
വമ്പിച്ചോരിരുൾ മൂത്തിടു,ന്നരികിൽ
വന്നൻപോടുമൻപീടു നീ;
കമ്പം ബാന്ധവർ തേടവേ, സുഖമശേഷം
കൈവെടിഞ്ഞീടവേ-
യെൻപോറ്റീ! ഗതിയറ്റവർക്കു ഗതിയേ!
യെൻമുമ്പിലൻപീടു നീ.

ജീവൻതൻ ചെറുതാം ദിനംത്ധടിതി
പാഞ്ഞന്തം ഗമിക്കുന്നിതാ
ഭൂവിൽ ഭൂതികൾ മങ്ങിടുന്നതിലെഴും
പ്രഖ്യാതി മായുന്നിതേ,
ഭാവങ്ങൾക്കു വികാരവും വിലയവും
താൻ കാണ്മതെല്ലാടവും;
ദേവാധീശ്വര! നിർവികാര! തുണയാ-
യെൻമുമ്പിലൻപീടു നീ!

വന്നീടൊല്ല ഭയങ്കരാകൃതിയെഴും
രാജാധിരാജത്വമാർ-
ന്നെ,ന്നാൽ നന്മയുമൻപുമായ്, കരയുഗത്തിൽ
ശാന്തി കയ്യേന്തിയും,

എന്നല്ലശ്രുവൊടും വിപത്തി,ലലി-
വർത്ഥിച്ചാലെഴും ഹൃത്തൊടും

വന്നാമട്ടയി! ദീനബാന്ധവമാണേ!
യെൻമുമ്പിലൻപീടു നീ.

പൊകും നാഴികതോറുമെന്നരികിൽ നീ-
യെത്താൻ കൊതിക്കുന്നു ഞാ-
നാകുന്നേതിനു മോഹനശക്തിയെയകറ്റാൻ
നിൻകൃപയ്ക്കെന്നിയേ?

ഏകൻ നിന്നൊടു തുല്യനാരിവനു
നേതാ?വാവിഭോ! താങ്ങുമാ-
റാകാം ദുർദ്ദിനമോയിനിസ്സുദിനമോ-
യെൻമുമ്പിലൻപീടു നീ.

പേടിക്കാ രിപുതന്നെ ഞാനരികി-
ലാശിസ്സിന്നു നീ വാഴവേ
തേടാ കഷ്ടത ഭാരവും, കദന-
മേകാ തെല്ലു കണ്ണീരുമേ!
കേടേകും യമദംഷ്ട്രയെങ്ങു? മൃതിയെങ്ങോ
നിൻ തദീയം ജയം?
മൂടുന്നെൻ മിഴി മുമ്പു നിന്നഭയഹസ്തം
പോക്കി നിൽക്കീശ! നീ

നിന്നീടെൻ തിരുമേനിതാൻ മറയുമെൻ
കൺമുമ്പു കണ്ടീടുമാ-
റെ, ന്നല്ലായിരുളൂടെ മിന്നുകയെനി-
ക്കായ് ദ്യോവു കാട്ടീടുക
വന്നൂ സ്വർഗ്ഗമതിന്നുഷസ്സ്,വനി മായാ-
ഛായ മായുന്നതേ-
യൊന്നായ്‌വാഴുകിലും, മരിക്കിലുമടു-
ത്തൻപീടുകെൻ പോറ്റി നീ.

1909

ഭാഷാമേഘസന്ദേശം

കാണപ്പെട്ടുള്ള കൃത്യസ്ഖലനമതിനൊരാ-
ണ്ടാർന്നു കാന്താവിയോഗം
ക്ഷീണശ്രീയാകുമാറദ്ധനദനുടെ കടും
ശിക്ഷയാൽ യക്ഷനേകൻ
വാണാൻ വൈദേഹി നീരാടിയ മഹിയമെഴും
വാരിയും ഭൂരിവൃക്ഷ-
ശ്രേണീച്ഛായാഭിരാമാങ്കണനിരയുമെഴും
രാമഗിര്യാശ്രമത്തിൽ. 1

യോഷാരത്നത്തെ വേർപെട്ടതിലഥ ചില മാ-
സം കഴിച്ചാമുഴക്കൈ
ശോഷിച്ചൂരിത്തെറിച്ചങ്ങനെ വളകൾ വെടി-
ഞ്ഞീടുമാക്കാമി കണ്ടാൻ
ആഷാഢത്തിന്റെയൊന്നാം ദിനമതിലൊരു മേ-
ഘം തടംപുക്കു മന്ദ്രാ-
ഘോഷം കുത്തിക്കളിക്കും കരിയൊടുകിടയാം
കാന്തിപൂണ്ടന്തികത്തിൽ. 2

ഒട്ടേറെക്ഖേദമുണ്ടെങ്കിലുമതികുതുകം
ചേർക്കയാൽ യക്ഷനുള്ളിൽ-
ക്കെട്ടി സ്തംഭിച്ച കണ്ണീരൊടുമതിനെ നെടും
ചിന്തയാൽ നോക്കിനിന്നാൻ
തിട്ടം സംഭോഗികൾക്കും തരളത കരളി-
ന്നേകുമാമേഘമാക്കെ

കെട്ടിപ്പുല്കാൻ കൊതിക്കും കമനിയകലെയാം
കാന്തനെന്തായിരിക്കും 3

വന്നെത്തീടും നഭസ്സിൽ പ്രണയിനിയവൾ വൃ-
ണീടണം പ്രാണനാർന്നി-
ട്ടെന്നിച്ഛിച്ചംബുദത്തിൻവഴി നിജസുഖവൃ-
ത്താന്തമെത്തിക്കുവാനായ്
ഉന്നിച്ചെന്നാശു പുത്തൻ കുടജമലരതും
തൂകിയാവന്ന മേഘം-
തന്നെപ്പൂജിച്ചു തുഷ്ട്യാ കുശലവുമനുമോ-
ദിച്ചു ചോദിച്ചു യക്ഷൻ. 4

തീ വെള്ളം കാറ്റു മുറ്റും പുകയിവ തിരളും
തുച്ഛമാം മേഘമിന്നെ-
ങ്ങാ വൈദഗ്ദ്ധ്യം കലർന്നുള്ളൊരുവനിഹ വഹി-
ക്കേണ്ട ദൂതെങ്ങു പാർത്താൽ
ഏവം തെല്ലും നിനയ്ക്കാതവനതിനൊടുമു-
ല്ക്കണ്ഠയാലന്നിരന്നാൻ
പോവില്ലേ ചേതനാചേതനമിവയൊടുമർ-
ത്ഥിച്ചു കാമാതുരന്മാർ? 5

പേരാളും പുഷ്കലാവർത്തകനിരയുടെ വം-
ശത്തിലുദ്ഭൂതനിച്ഛാ-
ചാരൻ വിണ്ണോർവരൻ തന്നുടെയനുചരനാ-
ണങ്ങു ഞാനിങ്ങറിഞ്ഞേൻ
ദൂരസ്ഥൻ ദൈവയോഗാലിവനിവിടെയി-
രക്കുന്നു വേണ്ടീലയിഷ്ടം
പൂരിച്ചില്ലെങ്കിലും പ്രാർത്ഥന വലിയവരോ-
ടല്പരേകുന്നതേക്കാൾ. 6

സന്താപം പൂണ്ടവർക്കംബുദ! തണലു ഭവാ-
നാകയാൽ സ്വാമികോപ-
ച്ചെന്തീയിൽപ്പെട്ടൊരീയെൻപ്രണയിനിയൊടുചെ-
ന്നോതണം ദൂതിതും നീ
പ്രാന്താരാമത്തിൽ മേവും പുരരിപുമുടിയിൽ-
പ്പൊങ്ങുമപ്പൂനിലാവിൻ
കാന്ത്യാ കാളുന്ന വെണ്മാളികയെഴുമളക-
യ്ക്കായുടൻ പോയിടേണം. 7

നീയ്യാകാശത്തുയർന്നാലതു വിരഹിണിമാ-
രൊക്കെ വിശ്വാസമാർന്ന-
ക്കയ്യാൽ മേൽപ്പോട്ടുകൂന്തൽക്കുറുനിരകൾ വഹി-
ച്ചാശ്വസിച്ചാശു നോക്കും

തയ്യാറായങ്ങണഞ്ഞാൽ തരുണിയെ വിരഹ-
ത്തീയിലായിട്ടു വാട്ടു-
ന്നയ്യോ ഞാനെന്നപോൽ മറ്റൊരുവനടിമയായ്
മന്നിലിന്നന്യനുണ്ടോ? 8

നിന്നെത്തള്ളുന്നു മെല്ലെന്നിത മൃദുപവനൻ
നിന്നു നിൻനേർവഴിക്കാ-
യെന്നല്ലോർത്താലിടയ്ക്കായ് മദകളമിത കൂ-
വുന്നു വേഴാമ്പലിപ്പോൾ
പിന്നെഗ്ഗർഭംധരിപ്പാൻ പ്രണയമൊടുമുടൻ
പ്രേക്ഷണീയൻ ഭവാൻതൻ
പിന്നിൽക്കൂടും നഭസ്സിൻവഴി വരിവരിയായ്
ഭൂരിയാനാരതാനും. 9

മുട്ടാതേവം ഗമിച്ചാൽ മുഹുരപി ദിവസം
പോവതങ്ങെണ്ണിയെണ്ണി-
ത്തിട്ടം ജീവിക്കുമാ നിൻ സഹജരമണിയാം
സാദ്ധ്വിയെച്ചെന്നു കാണാം
പെട്ടെന്നയ്യോ പതിക്കും പ്രണയഭരിതമായ്
വിപ്രയോഗത്തിലുൾപ്പൂ
ഞെട്ടായാശാവലംബം തടയുമവ വധു-
ക്കൾക്കഹോ മിക്കവാറും 10

കേദാരം തോറുമേറും കുമിൾനിരകൾ കുരു-
പ്പിച്ചു സസ്യാഢ്യമാക്കി-
ച്ചെയ്തീടാൻ പാടവം പൂണ്ടൊരു മധുരമതാം
നിന്റെ നിർഘോഷമിപ്പോൾ
കാതിൽപ്പെട്ടാശു കൊക്കിൽക്കമലവലയമാം
ഖാദ്യമേന്തിപ്പറന്നാ-
ക്കാദംബശ്രേണി പോം മാനസമതിലവ കൂ-
ട്ടുണ്ടു കൈലാസമോളം. 11

ചൊല്ക്കൊണ്ടീടുന്ന സീതാപതിയുടെ ചരണാ-
ങ്കങ്ങളങ്കേ ധരിക്കു-
ന്നിക്കണ്ടീടും സുഹൃത്താകിയ ഗിരിവരനെ-
പ്പുല്കി നീ യാത്രചൊല്ക
ഉൾക്കാളും സ്നേഹമിമ്മാമല വലിയ വിയോ-
ഗാൽപരം സംഗമുണ്ടാ-
മക്കാലത്തുഷ്ണബാഷ്പം വെളിയിൽ ബഹളമാ-
യിട്ടു കാട്ടുന്നുവല്ലോ. 12

മുന്നം പോകേണ്ട മാർഗ്ഗം പറവതു മുകിലേ!
കേൾക്ക നീ മുഖ്യമായും
പിന്നെക്കേൾക്കാം ഭവാനാശ്രവണമധുരമാ-
മെന്റെ സന്ദേശവാക്യം
കുന്നിൻകൂടങ്ങൾതോറും കഴലുകുഴയുകിൽ
തങ്ങിടാമങ്ങസാദം
വന്നാൽ വാരിപ്രവാഹങ്ങടെ സലിലവുമൊ-
ട്ടാവഴിക്കാഹരിക്കാം. 13

തുംഗത്വംപൂണ്ട കുന്നിൻകൊടുമുടി തരസാ
കാറ്റിഴയ്ക്കുന്നുവോയെ-
ന്നെങ്ങും പേടിച്ചു സിദ്ധാംഗനകളുഴറി നോ-
ക്കീടുമദ്ധാടിയോടും
ഇങ്ങിക്കാണുന്നതാകും രുചിര'നിചുള'ദേ-
ശത്തിൽ നിന്നേറി മദ്ധ്യേ
പൊങ്ങി 'ദ്ദിങ്നാഗ' ഗർവ്വപ്രഹിതകരമതും
താഴെയാക്കിഗ്ഗമിക്ക. 14

അല്പം മേലാതപംപെട്ടവിടെ ഹരിധനു-
സ്സിന്റെ തെല്ലുണ്ടു കാണു-
ന്നുൽഫുല്ലശ്രീയെഴും നല്ലുപലനിരകൾതൻ
ചാരുശോഭാങ്കുരംപോൽ
ഇപ്പോളേറ്റം വിളങ്ങുന്നസിതരുചി ഭവദ്-
ഗാത്രവും നല്ല പിഞ്ഛാ-
കൽപ്പംപൂണ്ടുള്ള ഗോപാർഭകനുടെ വടിവിൽ
കണ്ട വൈകുണ്ഠനെപ്പോൽ 15

നാരീവർഗ്ഗങ്ങൾ നാട്ടിൻപുറമതിൽ വിളവി-
ന്മൂലമെന്നോർത്തു നിന്നെ-
ക്കൂറുൾക്കൊണ്ടൊക്കെ നോക്കും ഭ്രുകുടിരചനയോ-
രാത്ത നേത്രങ്ങളാലെ
ഏറിക്കൊണ്ടൽപ്പമപ്പോതുഴുതു പൊടി മണ-
ക്കും കരക്കാറ്റിലൂടേ
മാറിപ്പോകാം പടിഞ്ഞാട്ടൊരു ചെറുതുടനേ
നേർവഴിക്കായ് ഗമിക്കാം. 16

കത്തും വൻകാട്ടുതീയിൽ കഠിനമഴ പൊഴി-
ക്കുന്ന നീ ചെന്നണഞ്ഞാ-
ലധ്വക്ലേശം കൊടുക്കും നിജശിരസി വഹി-
ച്ചാമ്രകൂടാദ്രയിപ്പോൾ

അത്യല്പൻപോലുമേതെങ്കിലുമുപകൃതിചെ-
യ്തുള്ള മിത്രം വരുമ്പോൾ
പ്രത്യേകം പൂജചെയ്യുന്നതിലഭിമുഖനാം
പിന്നെയെന്താം മഹാത്മാ. 17

പ്രാന്തത്തിൽക്കാട്ടുമാവിൻ ഫലനിരകൾ പഴു-
ത്തൊക്കെ മൂടിക്കിടക്കും
കൂന്തൽക്കെട്ടെന്നപോലഗ്ഗിരിയുടെ മുകളിൽ
ചെന്നു നീയും കരേറും
കാന്താവർഗ്ഗത്തിനൊത്തിട്ടമരരതുടനേ
കാണുമക്കുന്നുഭൂവാം
കാന്തയ്ക്കഗ്രം കറുത്തും തടമുരുവെ വെളു-
ത്തും വിളങ്ങും കുചംപോൽ. 18

കാട്ടാളസ്ത്രീകൾ കേളിക്കണയുമുരുലതാ-
ഗാരമുള്ളോരതിങ്കൽ-
ക്കാട്ടാമൽപ്പം വിളംബം ദ്രുതമഥ മഴപെ-
യ്തധ്വശേഷം കടന്നാൽ-
കോട്ടംവിട്ടാനവെണ്ണീർക്കുറി മുതുകിലിടും-
പോലെ കല്ലാർന്ന വിന്ധ്യൻ-
ചോട്ടിൽ ക്ലേശിച്ചു 'രേവാനദി' ചിതറിയിടും
വേണി നീ കാണുമപ്പോൾ. 19

കാട്ടാനയ്ക്കുള്ള ഗന്ധോല്ക്കടമദജലമാർ-
ന്നാശു ഞാവൽപ്പടർപ്പിൻ
കൂട്ടത്തിൽത്തട്ടിയോടും ജലമതു മഴപെ-
യ്തത്ര സേവിച്ചു പോണം
ആട്ടീടാ വായു നിന്മെയ്യകമതിൽ മുകിലേ
സാരമുണ്ടെങ്കിലല്ലാ-
തോട്ടയ്ക്കുണ്ടായിടും ലാഘവമുപചയമു-
ണ്ടാക്കിടും ഗൗരവത്തെ. 20

പൊട്ടിപ്പൂന്തൊങ്ങലെല്ലാം പകുതിവരെ വിടർ-
ന്നുള്ള നീലക്കടമ്പും
മൊട്ടിട്ടപ്പോൾ വിടർന്നുള്ളിളയ കദളിയും
മേഞ്ഞു കച്ഛങ്ങൾതോറും
ചുട്ടിട്ടുള്ളോരു കാട്ടിൽച്ചുഴലെ മണമെഴും
ഭൂമുകർന്നും വരുന്നാ-
ക്കുട്ടിസ്സാരംഗയൂഥം തവ ജലകണമേ-
റ്റുള്ള മാർഗ്ഗം കുറിക്കും. 21

വെള്ളം വേഴാമ്പലെങ്ങും വിരവൊടു നുകരും
വിഭ്രമംനോക്കി നിന്നും

വെള്ളിൽക്കൂട്ടങ്ങളെച്ചൂണ്ടിയുമതു വരിയാ-
യെണ്ണിയും വിണ്ണിലെങ്ങും
വള്ളിക്കൈക്കോർത്തുനിൽക്കും പ്രിയകൾ ഇടി ഭവാൻ
വെട്ടവെ കേട്ടു ഞെട്ടി-
ത്തുള്ളിപ്പേടിച്ചു കെട്ടിത്തഴുകുമതിനുടൻ
വാഴ്ത്തുമസ്സിദ്ധർ നിന്നെ. 22

വൻപ്രേമംപൂണ്ടെനിക്കായ് വിരവിലവിടെ നീ
പോകിലും ഞാൻ വിളംബം
സംഭാവിക്കുന്നിദാനീം കുടജപരിമളം
തൂർന്നൊരക്കുന്നുതോറും
അൻപിൽക്കണ്ണീരുവാർത്തും മയിലുകൾ കുശല-
പ്രശ്നമായ്ക്കൂവിയാർത്തും
മുൻപിൽ സേവിച്ചണഞ്ഞാകിലുമയി മുകിലേ
വൈകൊലാ പോകുവാൻ നീ. 23

വ്യാകോചിക്കുന്ന വാർകൈതകളുടെ മലരാൽ
വേലിയെല്ലാം വെളുക്കും
കാകന്മാർ കൂടുകെട്ടും തകൃതി തരുഗണം
തിങ്ങുമെങ്ങും മുഴങ്ങും
പാകംകോലും ഫലംപൂണ്ടുരുവെയുഴലുമാ
ഞാവൽ നല്ക്കാവുമെല്ലാം
പോകാറായീടുമന്നങ്ങളുമറിക ദശാർ-
ണ്ണത്തിൽ നീയെത്തിടുമ്പോൾ. 24

ആ ദിക്കിൽ ഖ്യാതി പൊങ്ങുന്നരിയവിദിശയാം
രാജധാനിക്കണഞ്ഞാൽ
സാധിക്കാം തൽക്ഷണം തേ സുഭഗതയതുതൻ
സത്ഫലം സ്വല്പമെന്യേ
ആതീരം വേത്രവത്യാപഗയുടയതരം-
ഗാകുലാംഭസ്സു, ഗർജ്ജി,-
ച്ചാധൂതഭ്രൂവിലാസാഞ്ചിതമുഖമതുപോ-
ലാസ്വദിക്കാം നിനക്കും. 25

നീ ചെന്നീടുന്നനേരത്തവിടെ നിബിഡമായ്
പൂത്ത നീലക്കടമ്പാൽ
നീചൈസ്സാമദ്രിനിൽക്കും പുളകമൊടതിലോ
വിശ്രമിക്കാം നിനയ്ക്കിൽ
ആ ശൈലം പൗരവൃന്ദത്തിനു തരുണതകൊ-
ണ്ടുള്ളൊരാബ്ഭള്ളശേഷം
സൂചിപ്പിക്കുന്നു വേശ്യാസുരതസുരഭിയാം
ചൊല്ലെഴും കല്ലിടുക്കാൽ. 26

ക്ഷീണംതീർത്തത്ര കാട്ടാറുകൾ കരയുരുവേ-
യാർന്നു പൂങ്കാവുതോറും
കാണും നൽക്കാട്ടുമല്ലിക്കുടയകരുമരു-
മ്പൊക്കെയൊട്ടാർദ്രമാക്കി
പോണം നീ പൂവിറുക്കും കമനികവിൾവിയർ-
പ്പാറ്റിയക്കാതിലേപ്പൂ
ക്ഷീണിപ്പിക്കും മുഖത്തിൻ ക്ഷണികപരിചയം
നേടണം ഛായ നൽകി. 27

നിന്മാർഗ്ഗം നേർവടക്കുജ്ജയിനിയതിനുചു-
റ്റെങ്കിലും തത്ര ചൂഴും
വെണ്മാടങ്ങൾക്കുമേലുള്ളൊരു മമത വെറു-
ത്തീടൊലാ തെല്ലുപോലും
ഉന്മീലിക്കുന്ന മിന്നൽക്കൊടികളിലഥ പേ-
ടിച്ചുചിമ്മും പുരസ്ത്രീ
കന്മുലത്തിൻകടാക്ഷാവലിയതു ചിതറി-
ക്കായ്കിൽ നീ ഭാഗ്യഹീനൻ. 28

കൂവിക്കൊണ്ടോളമെറ്റിക്ഖഗനിരകൾ പറ-
ക്കുന്നരഞ്ഞാണമാട്ടി-
ബ്ഭൂവിൽച്ചാഞ്ചാടിനിന്നങ്ങനെ പഥിചുഴിയാം
നാഭിയും വിട്ടുകാട്ടി
പോവും നിർവ്വിന്ധ്യതന്നിൽപ്പരിചൊടു രസമേ-
റിബ്ഭവാനാസ്വദിക്കാം,
ഭാവിക്കും ചേഷ്ടയല്ലോ പ്രിയരിൽ വനിതകൾ-
ക്കാദ്യമാം പ്രേമവാക്യം. 29

പാരം വറ്റിപ്പയസ്സിൽ നിറപുരികുഴലായ്
പാദപശ്രേണി തൂവു-
ന്നോരാ വെള്ളച്ഛദംവീണഥ വിളറിവെളു-
ത്തിപ്പൊഴീ വിപ്രയോഗാൽ
ചാരുത്വം നിന്റെതേറെസ്സരസ പറയുമാ-
യാപഗയ്ക്കുള്ള കാർശ്യം
തീരാനേതാണുപായം തരമൊടതിനെ നീ-
തന്നെ ചെയ്യേണ്ടതല്ലോ. 30

ചൊല്ലേറും വത്സരാജന്നുടയചരിതവി-
ത്തുക്കളാം വൃദ്ധരുള്ളോ-
രുല്ലാസംപൂണ്ടവന്തീജനപദമതിൽ നീ-
യെത്തിയാൽ തത്ര കാണാം
നല്ലോരശ്രീവിശാലാനഗരമതു മഹാ-

ന്മാരു പുണ്യം ക്ഷയിച്ചാ
സ്വർല്ലോകത്തീന്നു പോരുംപൊഴുതു ഹൃതമതാം
സ്വല്പമാമപ്പുരംപോൽ. 31

കാലത്തേ മത്തഹംസാവലിയുടെ കളമാം
കൂജിതം ദീർഘമാക്കി-
ച്ചേലൊത്തെത്തുന്ന പുത്തൻ ജലജപരിമളം
ചേർന്ന ശിപ്രാനഭസ്വാൻ
ബാലസ്ത്രീകൾക്കു വായ്ക്കും വലിയ സുരതഖേ-
ദത്തെ നീക്കുന്നതിൽക്കേൾ
ലോലത്വംപൂണ്ടു ചാടൂക്തികൾ ലലിതമുര-
യ്ക്കുന്ന കാന്തൻകണക്കെ. 32

ഗന്ധിപ്പിക്കും പുരസ്ത്രീകചനിചയമതിൻ-
ധൂമമാജ്ജന്നലൂടെ
സന്ധിച്ചംഗം തഴച്ചും പ്രിയഭവനമയിൽ-
ത്താണ്ഡവം സ്വീകരിച്ചും
പന്ഥാവിൻ ക്ലേശമാറാമവിടെ വനിതമാർ
പാദലാക്ഷാരസത്തിൻ
ചിന്തീടും ശോഭ കണ്ടും ചിതറി മലർമണം
തേടുമാ മേടതോറും. 33

ഭക്ത്യാ ഭൂതങ്ങൾ നിന്നിൽപ്പതിയുടെ ഗളനാ-
ളാഭ നോക്കീടവേ നീ-
യെത്തേണം ലോകമീരേഴിനുമധിപതിയാ-
മംബികേശാലയത്തിൽ
നൽസ്ത്രീരത്നങ്ങൾ നീരാടിയ മണമെഴുമി-
ന്ദീവരത്തിൻപരാഗം
മെത്തീടും ഗന്ധവത്യാശുഗനമിടെയുല-
യ്ക്കുന്നു പൂങ്കാവു രമ്യൻ. 34

മുമ്പേ ചെന്നെത്തിയെന്നാകിലുമരിയ മഹാ-
കാളമാം കോവിൽ കണ്ടാ-
ലമ്പോടും താമസിച്ചീടണമതിൽ രവിപോ-
യസ്തമിക്കുംവരെയ്ക്കും
ഗംഭീരത്വംപെറും നിന്നുടയൊരിടിമുഴ-
ക്കത്തെയന്തിക്കു കൊട്ടും
തമ്പേറായ്ചെയ്ക ദേവന്നതിനു വരുമുടൻ
ഭൂരിയാം ചാരിതാർത്ഥ്യം. 35

(അപൂർണം)

ശിവസുരഭി

ഭൂതേശപാദകമലപ്പൊടി കൈവിടാതെ
ചേതോവിചാരമതു ചെറ്റു പിഴച്ചിടാതെ
കാതിന്നു ചേർന്ന കവനം 'കരുണാ' പ്രവാഹ-
മോതുന്ന ഭാരതിയെയൻപൊടു കുമ്പിടുന്നേൻ 1

വേദം പറഞ്ഞു വിരമിച്ചു വിരിഞ്ഞു ബിന്ദു-
നാദം കടന്നു നിലവിട്ടു നിറഞ്ഞു നിത്യം
ഏതും വിളക്കിയെതിരറ്റെരിയുന്ന ദിവ്യ-
ജ്യോതിർമ്മയം ശിവപദം പറയാവതല്ലേ 2

ശിവസുരഭി – ശിവകാമധേനു. ശിവനെക്കുറിച്ചുള്ളതും അഭീഷ്ടങ്ങളെല്ലാം കൊടുക്കുന്നതുമായ സ്തോത്രമെന്നു സാരം.

1. ഭൂതേശപാദകമലപ്പൊടി – ശിവന്റെ പാദമാകുന്ന താമരപ്പൂവിന്റെ പൊടി. ആ പൊടി വിടാതെ എന്നുവച്ചാൽ ശിവഭക്തി വിടാതെ എന്നു സാരം. കാതിന്നു ചേർന്ന – കേൾക്കാൻ ഇമ്പമുള്ള. ഭാരതി – സരസ്വതി.

2. വേദം പറഞ്ഞു വിരമിച്ചു – വേദത്തിനു പറയാൻ സാധിക്കാതായി. വിരിഞ്ഞു – പരപ്പായി. ബിന്ദുനാദം കടന്നു – ബിന്ദുവും നാദവും (രൂപാവസ്ഥയും ശബ്ദാവസ്ഥയും) കടന്നു. വിളക്കി– പ്രകാശിപ്പിച്ചു. ദിവ്യജ്യോതിർമ്മയം – ദിവ്യജ്യോതിഃസ്വരൂപമായ. ശിവപദം – ശിവന്റെ പാദം അല്ലെങ്കിൽ സ്ഥാനം. പറയാവതല്ല – അവാച്യമാണ്.

ആധാരവേദികളിലാടിയലഞ്ഞവർക്കു-
മാധാരമായഖിലമായവശിഷ്ടമായി
ബാധാന്തമായി ബഹിരന്തരമായ് നിറഞ്ഞ
ബോധാന്തമൗനമവിടം പറയാവതല്ലേ 3

കൂറായിരുന്നു കുശലം കുതുകം പെറും തേ-
നാറായതായതഹമെന്നുമനന്യമായി
മാറാതെഴുന്ന മഹിമാവിനെ മാറിനിന്നു
വേറായെടുത്തു വെളിയിൽ പറയാവതല്ലേ. 4

ഉണ്മൗനമോടിയുണരുന്നുരുകുന്നു ചിത്തം
വിമ്മുന്നു വാണി ബഹുവേപഥുവായിടുന്നു
കൺമൂലവാരി കവിയുന്നതുമൂലമെന്റെ
ജന്മാപഹപ്പൊരുളിനെപ്പറയാവതല്ലേ. 5

ചെറ്റില്ലതിന്നു ഗുണമില്ലൊരു ചിഹ്നമില്ല
മറ്റൊന്നുമില്ല മാധുരാമൃതനാമമില്ല
ഉറ്റുള്ളിരുന്നവനുണർന്നുവരുന്ന ബോധ-
പ്പറ്റാണതാണിതതിനാൽ പറയാവതല്ലേ. 6

---

3. ആധാരവേദികൾ – ഷഡാധാരസ്ഥാനങ്ങൾ. അതുകളിൽ ആടിയലഞ്ഞവർ – യോഗികൾ. അവർക്കും ആധാരമായി – ആശ്രയമായി. അഖിലമായ് – സർവ പ്രപഞ്ചവുമായ്. അവശിഷ്ടമായി – പ്രപഞ്ചമില്ലാത്തതെന്നു കാണുമ്പോൾ ശേഷിക്കുന്ന സത്തായ് (പൂർണ്ണസ്യ പൂർണ്ണമാദായ പൂർണ്ണമേവാവ ശിഷ്യതേ എന്നതു നോക്കുക.) ബാധാന്തമായി – ബാധകളറ്റതായ്. ബഹിരന്തരമായ് – പുറവും അകവുമായ് (പ്രപഞ്ചവും പരമാത്മാവുമായി). അല്ലെങ്കിൽ പുറത്തിന്റെ – പ്രപഞ്ചത്തിന്റെ അകമായ് (സാക്ഷിയായ്). ബോധാന്തമൗനം – ബോധാതീതമായ മൗനാവസ്ഥയായ. അവിടം – ആ സ്ഥാനം (ശിവപദം).
4. കൂറായിരുന്നു – പ്രേമസ്വരൂപമായിരുന്നു. കുതുകം പെറും – ആനന്ദം ഉണ്ടാക്കുന്ന. തേനാറായത് – തേൻപുഴയായത്. അഹം – ഞാൻ തന്നെയാണ് എന്നും. അനന്യമായി – തന്മാത്രയായി. മാറാതെഴുന്ന മഹിമാവിനെ – നിത്യമഹിമാവിനെ. വേറായ് എടുത്തു – വേറേ എടുത്തു പറയാവതല്ല.
5. ഓടി ഉണരുന്നു – പെട്ടെന്ന് ഉണരുന്നു. ഉരുകുന്നു ചിത്തം – മനസ്സ് ലയിക്കുന്നു. വേപഥു – വിറയൽ. ജന്മാപഹപ്പൊരുൾ – ജന്മനാശനമായ വസ്തു.
6. അതിനു ഗുണം ചിഹ്നം (ലക്ഷണം) നാമം (പേര്) ഇതുകളില്ല. ഉള്ള് ഉറ്റിരുന്നവന് – ധ്യാനനിഷ്ഠനായവന്. ഉണർന്നുവരുന്ന – ഉണർച്ചയോടുകൂടിയുണ്ടാകുന്ന. ബോധപ്പറ്റാണ് – ജ്ഞാനലഹരിയാണ്.

ക്ഷുദ്രാനുഭോഗസുലഭക്ഷുധയറ്റു മുറ്റും
ഭദ്രാനുഭൂതി പരനാം പരമഹംസനെന്നും
ഹൃദ്ദ്രാവകം ഹിമസുധായിതസാരസച്ചി-
ന്മുദ്രാർത്ഥമൗനമധുരം പറയാവതല്ലേ. 7

മാറിത്തിരിഞ്ഞു മതിമോഹമിയന്നിടാതി-
ക്കൂറൊത്ത കോമളസുധാകരസാഗരത്തിൽ
നീറിത്തളർന്നു നിലവിട്ടിനിയെന്റെ നെഞ്ചം
മാറിത്തെളിഞ്ഞഴലകന്നു കലർന്നുകൊള്ളും. 8

എന്തേനിരക്കുമിടമേതുമറിഞ്ഞിടാതെ-
യെന്തേ നിനക്കിവിടെ ഇന്നിയുമിപ്രമാദം
പന്തേ, പറന്ന പടുപമ്പരമാകുമെന്റെ
ചിന്തേ, നിനക്കു ചെറുതും സുഖമില്ലയല്ലോ. 9

സന്താപമാണിതു സമസ്തമതിന്നു സാക്ഷാ-
ലെന്താണു ചെയ്യുമഖിലേശനനാമരൂപൻ
എൻതാപമെങ്ങനെ കൊടുക്കുമടുക്കുമെന്ന
ചിന്താവശേന ചെറുതും ചിതറൊല്ല നെഞ്ചേ. 10

---

7. ക്ഷുദ്രാനുഭോഗസുലഭക്ഷുധ – ക്ഷുദ്രമായ ഭോഗേച്ഛ. ഭദ്രാനുഭൂതിപരൻ – ശുഭമായ അനുഭൂതിയിൽ തൽപ്പരൻ. പരമഹംസൻ – സിദ്ധൻ. ഹൃദ്ദ്രാവകം – ഹൃദയത്തെ അലിക്കുന്നത്. ഹിമസുധായിതസാരസച്ചിന്മുദ്രാർത്ഥമൗനമധുരം – ഹിമമായി സുധയായി (ശീതളമധുരമായി) സാരമായ സച്ചിന്മുദ്രയുടെ അർത്ഥമായ മൗനാവസ്ഥയിലുള്ള മാധുര്യം.

8. മാറിത്തിരിഞ്ഞു – വിഷയങ്ങൾതോറും അലഞ്ഞു. മതിമോഹം ഇയന്നിടാതെ – ബുദ്ധിമയക്കം വരാതെ. കൂറൊത്ത – കാരുണ്യമുള്ള. കോമളസുധാകരസാഗരത്തിൽ – മനോഹരമായ കർപ്പൂരസമുദ്രത്തിൽ. (അങ്ങനെയുള്ള ശിവപദത്തിൽ എന്നു സാരം.) സുധാകരം എന്നതിന് അമൃതപൂർണം എന്നും കർപ്പൂരമെന്നും അർഥമെടുക്കാം. മാറി – മുൻനില വിട്ട്. കലർന്നുകൊള്ളും – ലയിക്കും.

9. എന്തേനിരിക്കും – എന്റെ ആനന്ദം ഇരിക്കുന്ന. ഇടമേതുമറിഞ്ഞിടാതെ – സ്ഥാനം ഒട്ടും അറിയാതെ. എന്തേ ഇന്നിയുമിപ്രമാദം – വീണ്ടും ഈ പ്രമാദം (തെറ്റ്) എന്തുകൊണ്ടാണ്. ചിന്തയെ പന്തിനോടും പമ്പരത്തോടും ഉപമിക്കുന്നു. (ചഞ്ചലമായ ചിന്ത എന്നു സാരം.)

10. സന്താപമാണിതു സമസ്തം – ഈ പ്രപഞ്ചം മുഴുവൻ ദുഃഖമാണ്. അനാമരൂപൻ – നാമരൂപമില്ലാത്ത (നിർഗുണനായ). സാക്ഷാൽ അഖിലേശൻ – സാക്ഷാൽ ഈശ്വരൻ. എന്താണു ചെയ്യും – എന്തു ചെയ്യും. സർവ്വം ദുഃഖം; ഈശ്വരൻ എന്തു ചെയ്യും, എങ്ങനെ എന്റെ ദുഃഖം ഇല്ലാതാക്കും, എങ്ങനെ എന്റെ അടുത്തു വരും എന്നെല്ലാമുള്ള വിചാരംകൊണ്ടു ഭ്രമിക്കല്ലേ. അഖിലേശൻ എല്ലാം സാധിക്കുമെന്ന് വിശ്വസിച്ച് അടങ്ങുക എന്നു സാരം.

സന്താപശാന്തിയതിനുണ്ടു നിവൃത്തി സർവ്വ-
സന്താനസാധുഗതി സാദരമോതുവാനായ്
അന്താഗമത്തിലുപചാരമുരയ്ക്കിലെന്റെ
ചിന്താമണിക്കു ശിവനെന്നൊരു നാമമുണ്ട് 11

വാടാതിരുന്നു വളരുന്നിവ വാരിരക്ഷ
കൂടാതെയില്ല കുരുവിന്മുളപോലെയെങ്കിൽ
പാടേ ഭരിപ്പവനു തൽപര ഗംഗ പൊങ്ങും
കോടീരമുണ്ടു കുളിർതിങ്കളുമുണ്ടു നെഞ്ചേ! 12

കാമാദിഭൂതകടുകഷ്ടത കൈയകറ്റും
പ്രേമാവബോധപദപങ്കജമെന്നു കണ്ടാൽ
പൂമാസബന്ധുപൊരിയും പുകയറ്റ പുണ്യ-
ഭ്രൂമദ്ധ്യലോചനവിഭൂതിയുമുണ്ടു നെഞ്ചേ! 13

പുല്ലാദിയായ ഭുവനത്തിനു പുഷ്പപന്മാ-
രല്ലാതെയില്ല ഗതിയക്ഷികൾപോലെയെങ്കിൽ
എല്ലാമുദിച്ചു വിലസിച്ചഴിയാതെവന്നു
ചൊല്ലാർന്നിടും മിഴികൾ ചൊന്നവരാണു നെഞ്ചേ! 14

താനേകബന്ധു സകലത്തിനുമെന്നമൂലം
ദീനാവനൈകദയനീയ കടാക്ഷമുണ്ട്
ജ്ഞാനോദയത്തിനു ജനത്തിനെഴുന്ന വേദ-
ത്തേനൂറിടുന്ന തിരുവായ്മലരുണ്ടു നെഞ്ചേ! 15

---

11. സർവ്വസന്താനസാധുഗതി – സർവർക്കും അഭീഷ്ടം നൽകുന്ന നല്ല മാർഗമായി. സന്താപശാന്തിയതിന്നു – ദുഃഖശമനത്തിനു നിവൃത്തി. ഓതുവാനുണ്ട് – പറയുവാനുണ്ട്. അന്താഗമത്തിൽ – അവസാനം വരുമ്പോൾ. ഉപചാരമുരയ്ക്കിൽ – ഉപചാരമായി പറയുകയാണെങ്കിൽ. എന്റെ ചിന്താമണിക്ക് – എന്റെ ചിന്താമണിയായ ദേവന്. ശിവനെന്ന് ഒരു പേരുണ്ട് – ശിവൻ എന്ന പേരുള്ളതുകൊണ്ട് ശുഭമേ അവിടുന്ന് വരികയുള്ളൂ എന്നു സാരം.
12. ഇവ – ഈ സർവവും. വാടാതിരുന്നു വളരുന്ന കുരുവിൻ മുളപോലെ. വാരിരക്ഷ (ജലം കൊണ്ടുള്ള രക്ഷ) കൂടാതെ. ഇവ ഇല്ലെങ്കിൽ അതിനും മാർഗമുണ്ട്. പാടേ ഭരിപ്പവന്നു – എല്ലാം ഭരിക്കുന്ന ദേവന്. തൽപ്പരഗംഗ പൊങ്ങുന്ന കോടീരം – ജടക്കെട്ട്. തിങ്കൾ – ചന്ദ്രൻ. വെള്ളത്തിനും തണുപ്പിനുമായി ഗംഗയും ചന്ദ്രനും ഉണ്ട് എന്നു സാരം.
13. കാമാദിഭൂതകടുകഷ്ടത – കാമാദികളിൽനിന്നുണ്ടാകുന്ന വലിയ കഷ്ടങ്ങൾ. കൈയകറ്റും – ഇല്ലാതാക്കും. പൂമാസബന്ധു – കാമൻ. ഭ്രൂമദ്ധ്യലോചനവിഭൂതി – നെറ്റിക്കണ്ണിലെ ഭസ്മം (കാമൻ ദഹിച്ചിട്ടുണ്ടായത്).
14. അർഥം സ്പഷ്ടമാകുന്നില്ല.
15. ദയനീയം എന്നതിനു ദീനമായത് (ദയ കാണിക്കേണ്ടത്) എന്നാണർഥം. ഇവിടെ അർഥം യോജിക്കയില്ല. അതുകൊണ്ട് കമനീയം എന്നായിരിക്കുമോ പാഠം. ജനത്തിനു ജ്ഞാനോദയത്തിന് എഴുന്ന(ഉള്ളതായ) എന്നന്വയം.

പ്രാണപ്രമാണപരശക്തി രാജോവിലാസം
കാണിച്ചു കണ്ടതിനു കരണമാകയാലെ
മാണിക്യമദ്ധ്യമധുരാധരമുണ്ടതിന്റെ
കോണിൽ കുറച്ചുകുതുകസ്മിതമുണ്ടു നെഞ്ചേ! 16

ഈ ഭൗതികധ്വനിയിലിന്ദ്രിയസാക്ഷിയായും
മേ ഭാരതിക്കിഹ മനോഗതിമാർഗ്ഗമായും
ആ ഭാസുരാംഗനഖിലേശനവന്നു താനേ
ശോഭിച്ചൊരശ്രുതിപുടങ്ങളുമുണ്ടു നെഞ്ചേ! 17

ആളുന്നതിന്നുമപരാധമശിപ്പതിന്നു-
മാളല്ല മറ്റപരനെന്നറിയുന്നുവെന്നാൽ
കാളും കടുംഗരളകാളകളായകാന്തി
കാളും കൃപാകലിതകണ്ഠകളംബമുണ്ട്. 18

ചിന്താവൃതിച്ചികുരനീലിമകോലുമാദി-
സന്താനവല്ലിയുടെ സന്തതസന്ധിമൂലം
എൻതാതനെങ്ങുമെതിരറ്റെരിയുന്ന പാതി-
ച്ചെന്താമരച്ഛവികലർന്ന ശരീരമുണ്ട്. 19

തുള്ളും മനോമൃഗമണഞ്ഞു തമോവനത്തി-
നുള്ളിൽ കളിക്കുകിലപായഭയം ഭവിക്കിൽ
ഉള്ളംകനിഞ്ഞു ശമബോധകദൈവതത്തി-
നുള്ളംകരത്തിലൊരു കുഞ്ഞുകുരംഗമുണ്ട്. 20

---

16. അർത്ഥം സ്പഷ്ടമാകുന്നില്ല.

17. ഈ ഭൗതികധ്വനിയിൽ – ബാഹ്യശബ്ദത്തിൽ. ഇന്ദ്രിയസാക്ഷിയായും – ഇന്ദ്രിയത്തിനു സാക്ഷിയായും. മേ ഭാരതിക്കു മനോഗതിമാർഗ്ഗമായും – എന്റെ വാക്കിന് അന്തർഗ്ഗതം അറിയിക്കാനുള്ള മാർഗ്ഗമായും. അഖിലേശനവന്നു – അഖിലേശനായ അവന് (ശിവന്). ശ്രുതിപുടങ്ങൾ – കാതുകൾ.

18. ആളുന്നതിന്നും – രക്ഷിക്കുന്നതിനും. അപരാധം അശിപ്പതിന്നും – ഏറ്റു കൊള്ളുവാനും (പൊറുത്തുകൊള്ളുവാനും). മറ്റപരൻ – വേറെ ആരും. ആളല്ല – ശക്തനല്ല. കാളും കടുംഗരളകാളകളായകാന്തി കാളും – കൊടിയ വിഷയത്തിന്റെ കറുകറുത്ത ശോഭയുള്ളതായ. കൃപാകലിത – കൃപാമയമായ.

20. തുള്ളും – ചഞ്ചലമായ. മനോമൃഗം – മനസ്സാകുന്ന മാൻ. തമോവനങ്ങളിൽ – അജ്ഞാനക്കാട്ടിൽ (വിഷയങ്ങളിൽ). കളിക്കിൽ – കളിച്ചാൽ. അപായഭയം ഭവിക്കിൽ – അപകടമുണ്ടെന്നുള്ള ഭയമുണ്ടെങ്കിൽ. ശമബോധകദൈവതത്തിന്നു – ശാന്തിബോധമുണ്ടാക്കുന്ന ദൈവത്തിന്. ഉള്ളം കനിഞ്ഞു – ഉള്ളലിവോടുകൂടി. കുരംഗമുണ്ട് – മാനുണ്ട്. ശിവന്റെ കരത്തിലുള്ള മാൻപോലെ എന്റെ മനസ്സാകുന്ന മാനിനും ഭയപ്പെടാനില്ല എന്ന ഭാവം.

ദണ്ഡപ്പെടുത്തുമൊരു സംസൃതിദാരുദേഹ-
ദണ്ഡം തഴച്ചെഴുമഹംകൃതിയായമൂലം
ഖണ്ഡിച്ചെറിഞ്ഞുകളവാൻ കനിവുള്ള കയ്യിൽ
ചണ്ഡപ്രഭാവഭരമാർന്ന കുഠാരമുണ്ട്. 21

ആധാനവും നിധനവും പ്രപഞ്ച-
ബാധാബലം ബഹുലദുഷ്കരമൊന്നകന്നാൽ
ആധാമമൊന്നു നില കണ്ടുവരും ജനത്തി-
ന്നാധാരമാമഭയപാണിസരോജമുണ്ട്. 22

വന്മോഹമൂർച്ഛവിഷയാമിഷവീര്യമേകും
ജന്മാമയൈകജയഭേഷജമെന്നപോലെ
തന്മട്ടെനിക്കു തരുമെന്നരുമക്കൊടിക്കു
ചിന്മുദ്രിതച്ചെറുവിരൽത്തളിരുണ്ടു നെഞ്ചേ! 23

ഭൂതങ്ങളാണു ഭുവനം പരമാണുമൂല-
ജ്യോതിസ്സെരിഞ്ഞു കവിയും ജഡഭൂതജാലം
ജാതം ജഗത്തഖിലമിന്നതുതന്നെ ബാഹ്യ-
ഭൂതിപ്രലിപ്തശിവമേനിയിതാണു നെഞ്ചേ! 24

ഹൃത്താരഖണ്ഡമയവൃത്തിയിലിപ്രപഞ്ച-
വിസ്താരമൊക്കെ വിരവോടു ദഹിച്ചശേഷം
കത്താതതും കനലുമറ്റുകഴിഞ്ഞ ശുദ്ധ-
ചിത്താമയീശിവവിഭൂതിയതാണു നെഞ്ചേ! 25

---

21. സംസൃതിദാരു – സംസാരവൃക്ഷം. ദേഹദണ്ഡം – ദേഹണ്ണം. അഹംകൃതി – അഹങ്കാരം. മൂലം – ചുവട്. കുഠാരം – ഖണ്ഡപരശു.

22. ആധാനവും നിധനവും – ഉൽപ്പത്തിയും നാശവും. പ്രപഞ്ചബാധാബലം – സംസാരബാധയുടെ ശക്തി. ബഹുലദുഷ്കരം – ഏറ്റവും പ്രയാസമുള്ളത്.

24. ഭൂതങ്ങളാണ് – പഞ്ചഭൂതസമൂഹമാണ്. പരമാണുമൂലജ്യോതിസ്സ് – പരമാണുവിനും കാരണമായ ജ്യോതിസ്സ്. എരിഞ്ഞു കവിയും ജഡഭൂതജാലം – ജഡമായ ഭൂതസമൂഹത്തെ അതിക്രമിച്ചു പ്രകാശിക്കും. ജഗത്തഖിലം, ജാതമാണ് ഉണ്ടായതാണ്. ബാഹ്യഭൂതിപ്രലിപ്തശിവമേനിയിതാണ് – ശിവന്റെ ഭസ്മം പൂശിയിരിക്കുന്ന ബാഹ്യരൂപമാണ്.

25. ഹൃത്താർ – മനസ്സ് അഖണ്ഡമയവൃത്തിയിൽ – ബ്രഹ്മധ്യാനത്തിൽ. പ്രപഞ്ചവിസ്താരമൊക്കെ വിരവോടു ദഹിച്ചശേഷം – പ്രപഞ്ചമെല്ലാം ഇല്ലെന്നു കണ്ട ശേഷം. കത്താതതും – കത്താതെ അതും (മനസ്സും). കനലും – മനോവൃത്തിയും. അറ്റ് – ഇല്ലാതായിക്കഴിഞ്ഞ. ശുദ്ധചിത്താമയീ – ശുദ്ധചിന്മാത്രമായ.

മാലറ്റിടുന്നതിനു മാർഗ്ഗമുണർത്തി മുറ്റും
പാലിച്ചുകൊള്ളുവതിനായ് പശുവിൻമലത്തെ
മൂലപ്രബോധശിഖി മൂട്ടിയെരിച്ചണിഞ്ഞ
പാലൊത്ത പാശുപതഭസ്മമിതാണു നെഞ്ചേ! 26

മന്ദപ്രബോധമതി മൂടിവരുന്ന കാമ-
സന്ദർഭമാണു സകലാമയമൂലമെന്നാൽ
കന്ദർപ്പവിഗ്രഹമെരിച്ചു ധരിച്ചുകൊള്ളു-
മിന്ദുപ്രകാശശിവഭൂതിയിതാണു നെഞ്ചേ! 27

ഏതാണു ഞാനരുളുമിന്നിയുമെന്റെ വേദ-
മാതാവുരച്ചു മതിയെന്നരുളുന്ന മാർഗ്ഗം
നീതാനറിഞ്ഞിടുക നിൻനയനം തെളിഞ്ഞാ-
ലോതാവതല്ല പുനരുള്ളതെനിക്കു നെഞ്ചേ! 28

കാലത്തിൽനിന്നു കളിയാടിവരുന്ന കഷ്ട-
കാലം കടത്തിവിടുമെൻ 'കരുണ'യ്ക്കു പാർക്കിൽ
കാലന്നുരഃസ്ഥലകവാടതടം തകർത്ത
കാലുണ്ടശേഷകരണങ്ങളുമുണ്ടു നെഞ്ചേ! 29

---

26. മാലറ്റിടുന്നതിന് - ദുഃഖം തീരുന്നതിന്. മാർഗ്ഗം ഉണർത്തി - മാർഗ്ഗം ഉൽബോധിപ്പിച്ച്. പശുവിൻ മലത്തെ - ജീവമലമായ ചാണകത്തെ. മൂലപ്രബോധശിഖി മൂട്ടിയെരിച്ചണിഞ്ഞ - ആദിജ്ഞാനവഹ്നി (മൂലാധാരത്തിൽനിന്നു ദീപ്തമായ വഹ്നി എന്നും) കൊണ്ടു ചുട്ടു പൂശിയ. പാലൊത്ത പാശുപതഭസ്മം - ശിവന്റെ വെളുത്ത ഭസ്മം ഇതാണ്.

27. മന്ദ്രപ്രബോധമതി മൂടിവരുന്ന - മന്ദബുദ്ധിയെ മറച്ചുണ്ടാകുന്ന. കാമസന്ദർഭമാണ് - കാമബാധയാണ്. സകലാമയമൂലമെന്നാൽ - സകല ദുഃഖത്തിനും കാരണമെന്നുവരികിൽ. കന്ദർപ്പവിഗ്രഹമെരിച്ചു ധരിച്ചു കൊള്ളും - കാമദേഹം ചുട്ടു പൂശുന്ന. ഇന്ദ്രുപ്രകാശശിവവിഭൂതി - ചന്ദ്രധവളമായ ശിവന്റെ ഭസ്മം.

28. ഞാൻ പറയാൻ എന്താണിരിക്കുന്നത് എന്റെ വേദമാതാവ് - ജ്ഞാനം. ഉരച്ചു മതിയാക്കിയിരിക്കുന്ന മാർഗ്ഗം നീതാൻ അറിഞ്ഞു കൊള്ളൂ. നിന്റെ കണ്ണ് (ഉൾക്കണ്ണ്) തുറന്നാൽ പിന്നെയുള്ളത് എനിക്കു പറയാവുന്നതല്ല.

29. കാലത്തിൽനിന്നു കളിയാടിവരുന്ന കഷ്ടകാലം - കാലത്തിന്റെ കളിയിൽ നിന്നുണ്ടാകുന്ന കഷ്ടപ്പാട്. കടത്തിവിടുമെൻ കരുണയ്ക്കു പാർക്കിൽ - അതിൽ നിന്നും എന്നെ രക്ഷിക്കുന്നതിനുള്ള ഈശ്വരകൃപയ്ക്ക് ആഗ്രഹിക്കുന്ന പക്ഷം. കാലന്ന് ഉരഃസ്ഥലകവാടം തകർന്നു - കാലന്റെ മാറു തകർന്നു. കാലുണ്ട്, മറ്റുകരണങ്ങളും (അവയവങ്ങളും) ഉണ്ട്.

എന്താകിലെന്തിനിയെനിക്കെതിരറ്റലിഞ്ഞു
ചിന്താവകാശനടനം ചിതറുന്ന ദൈവം
എൻ താതനാണിതിനുശേഷവുമേകനാഥ-
നെന്താണു ചേതമിതിലുള്ളതെനിക്കു നെഞ്ചേ! 30

മിട്ടാൽ കവിഞ്ഞു മറിയും തിരമാല പൊങ്ങി
നട്ടാവി പൊട്ടി നരകാബ്ധിനടുക്കയത്തിൽ
പെട്ടാലുമെൻപ്രിയവിലാസരസം പെറുന്ന
മട്ടാർമലർപ്പദമിതിന്നി മറക്കുമോ ഞാൻ? 31

വിട്ടാകിലും വികൃതിയാകിലുമൊക്കെ വെന്തു
കെട്ടാകിലും കെടുതിയാകിലുമേകഭാവം
തൊട്ടാലുടൻ തുലനവിട്ടലിയുന്ന പാദ-
മൊട്ടാതെകണ്ടൊരുനൊടിക്കുമിരിക്കുമോ ഞാൻ. 32

മുട്ടായി മോഹവല മൂടി മുഖം മറച്ചു
കെട്ടാറുവാനിഹ കരഞ്ഞു തിരിഞ്ഞുമെങ്ങും
കിട്ടാതിരുന്നു കൃപകൊണ്ടു ലഭിച്ച മഞ്ജു-
മട്ടാർമലർപ്പദമതിന്നി മറക്കുമോ ഞാൻ? 33

കെട്ടറ്റ മാലയിഴിയുംപടി കാമബന്ധം
ഞെട്ടറ്റഹംകൃതി നശിച്ചു ജഡാന്ധകാരം
തട്ടിത്തകർത്തു തലവച്ചു തഴച്ച ബോധ-
മുട്ടറ്റ മോഹനവിളക്കു മറക്കുമോ ഞാൻ? 34

---

30. എതിരറ്റലിഞ്ഞു - അന്യാദൃശമായ ദയവുകാണിച്ച്. ചിന്താവകാശനടനം ചിതറുന്ന - ചിന്താവകാശം ഉണ്ടാകുന്ന. എൻ താതനാണ് - എന്റെ പിതാവാണ്. ഇതിനുശേഷവും - ഇതിൽപിന്നെയും. ഏക നാഥനാണ്.
31. മിട്ടാൽ - കര, തീരം. നട്ടാവി നംകൂരം. മട്ടാർമലർപ്പദം - പദപങ്കജം
32. തുലനവിട്ടലിയുന്ന - അളവറ്റു കാരുണ്യം കാണിക്കുന്ന. പാദമൊട്ടാതെ - പാദത്തിൽ ചേരാതെ.
33. മുട്ടായി - മുട്ടിച്ചു. മോഹവല - അജ്ഞാനവല. കെട്ടാറുവാൻ - ബന്ധമൊഴിയാൻ. കരഞ്ഞുതിരിഞ്ഞും - കരഞ്ഞുവിഷമിച്ചിട്ടും. എങ്ങും കിട്ടാതിരുന്നു - ഒരിടത്തും കിട്ടാതായി. പിന്നെ കൃപകൊണ്ടു - ശിവകൃപകൊണ്ടു. ലഭിച്ച - കിട്ടിയ. മഞ്ജുമട്ടാർമലർപ്പദം - മനോജ്ഞമായ പാദപങ്കജം.
34. കെട്ടറ്റ - കെട്ടുപൊട്ടിയ. മാലയിഴിയുംപടി - മാല വീഴുന്ന മാതിരി. കാമബന്ധം ഞെട്ടറ്റു - കാമബന്ധം മാറി. അഹംകൃതി - അഹങ്കാരം. ജഡാന്ധകാരം - ജഡസംബന്ധമായ അജ്ഞാനം. തലവെച്ചു തഴച്ച - മുളച്ചു വളർന്ന. ബോധമുട്ടറ്റ - ബോധത്തിന്റെ പ്രതിബന്ധം മാറിയ. മോഹനവിളക്കു - പ്രകാശരൂപമായ ശിവപാദം.

ഇപ്പിച്ചയാളനു കനിഞ്ഞിവിടത്തിലീശൻ
കൽപ്പിച്ച കൽപ്പകമലർക്കൊടിയെന്നപോലെ
കൈപ്പുണ്യമുള്ള കരുണാകരനെന്റെ മേലി-
ലർപ്പിച്ചൊരത്ഭുതമതിന്നി മറക്കുമോ ഞാൻ? 35

കറ്റാകിലും കല കടന്നു കടന്ന സിദ്ധി
പെറ്റാകിലും പ്രകൃതിയിൽ പതിയുന്നു ലോകം
തെറ്റാതെനിക്കരുളടിത്തളിൽ തന്നു ചെന്നു
പറ്റാതിനിപ്പലവഴിക്കു നടക്കുമോ ഞാൻ? 36

ഏതോ വരട്ടെതിരിലെന്റെ ശിവന്റെ നാമ-
മോതീടുകേതുമുലയാതെയുണർന്ന നെഞ്ചേ!
ജാതാദരം ശിവശിവേതി ജപിക്കിലേഴു-
പാതാളമെന്തു പരമേഷ്ഠിനിവാസമെന്തേ. 37

വാണന്നുതൊട്ടു വിഷയാമയമായ മായാ-
ബാണങ്ങളാണിവിടെയെങ്ങനെ നാം പൊറുക്കും
പ്രാണേശനോടിതു പറഞ്ഞു കരഞ്ഞു കണ്ണീർ
കാണാതകണ്ടിതിനിനിക്കഴിവില്ല നെഞ്ചേ! 38

ആടാതെ പോയി വിഷയങ്ങളിലങ്ങുമിങ്ങും
വാടാതെ വേണ്ടപരമായ വരം വരിക്കാം
പാടാകവേ പരിതപിച്ചു പറഞ്ഞലിഞ്ഞു
പാടാമിനിപ്പരമപാദമതിന്നു നെഞ്ചേ! 39

ആരംഭമറ്റതിരഴിഞ്ഞനുമാനമറ്റു
പാരം കടന്ന പരബോധനിധാനമായി
ആരും ഭരിക്കുമണുവായഖിലാണ്ഡകോടി-
ഭാരം ഭരിച്ച പദപങ്കജമേ! തൊഴുന്നേൻ. 40

---

35. ഇപ്പിച്ചയാളനു – ഈ ഇരപ്പാളിയായ എന്നിൽ. കൽപ്പിച്ച – നിശ്ചയിച്ച. അർപ്പിച്ചൊരത്ഭുതം – തന്നതായ അത്ഭുതപദത്തെ.

36. കറ്റാകിലും – പഠിച്ചാലും. കല കടന്നുകടന്ന സിദ്ധി – വിദ്യയുടെ കരകടന്ന മഹാസിദ്ധി. പെറ്റാകിലും – കൈവന്നാലും. ലോകം പ്രകൃതിയിൽ പതിയുന്നു – വീഴുന്നു. അരുളടിത്തളിർ – ജ്ഞാനസ്വരൂപമായ പാദം. തന്നു – തന്നിട്ട്. ചെന്നു – അതിൽ ചെന്നു.

37. ഏഴുപാതാളമെന്തു – ഏഴു അധോലോകങ്ങളും സാരമില്ല. പരമേഷ്ഠിലോകമെന്തേ – ബ്രഹ്മലോകവും സാരമില്ല.

38. വാണന്നുതൊട്ടു – ജനിച്ചന്നുതൊട്ടു.

39. ആടാതെ – അലയാതെ. പാടാകവെ – വിഷമിക്കുന്നവിധം. പാദമതിന്നു പാടാം – പാദത്തെ സ്തോത്രം ചെയ്യാം.

40. ആരംഭമറ്റു – അനാദിയായി. അതിരറ്റു – അഖണ്ഡമായി. അനുമാനമറ്റ് – ഊഹാതീതമായ്. നിധാനം – ഇരിപ്പിടം. ആരും ഭരിക്കുമണുവായ് – സൂക്ഷ്മമായ്.

ആകാശമില്ലതിനകത്തണുവൊന്നുമില്ലൊ-
രാകാരമില്ലതിനു മാതൃകതന്നെയില്ല
ആകാലമത്ഭുതനിമിത്തമനൽപ്പശിൽപ്പ-
മീകാര്യകോടി നടമാടിയ ഗൂഢമൂർത്തേ! 41

കർത്താവുമായഖിലകാരയിതാവുമായി
കൃത്യൈകകാരണവുമായ്ക്കരണങ്ങളായി
കർത്തവ്യകോടികളശേഷവുമായിനിന്നു
നൃത്തം തുടർന്നരുളുമെൻ നടരാജമൂർത്തേ! 42

മൂലത്തെ വിട്ടു മുടിയാതൊരു സത്ത കാര്യ-
ജാലത്തിനില്ലതു ജനിച്ചഴിയുന്നുമില്ല
കാലത്തിലെങ്കിലുമിരുന്നു വരുന്നൊരിന്ദ്ര-
ജാലത്തിനേകപതിയാം ജഗദേകമൂർത്തേ! 43

ആരോപജാലമതിയിന്നപവാദമാർഗ്ഗ-
മാരൂഢയാമമലവൃത്തിയിലറ്റശേഷം
സൂര്യപ്രഭാനയനസംഗതി തുല്യബോധ-
വാരാശിയായ് വര കടന്നു വളർന്ന മൂർത്തേ! 44

മാനാദിയായ് മതികലർന്നു വരുന്നു ദുഃഖം
ജ്ഞാനൈകശേഷനില കേവലമായ സൗഖ്യം
സ്ഥാനത്തിരുന്നു സകലാമയമറ്റ സച്ചി-
ദാനന്ദകന്ദളിതതുന്ദിലമൂലമൂർത്തേ! 45

---

41. ആകാലം – കാലാവസാനം വരെ. അനൽപ്പശിൽപ്പം – വലിയ സൃഷ്ടിയായ. ഈ കാര്യകോടി നടമാടിയ – ഈ പ്രപഞ്ചനാടകം ആടിയ.

42. കർത്താവായി കാരയിതാവായി – കർത്താവിനെ പ്രവർത്തിപ്പിക്കുന്നവനായി. കൃതൈകകാരണവുമായ് – കർമ്മത്തിന്റെ ഏകകാരണമായവനായ്. കരണങ്ങളായ് – കർമ്മേന്ദ്രിയങ്ങളായ്. കർത്തവ്യകോടികളശേഷവുമായി – സർവ്വ കർമ്മങ്ങളും ആയി.

43. മൂലത്തെ വിട്ടു – കാരണത്തിൽനിന്നു ഭിന്നമായ്. മുടിയാതൊരു സത്ത – നശിക്കാത്തതായ ഒരു നില. കാര്യജാലത്തിനില്ല – കാരണത്തിൽ ഭിന്നമായി കാര്യമില്ല. കാരണംതന്നെ കാര്യം എന്നു സാരം. അങ്ങനെയാണു കാര്യം ഉണ്ടായി നശിക്കുന്നുമില്ല. എങ്കിലും കാലത്തിൽ ഇരുന്നുവരുന്ന ഇന്ദ്രജാലത്തിന്നു – ഇല്ലാത്ത പ്രപഞ്ചമുണ്ടായി എന്നു വരുത്തുന്ന മായയ്ക്ക്

44. ആരോപജാലമതി – (രജ്ജുവിൽ പന്നഗം കാണുന്നതുപോലെയുള്ള) ഭ്രമബുദ്ധി അപവാദമാർഗത്തിൽ പ്രവേശിക്കുന്ന അമലവൃത്തിയിൽ ചെന്നു നശിച്ചശേഷം. വര – അതിർത്തി.

45. മതി – മനസ്സ്. മാനാദിയായ് – അഹംബുദ്ധി തുടങ്ങിയ, ദുഃഖം വരുന്നു. ജ്ഞാനൈകശേഷനില – ജ്ഞാനമാത്രമായിട്ടുള്ള നിലയാണു സൗഖ്യം. സകലാമയമറ്റ – സർവദുഃഖത്തിനും അതീതമായിട്ടുള്ള. കന്ദളിതതുന്ദില – മുളച്ചു വികസിച്ച.

പാരാദിയായ പലതും പല ഭേദമായി
നേരേ നടത്തിയരുളും നിഖിലൈകബന്ധോ!
നേരാകുമാറു നിജഭക്തനൊഴിഞ്ഞു നിന്നെ-
യാരാലുമോർത്തറിയുവാനെളുതല്ല ശംഭോ! 46

വേദങ്ങളോ ബഹുവിധം പറയുന്നു നാനാ-
വാദങ്ങളോ വെളിയിലിട്ടു വിരട്ടിടുന്നു
ഖേദങ്ങളോ കടന്നുവരുന്നു നിന്റെ
പാദങ്ങളെന്നിയിനി മറ്റവലംബമില്ലേ. 47

ദുർവാസനാവശനിവൻ ദുരചെയ്തു ശുദ്ധ
ഗർവ്വായ് നടക്കുകിലുമെൻകൃപ കൈവിടല്ലേ
നിർവ്വാണമെന്നു നിഗമങ്ങളുരയ്ക്കുമെന്റെ-
സർവസ്വമേ സകലദീനദയാപയോധേ! 48

പുണ്ണായിരുന്നു ഹൃദയം പൊളിയുന്നു തുമ്പ-
മുണ്ണാവതല്ലൊരുവിധത്തിലുമുഗ്രമയ്യോ!
എണ്ണാവതല്ലെളിയ നിന്നടിമയ്ക്കിതെന്റെ
കണ്ണേ! കരത്തിനു രുചിച്ച കരുംകരുമ്പേ! 49

ഭദ്രം പഴുത്തു പരിപാകരസം പകർന്ന-
മൃദ്വീകതന്മധുരമേ മമ തമ്പുരാനേ!
ഖദ്യോതകാന്തിവടിവേ കതിരേ കലർന്ന
ഹൃദ്ദീപമേ! ഹൃദയമേ! ഹിതമേ തൊഴുന്നേൻ! 50

---

46. അർഥം സ്പഷ്ടം.
47. വെളിയിലിട്ടു വിരട്ടിടുന്നു - പരമാർഥത്തിനു പുറത്തു നിറുത്തി (പരമാർഥമറിയിക്കാതെ) ഭയപ്പെടുത്തുന്നു. കരകടന്നു വരുന്നു - കര കവിഞ്ഞുവരുന്നു.
48. സ്പഷ്ടം.
49. ഉഗ്രം തുമ്പം - ഉഗ്രമായ ദുഃഖം. ഉണ്ണാവതല്ല - സഹിക്കാവതല്ല. നിന്റെ എളിയ അടിമയ്ക്ക് ഇത് എണ്ണാവതല്ല. കരുത്തിനു - പൊരുളിനു. രുചിച്ച - അനുഭവിച്ച.
50. മൃദ്വീക - മുന്തിരിങ്ങ. മധുരമേ - മാധുര്യമേ. ഖദ്യോതകാന്തിവടിവേ - സൂര്യനെപ്പോലെ പ്രകാശരൂപമായവനേ. കതിരേ - പ്രകാശമേ. കലർന്ന - പ്രകാശിച്ച. ഹൃദയമോഹിതം - ഹൃദയം കൊതിച്ചത്.

കാമിനീഗർഹണം

മണപ്പുമാരുതമിവറ്റിൽ മുളച്ചെഴുന്ന-
പിണ്ഡത്തിലും പെരുമയെന്തു നമുക്കു പാർത്താൽ
കണ്ണേറുകൊണ്ടു കലുഷക്കടലിൽക്കമഴ്ത്തും
പെണ്ണുങ്ങളും പുഴുവു തിന്നു പൊലിഞ്ഞുപോകും. 1

പൂഞ്ചേലകൊണ്ടു പുതുമേനി പുതച്ചു പാരം
കൊഞ്ചിക്കുഴഞ്ഞു കുഴൽകെട്ടി വരുന്ന പെണ്ണും
പഞ്ചത്വമായ് പെരിയ പേക്കഴുവിൽ മുഴുത്ത
ചഞ്ചുപുടത്തിനിരയായ്ച്ചമയുന്നുകണ്ടോ? 2

പൊന്താളച്ചെറുകുളിർകൊങ്ക ചേലചുറ്റി-
ച്ചെന്താളിൻപ്രതിയധരങ്ങൾ പൊത്തി മെല്ലേ
പന്തോളം പൊലിമപെറുന്ന കുണ്ഡലത്തിൻ
ചുന്തോളം ചുടുമിഴി ചൂണ്ടിനിന്നു കൊല്ലും. 3

---

1. മണ്ണ് – ഭൂമി. അപ്പ് – വെള്ളം. മാരുതം – വായു. ഇവറ്റിൽ മുളച്ചെഴുന്ന – പഞ്ചഭൂതങ്ങളിൽനിന്നുണ്ടായ. കണ്ണേറുകൊണ്ടു – നോട്ടങ്ങൾകൊണ്ട്. കലുഷക്കടലിൽ കമഴ്ത്തും – പാപക്കടലിൽ മുക്കുന്ന.
2. കുഴൽ – മുടി. പഞ്ചത്വമായ് – അഞ്ചുഭൂതങ്ങളായി പിരിഞ്ഞു. മരിച്ചു എന്നു സാരം. പേക്കഴുക് – പേക്കഴുകൻ. ചഞ്ചുപുടം – കൊക്ക്
3. പൊന്താളച്ചെറുകുളിർകൊങ്ക – പൊന്താളം പോലെ (അതുപോലെ നിറവും വൃത്തവും ഉള്ള)യുള്ളതും ചെറിയ കുളിരുണ്ടാക്കുന്നതുമായ മുല. ചെന്താളിൻപ്രതിയധരങ്ങൾ – തളിരുപോലുള്ള ചുണ്ടുകൾ. പൊലിമ – വലുപ്പം. പെറുന്ന – ഉള്ള. കുണ്ഡലം – കർണ്ണാഭരണം. ചുടുമിഴി – ചുടുന്ന കണ്ണ്. ചൂണ്ടിനിന്നു കൊല്ലും – കടാക്ഷംകൊണ്ടു കൊല്ലുമെന്നു സാരം.

സംസാരാദികരാളഭാവശിഖിയിൽ–
ച്ചാടിച്ചുടുന്നേരമ–
ക്കംസാരാതി കൃപാകടാക്ഷമഴയൊ–
ന്നേവർക്കുമാലംബനം
അംസേ രാഗഭരേണ ബാഹുലതയാ
കെട്ടിപ്പുണർന്നക്രമം
സംസാരിപ്പവരോടു ചേർച്ച സുകൃത–
ച്ചോർച്ചയ്ക്കു നൽക്കാരണം. 4

ഏഴപ്പെണ്ണിലിരങ്ങുമിമ്പമതിലി–
ന്നെന്തിത്ര കാര്യം വൃഥാ
കീഴിൽക്കേവലശീലമിക്കൃമികളും
ക്രീഡിച്ചു കണ്ടീലയോ
താഴത്തുന്നു കരേറിവന്നു തപസാ
സിദ്ധിച്ചൊരിപ്പൗരുഷം
പാഴിൽ കൈവെടിയൊല്ല പാപമതിലേ
പോകൊല്ല പൊന്നുള്ളമേ! 5

ഘോരാകാരാട്ടഹാസപ്രകടിതകലഹം
മൃത്യു വന്നെത്തിനോക്കു–
ന്നേരം നാരീജനാനാം കളികളുമിളിയും
നോക്കുമൂക്കുള്ള വാക്കും
പോരാ പോരിൽത്തടുപ്പാൻ പരമശിവപദാം–
ഭോജരേണുപ്രസാദം
പോരാ പോരും കൃതാന്തപ്രതിഭയമകല–
ത്താക്കുവാനാർക്കുപോലും 6

---

4. സംസാരാദികരാളഭാവശിഖി – സംസാരം ആദിയായുള്ള കഠിനമായ കാട്ടുതീ (സംസാരമാകുന്ന ആദിശിഖി എന്നും എടുക്കാം). കംസാരാതി – വിഷ്ണു. ആലംബനം – ആശ്രയം. അംസേ – തോളിൽ. രാഗഭരേണ – അനുരാഗവായ്പോടുകൂടി. ബാഹുലതയാ – ലതപോലെയുള്ള കൈകൊണ്ട്. അക്രമം സംസാരിപ്പവരോടു – അന്യായമായ രതിവിഷയം പറയുന്ന തായസ്ത്രീകളോട്. ചേർച്ച – സംസർഗം. സുകൃതച്ചോർച്ച – പുണ്യക്ഷയം.
5. ഏഴപ്പെണ്ണിൽ – പാവപ്പെട്ട പെണ്ണിൽ. ഇരങ്ങും – കനിയും. ഇമ്പം – സുഖം. കീഴിൽ – താഴെ. കേവലശീലം – സ്വാഭാവികമായി. താഴത്തുന്നു – താഴെയുള്ള ജന്മങ്ങളിൽ നിന്ന്. തപസാ – തപസ്സുകൊണ്ട്. പൗരുഷം – മാനുഷത്വം. ഉള്ളമേ – മനസ്സേ.
6. ഘോരാകാരാട്ടഹാസപ്രകടിതകലഹം – ഘോരമായ വേഷത്താലും അട്ടഹാസത്താലും വിരോധം പ്രകടിപ്പിക്കുന്ന. മൃത്യു – മരണം (കാലൻ). നാരീജനാനാം – സ്ത്രീകളുടെ. ഊക്കുള്ള – ശക്തിയുള്ള. പോരിൽ – യുദ്ധത്തിൽ (മൃത്യുവിന്റെ യുദ്ധത്തിൽ) കൃതാന്തപ്രതിഭയം – കാലനാകുന്ന ഭയങ്കരനെ.

പൂന്തേൻവാണികളോടിടഞ്ഞനുദിനം
        താന്തോന്നിവാസം പറ-
ഞ്ഞെന്തയ്യോ! മദനാന്തകാരിമനനം-
        പോലും മറന്നീവിധം
സന്തോഷിച്ചു തകർത്തിടുന്നു, മുസലം
        കൈക്കൊണ്ടു കാലാന്തകൻ
വന്തിട്ടാൽ തകരാറുതന്നെ തകരും
        നിന്മേനി നന്മോഹനം. 7

(അപൂർണം)

7. മദനാന്തകാരിമനനം – കാമന്റെയും കാലന്റെയും ശത്രുവായ ശിവനെപ്പറ്റിയുള്ള വിചാരം. തകർന്നിടുന്നു – മദിച്ചിടുന്നു. മുസലം – ദണ്ഡ്. കാലാന്തകൻ – കാലനായ അന്തകൻ. വന്തിട്ടാൽ – വന്നാൽ.

വിഭൂതി

കാരുണ്യംകൊണ്ടു കാണുന്നുലകിടമഖിലം
തീർത്തു കാത്തും കടാക്ഷ-
പ്രാരംഭംപൂണ്ടു ലോകേശ്വരിയൊരുമപെടും
വാമനാം വാമദേവൻ
പാരിൽ ഭൂതേശനെന്നാകിലുമണിയുമുടൻ
ഭൂതിമാനേതുകൊണ്ടും
ഭൂരിക്ഷേമം വളർക്കും പ്രഥിതഭസിതമേ!
നിൻപദംകുമ്പിടുന്നേൻ. 1

നിന്നെക്കൊണ്ടാണു ലോകം നിരവധി വിധമായ്
നീരജാസൻ ചമയ്ക്കു-
ന്നിന്നും നീയാണു നിന്നാലുടനഖിലജഗത്-
പാലകൻ നീലവർണ്ണൻ
നിന്നെ പ്രാപിച്ചു നീയായഴിയുമഖിലവും
നിർമ്മലജ്യോതിരീശൻ
തന്നെച്ചൂഴുന്ന മൂലപ്രഥിതഭസിതമേ!
നിൻപദം കുമ്പിടുന്നേൻ. 2

---

1. വാമൻ – സുന്ദരൻ. വാമദേവൻ – ശിവൻ. ഭൂതി – ഭസ്മം (ഐശ്വര്യമെന്നും). പ്രഥിതം – പ്രശസ്തം. ഭസിതം – ഭസ്മം
2. നീരജാസൻ – ബ്രഹ്മാവ്. നീയായഴിയും – ഭസ്മമായിത്തീരും. നിർമ്മലജ്യോതിരീശൻ – ശിവൻ. ചൂഴുന്ന – ചുറ്റിയിരിക്കുന്ന (മുഴുകിയിരിക്കുന്ന).

അൻപിൽക്കൈക്കൂപ്പിയാമ്നായവുമറിവുപെറു-
നാഗമാഭോഗവുന്നി-
ന്നിമ്പപ്രാചുര്യധുര്യപ്രബലഫണിതികൊ-
ണ്ടെത്രയോ ചിത്രഗാനം
തുമ്പില്ലാതോതിയോതി സ്തുതിമുഖരമുഖം
നിന്നു വാഴ്ത്തുന്ന വന്ദ്യ-
ത്തുമ്പപ്പൂവൊത്ത ശുദ്ധത്രിപുരഭസിതമേ!
നിന്നെ ഞാനുന്നിടുന്നേൻ 3

പാപാരണ്യത്തിലെത്തിപ്പരിചിനൊടു പിടി-
ക്കുന്ന ഖണ്ഡാവബോധ-
ത്തീ പായുന്നിന്നെയുന്നി ത്രിഭുവനപടലം
വിട്ടു മേൽപോട്ടു പോവാൻ
സോപാനംപോലെ നെറ്റിത്തടമതിലണിയു-
ന്നിന്റെ പുണ്യത്രിപുണ്ഡ്ര-
ശ്രീപാദത്തിന്നു നിത്യം ശിരസി കരമെടു-
ത്തമ്പൊടും കുമ്പിടുന്നേൻ. 4

ഭീമാടോപപ്രപഞ്ചഭ്രമണമതിൽ വല-
യ്ക്കുന്ന കന്ദർപ്പഗാത്രം
ധീമാക്ഷജ്യോതിരാവിഷ്ക്രിയമുനയിലെരി-
ഞ്ഞന്തമായ് വെന്തുനീറി
ഭീമജ്യോത്സ്നാസമാനം സുഷമയൊടവശേ-
ഷിച്ചു ഭൂഷിച്ചു നിത്യം
സോമസ്വാമിപ്രസാദപ്പെരുമ തടവിടും
ഭസ്മമന്തഃസ്മരാമി. 5

3. ആമ്നായം - വേദം. ആഗമാഭോഗം - ശാസ്ത്രസമ്പത്ത്. ഇമ്പപ്രാചുര്യധുര്യ പ്രബലഭണിതി - മനോഹരതയുടെ ആധിക്യത്തെ വഹിക്കുന്ന പ്രബലങ്ങളായ വർണ്ണനകൾ. ചിത്രഗാനം - മനോഹരമായ പാട്ട്. സ്തുതിമുഖരമുഖം - സ്തുതികൾകൊണ്ടു ശബ്ദായമാനമായ മുഖത്തോടുകൂടെ.

4. പാപാരണ്യം - ലോകം. ഖണ്ഡാവബോധം - അപൂർണ്ണജ്ഞാനം. പടലം - സമൂഹം. സോപാനം - പടി. ത്രിപുണ്ഡ്രം - മൂന്നു വരകൾ.

5. ആടോപം - അഹങ്കാരം. കന്ദർപ്പൻ - മന്മഥൻ. ഭീമാക്ഷജ്യോതിസ്സ് - ഭയങ്കരമായ കണ്ണിൽനിന്നു പുറപ്പെട്ട അഗ്നി. ഭീമജ്യോൽസ്നാ - സമ്പൂർണമായ പൂനിലാവ്. സുഷമ - ശോഭ. ഭൂഷിച്ച് അലങ്കരിച്ച്. സോമസ്വാമി - ചന്ദ്രൻ.

ആശാന്റെ അറിയപ്പെടാത്ത കവിതകൾ

സമ്പാദകൻ : ജി പ്രിയദർശനൻ

കവികൾക്കുപദേശം

1

മലവെള്ളം പോലീയിട കവിതകൾ
പലവക വന്നു പരന്നു കവിഞ്ഞൊരു
നിലയില്ലാതെ ചമഞ്ഞതു നമ്മുടെ
മലയാം ഭൂമിയെ മുക്കുകയല്ലേ.
അവശതയതുകൊണ്ടണയായ്‌വാനിനി-
യവരവരളവിതു ചെയ്യണമിത്തിരി
കവികൾക്കുപദേശം ചൊൽവതിനിതൊ-
രവസരമെന്നിഹ കരുതീടുന്നേൻ.
മംഗളമണവതിനരുളുവതാണിതി-
ലുണ്ടൊരഹംകൃതിയോർത്തല്ലതുമ-
ല്ലാംഗലകവിയാം ഡ്രൈഡൻ ചൊല്ലിയ
തങ്ങിനെതന്നെ പകർത്തുകയത്രേ.
എഴുതും കൃതികളിലൊക്കെബ്ഭാഷയിൽ
വഴിയാംവണ്ണം ദൃഷ്ടി പതിക്കുവി-
നഴകെഴുമർത്ഥം വഴി മതിപൊങ്ങിയ
പൊഴുതിലുമണുവളവതു വെടിയായ്‌വിൻ
പാരമൊഴുക്കുണ്ടെങ്കിലുമർത്ഥം
ചേരുന്നേറ്റവുമെങ്കിലുമിഹ കൃതി
നീരസമാമപശബ്ദം തടവുകി-
ലാരിലുമറിക വെറുപ്പുണ്ടാക്കും.
കേൾക്കുന്നവരശ്ലീലമതാമൊരു

വാക്യവുമിങ്ങു സഹിക്കാ കൃതികളിൽ
വായ്ക്കും ശബ്ദാഡംബരവും വക-
വയ്ക്കായ്‌വിൻ കൃത്രിമഭംഗികളും
ചൊല്ലാം ഭാരം ഭാഷാസൗഷ്ഠവ-
മില്ലാതെഴുതിവിടും കവിതകളാൽ
ഇല്ലൊരു ഗുണവും എന്നല്ല നമുക്കതു
തെല്ലൊരു സുഖവും തരികില്ലറിവിൻ
ചിന്തിച്ചീടാൻ സമയമെടുക്കാ-
തെന്തും ദ്രുതഗതിയായെഴുതായ്‌വിൻ
എന്തിനു വെറുതേ ദ്രുതകവിയാവാൻ
ചിന്തയിതതിലൊരു കഥയില്ലറിവിൻ

*. *ലീല* എഴുതിയ നോട്ട്ബുക്കിൽ ആശാൻ കുറിച്ചിട്ടിരുന്ന ഒരു തുള്ളൽ കൃതി. കാലം 1912.

2

അൽപ്പമോർത്തഥ നടന്നു പിന്നെവ-
ന്നപ്പുമാൻ ശവകുടീരഭിത്തിയിൽ
ഇപ്രകാരമെഴുതി, പിലാശുതൻ
പുഷ്പരാഗമതിനാൽ സ്ഫുടാക്ഷരം.

"തെല്ലു സൂര്യകരമേറ്റു ബാഷ്പമാർ-
ന്നുല്ലസിച്ചു പുലർകാലവായുവാൽ
പുല്ലിൽനിന്നു ഹിമബിന്ദുപോലവെ
മെല്ലെ വീണിവിടെ മാഞ്ഞുപോയൊരാൾ.

നളിനി എഴുതിയ നോട്ടുബുക്കിൽ "Towards the end of Nalini" എന്ന കുറിപ്പോടെ എഴുതിയിട്ടിരുന്നത്.

3

ശ്രീനന്ദിച്ചാടണം ശിവരമണി കടാക്ഷിക്കണം ശാരദേ നീ
സാനന്ദം കാത്തിടേണം സുകൃതിസപദി പൽപ്പുനാമാ മഹാ
ത്മാ-
സ്യാനന്ദൂരത്തിലിന്നീ വിജയദശമിയിൽ സമ്പദിപ്പിച്ചതാമീ
ആനന്ദപ്രസ്സുമെത്തും വിജയമൊടു വിളങ്ങീടണം കോടി
വർഷം

വിവേകോദയം മാസിക അച്ചടിക്കാൻ ഡോക്ടർ പൽപ്പു തുടങ്ങിയ ആനന്ദപ്രസ്സിന് എഴുതിയ മംഗളം (1084 ചിങ്ങം)

4

കൈയിൽ ചെന്താമരപ്പൂ കുറുനിരകളിലോ
കൊച്ചിളം മുല്ല നൽപൂ
പയ്യെപ്പാച്ചോറ്റിതൻ പൂമ്പൊടി തടവി
വിളങ്ങുന്ന വർണം മുഖത്തിൽ
കാർമങ്ങും കുന്തളത്തിൽ പുതിയ കുരവകം
കാതിൽ നെന്മേനിതൻ പൂ
സീമന്തത്തിങ്കലേലുന്നവിടെയബലമാർ
തൻ കടമ്പിൻ നടുക്കായ്

ആശാൻ അരുവിപ്പുറത്തു താമസിക്കുന്ന കാലം (1902). അക്കാലത്തു കൊല്ല ത്തുനിന്നും പുറപ്പെട്ടിരുന്ന *വിദ്യാവിലാസിനി* മാസികയിൽ അദ്ദേഹം *മേഘസ ന്ദേശം* പരിഭാഷപ്പെടുത്തി പ്രസിദ്ധപ്പെടുത്തിവന്നു. 35 പദ്യം അതിൽ വന്നു. അതു *വനമാല* എന്ന സമാഹാരത്തിൽ കാണാം. ആശാൻ *മേഘസന്ദേശം* മുഴുവൻ പരി ഭാഷപ്പെടുത്തിയതായിട്ടാണറിവ്. ആശാന്റെ ഒരു നോട്ട് ബുക്കിൽ കാണുന്ന *മേഘ സന്ദേശം* ഉത്തരസന്ദേശത്തിലെ രണ്ടാം പദ്യത്തിന്റെ പരിഭാഷ.

5

ഹാ മൂലദിവാകരനാവിർഭൂതനായോരീ
ശ്രീമെത്തും ശുഭകാലം പിന്നെയും വരുന്നല്ലോ
താമരകൾക്കുമാത്രം താങ്ങലാം താനെന്നായി
സ്വാമിയെ ചൊല്ലുന്നതു സത്യമല്ലഹോ പാർത്താൽ

ഇക്കുപ്പചെടിയേയുമവനം ചെയ്യുന്നല്ലോ
പൊൽക്കരം നീട്ടിദ്ദേവൻ, ആകയാൽ കൃതജ്ഞമായ്
ഉൽക്കടഭക്തിയോടുമുൾക്കാമ്പു തുറന്നിന്നു
പുൽക്കൊടിപ്പൂവേ നീയും പാടുക മംഗളങ്ങൾ."

ശ്രീമൂലം തിരുനാളിന്റെ 66–ാം ജന്മദിനത്തിൽ *മലയാളമനോരമ* പ്രസിദ്ധം ചെയ്ത (1923 ഒക്ടോബർ 13) വിശേഷാൽ പ്രതിയിൽ എഴുതിയത്.

6

ഖ്യാതിപ്പെട്ട കവീശ്വരന്റെ ജനനംകൊണ്ടു സുവിഖ്യാതയായ്
ദ്യോതിച്ചീടിന വഞ്ചിഭൂമി വെറുതേ ജീവിച്ചിരിക്കുന്നു നീ–
ശ്രീതിങ്ങീടിന നിന്മുഖം വികൃതമായ് നോക്കാവതല്ലിപ്പൊഴാ
ജ്യോതിസ്സിൻ ചരമാസ്ഥിയും ഭസിതവും ചൂടുന്ന കാപാലികേ."

On the death of C V Raman Pillai എന്ന കുറിപ്പോടെ 24–3–1922ൽ ആശാൻ ഡയറിയിൽ കുറിച്ചിട്ടിരുന്ന പദ്യം.

7

മംഗളം

അക്ഷീണക്രമമാർന്നുഴന്നു തിരിയും സംസാരചക്രത്തിനു
ള്ളക്ഷംപോലെയു,മേകവിശ്വനിലയസുംഭോദയം പോലെയും
അക്ഷോഭംവിലസീടുമാദിപുരുഷൻ നമ്മെക്കടാക്ഷങ്ങളാൽ
രക്ഷിക്കട്ട് "അരുവിപ്പുറത്തു" അടിയമർന്നിടുന്ന ദേവൻ ശിവൻ.

(*വിവേകോദയം* 1079 മേടം)

8

"കുട്ടിക്കാലം മുതൽക്കുൾകുതുകമൊടു കരം
കൂമ്പിടുന്നെന്നലിഞ്ഞുൾ
ത്തട്ടിൽ കൂടും തമസ്സിൽ ദ്രഢിമവെടിയുമാ-
റാക്കിനീ നോക്കിയെന്നെ
ഒട്ടൊക്കെപ്പാലനം ചെയ്തൊരുവിധമുള-
വാകുന്നിതേകാവബോധം
'മൂട്ടക്കാട്ടാ'ർന്ന മൂർത്തേ! മൂഹൂരപിയിനിയും
തൂകണേ വാർക്കടാക്ഷം"

(*വിവേകോദയം* 1079 മിഥുനം)

9

"അഞ്ചാതെവാഴ്കവനികാത്തിഹ നീണ്ടനാൾ ജോർ-
ജ്ജഞ്ചാമനാമരിയ ഭാരതചക്രവർത്തി;
വാഞ്ചിച്ചിടും വിഭവമേലുക "മേരി" സിന്ധു-
കാഞ്ചീസപത്നി, കമലാ സമ സാർവഭൗമി."

(കിരീടധാരണം പ്രമാണിച്ച് 1085 കർക്കടകം ലക്കം *വിവേകോദയ*ത്തിൽ എഴുതിയ "രാജകീയമംഗളാശംസ")

10

"സ്ഥിതിസമതയ്ക്കുവേണ്ടിയനിശം സ്ഥിരഭാവമൊടും
പതിതാജനോന്നതിക്കു വിരയും പരമേശകരം
അതിഭയമസ്മദീയ ഗുരുവിൽ പ്രിയമാർന്നിനിയും
ക്ഷിതിയതിലേകിടട്ടെ! ചിരജീവിതമായവരം"

ശ്രീനാരായണഗുരുവിന്റെ 64-ാം പിറന്നാളിൽ *സഹോദരൻ മാസികയി*ൽ (1094 ചിങ്ങം) എഴുതിയ ശ്ലോകം.

11

ആറുണ്ടല്ലോ കുളിപ്പാനിവിടെയനുദിനം
നൽകിടുന്നോരു പിച്ച-
ച്ചോറുണ്ടല്ലോ ഭുജിപ്പാനതുമതിയിനിയെന്നോർ-
ത്തു നീ പാർത്തുകൊൾക
ഏറെത്തിന്നുന്ന പന്നിപ്പെരുവയറിലുമങ്ങന്ത-
കൻ തന്റെ കുന്തം
കേറിപ്പായുന്നു പാർത്താൽ കിഴിയുമുടലി-
തിന്നല്ലയോ തൊല്ലയെല്ലാം."

(*വിദ്യാവിലാസിനി* 1073 തുലാം)

12

സിദ്ധാന്തശ്രുതിസീമയിൽ സ്ഥിരനിവാ-
സം ചെയ്തൊരദ്വൈതമായ്
സിദ്ധാന്തിച്ചുവിധിച്ചു സാധുജനസാ-
മ്രാജ്യം ഭജിച്ചന്വഹം
അർദ്ധാമാർഗ്ഗമതിങ്കലെങ്കിലബലാ-
ക്ഷക്രീഡദീക്ഷിച്ചിരു-
ന്നദ്ധാമാംകമലങ്കരിച്ചഭിരമി-
ച്ചാനന്ദിയാമെന്നു ഞാൻ

(*വിദ്യാവിലാസിനി* 1074 ചിങ്ങം)

13

"പരബോധമുദിച്ചാശു
പരിതാപമകറ്റുവാൻ
പരമേകണമെൻദേവി
ഹരലോചന ചന്ദ്രികാ"

"കണ്ടിട്ടൊട്ടേറെനാളായ് കനിവൊടു കവിതാ-
ദേവിയോടിപ്പൊഴൊന്നും
മിണ്ടാനും കേൾക്കുവാനും മുഹുരപി മുഖദാ-
വിങ്കൽ നിൽക്കാറുമില്ലാ

പണ്ടേലും പക്ഷമെന്നാൽ പഴകിവിഫലയാ-
യിപ്പൊഴേ വന്ദ്യലോകർ-
ക്കുണ്ടാമുൾക്കൂർത്ത കൂറാം കൊടി പടരുമരം
കേവലം സേവയല്ലീ."

സൗന്ദര്യലഹരീ പരിഭാഷ *വിദ്യാവിലാസിനി മാസിക*യിൽ ആരംഭിച്ചപ്പോൾ എഴുതിയത്. (1073 കർക്കടകം)

14

മഹിയിൽ തമസ്സകറ്റാൻ
മഹിതകലാമാർഗ്ഗമണിവിളക്കായ്
ബഹുളഗുണദ്യുതിചിതറും
മഹിളാരത്നം ചിരം വിളങ്ങട്ടെ.

മഹിളാരത്നം മാസികയുടെ പ്രഥമ ലക്കത്തിൽ (1091 ചിങ്ങം) എഴുതിയ ആശംസ.

15

ഇന്നല്ലോ സുദിനം ചിരംധരയിൽ നാ-
മാശിച്ച ലോകോത്സവം
വന്നല്ലോ, കരുണാപയോധി മഹിതാ-
ശ്രീവഞ്ചിഭൂവാസവൻ;
ചെന്നർക്കാമലകാന്തിപൂണ്ടു കയറു-
ന്നല്ലോ ശുഭാവാസമായ്
നിന്നമ്പും പുരുഷായുഷാംബരലസ-
ന്മദ്ധ്യത്തിൽ നിത്യോജ്ജ്വലൻ.
ശ്രീയുക്തം നിജഷഷ്ടിപൂർത്തിമഹിമ-
ശ്രീ മൂലഭൂപൻ നയി,-
ച്ചായുസ്സിന്നപരാർദ്ധമായതെര-
ക്ഷേമത്തൊടെത്തീടുവാൻ
വായുപ്രേരിതപത്മമൊത്തുരമത-
ന്മേലും ഭജിപ്പോരിലും
ചായം കൺമുന നീട്ടിടട്ടെ ഭഗവാൻ ഭഗവാൻ
ശ്രീപത്മനാഭൻ സദാ."

ശ്രീമൂലം തിരുനാളിന്റെ ഷഷ്ടിപൂർത്തിക്കു മംഗളം നേർന്നുകൊണ്ട് *ദേശാഭിമാനി*യിൽ (1096 കന്നി 6) എഴുതിയ പദ്യങ്ങൾ

16

വിലതടവിയ വഞ്ചിമന്ദിരത്തിൽ
വിലയമെഴാത്ത വിളക്കു മൂലഭൂപൻ
വിലസുക ഫണിശായി തൃക്കടക്കൺ
വിലസിതമാം നവതൈലവീചിയാലേ.

ശ്രീമൂലം തിരുനാളിന്റെ 61-ാം പിറന്നാളിന് *ദേശാഭിമാനി* (1094 കന്നി 19)യിൽ എഴുതിയ ആശംസ.

17

അണിവീണതന്നിനിയ നിസ്വനം പദം
പണിയുന്ന തേന്മൊഴി പൊഴിഞ്ഞ കീരമേ
മണിപഞ്ജരത്തൊടുമഹോ! നിനയ്ക്കുവാൻ
പണി - നീപൊടുന്നനെയെരിഞ്ഞുപോയി

ബ്രഹ്മവിദ്യാഭൂഷണൻ പുതുപ്പള്ളിൽ പി കെ പണിക്കരുടെ വേർപാടിൽ എഴുതിയത്.

18

ഉണ്ണീപൊടുന്നനവെയെൻ പ്രിയതോഴനയ്യോ
വെണ്ണീറടിഞ്ഞു വിലയേറിയ നിന്റെ താതൻ
ഉണ്ണീകൽകൊണ്ടുരുകി നാലുവഴിക്കുപായും
കണ്ണീരെടോ ചരമപദ്യമെനിക്കിദാനീം

ആശാന്റെ ആപത്മിത്രമായിരുന്ന ചാവർകോട്ടു കുഞ്ഞുശങ്കരൻ വൈദ്യരുടെ ചരമത്തിൽ അനുശോചിച്ച് അദ്ദേഹത്തിന്റെ മകൻ ശ്രീനിവാസന് അയച്ച ശ്ലോകം.

19

സ്ഥിതിസമതയ്ത്തു വേണ്ടിയ നിശംസ്ഥിരഭാവമൊടും
പതിതജനോന്നതിക്കു വിരയും പരമേശകരം
അതിദയമസമദീയ ഗുരുവിൻ പ്രിയമാർന്നിനിയും
ക്ഷിതിയതിലേകിടട്ടെ ചിരജീവിതമായവരം

1096 ചിങ്ങം ലക്കം *സഹോദരനിൽ* എഴുതിയ പദ്യം.

www.ingramcontent.com/pod-product-compliance
Lightning Source LLC
LaVergne TN
LVHW090330051026
849518LV00005B/1930